Giai phẩm

CHÍNH VĂN

TIẾNG NÓI CỦA NGƯỜI VIỆT KHÔNG QUÊN GỐC

Chủ biên
HỒNG DƯƠNG

Biên tập
TÔ-NGỌC, SƠN TÙNG
TRẦN KIÊM ĐOÀN
HÀ MAI LAN, VY TRẦN
HOÀNG DUY ANH
HOÀI LINH PHƯƠNG
NGUYỄN HỮU LÝ
AMY DƯƠNG
TRẦN QUÝ TRÂM
HOÀI HƯƠNG

ĐPV Sacramento: **Philip Nguyễn**
ĐPV San Jose: **Lê Diễm**
ĐPV Dallas: **Như Phước, Henry Đăng**
Bảo trợ QC:
Mỹ Tiên : 916-743-1447
TINA : 916-267-5680

CHÍNH VĂN
GIAI PHẨM
XUÂN BÍNH NGỌ
2026

Thư từ và bài vở xin liên lạc
Giai phẩm CHÍNH VĂN
7005 Walter Ave.
SACRAMENTO, CA 95828
ĐT: (916) 509-4445, (916) 230-6172
e-mail: baochinhvan@gmail.com

Lá thư Tòa soạn

Kính thưa Quý đọc giả !

Kính thưa Quý vị thân hữu, Quý vị độc giả, Quý vị văn hữu.

Lại một năm trôi qua rất nhanh và quá nhanh... quỹ thời gian không ngừng trôi...

Ngậm ngùi quá khứ vui buồn... hướng về tương lai... Hy vọng ... ước mơ...

Kính chúc Quý bạn một mùa xuân sức khỏe... Hạnh Phúc ... đón chờ một năm mới nhiều hy vọng... an lành.

Trân trọng,
Thay mặt Ban biên tập Chính Văn

Hồng Dương

MINH XÁC

Giai phẩm CHÍNH VĂN do một nhóm văn thi hữu chủ trương, dù rộng mở đến tất cả các cây bút trong tình thân hữu nhưng không nhân danh hay đại diện cho tập thể nào.

Quan điểm của bài viết là của cá nhân tác giả, không hẳn phản ảnh chung của Ban biên tập hay nhóm chủ trương.

XIN LƯU Ý

Những thông tin về thảo dược đăng trên giai phẩm CHÍNH VĂN chỉ có tính cách thông tin phổ biến không mang tính cách trị liệu.

TRONG SỐ NÀY

CHÂN THÀNH CẢM TẠ
QUÍ VỊ ÂN NHÂN
ĐÃ ỦNG HỘ GIÚP ĐỠ
THÔNG TIN THƯƠNG MẠI
DÀI HẠN VÀ QUÝ ĐỘC GIẢ
ĐẶT MUA DÀI HẠN

Kỷ niệm 5 năm giỗ anh Tô Ngọc 2024

Cám ơn chú đã gửi cho cháu " thiệp TN & bằng hữu " cùng những bài viết, tài liệu hình ảnh sau khi chú TN đã rời xa...

Hàng năm, cháu vẫn gửi thiệp chúc Noel và năm mới cho chú TN, cũng như với chú, nên thật bàng hoàng xúc động khi nghe chú ấy đã không còn nữa..

Bạn thân từ thời còn ngậm ô mai của cháu và cùng có bài đăng ở nhật báo Ngôn Luận, Chính Luận ngày xưa : Ngô Kim Thu - mà có lần chú đã gặp khi tụi cháu cùng đi với Vũ Uyên Giang, lên thăm các chú và cùng ăn lunch tại tệ xá chú TN năm 2008, sẽ tham dự lễ 100 ngày của chú TN, và đại diện cho cháu gửi lời chia buồn cùng thím LH và gia quyến.

Bạn cháu cũng rất muốn chuyện trò thăm hỏi chú trong ngày ấy.

Cầu chúc chú dồi dào sức khỏe. Hy vọng có dịp sẽ được gặp lại chú, khi cháu đi San Jose thăm gia đình.

Tôi Trên Miền Thơ Ấu

Cung kính gửi về hương linh chú Tô Ngọc- cựu ký giả nhật báo Ngôn Luận, Chính Luận Saigon xưa…

Tôi thấy lại… tuổi thơ văn mình qua hình bóng chú..
Thuở mười ba, mười bốn biết bâng khuâng.
Thơ học trò vụng dại gửi báo đăng…
Mang nồng ấm hậu phương về chiến tuyến..
Tôi - cô bé thành đô thời binh biến
Biết yêu người nơi gió cát miền xa…
Anh dũng, hy sinh - người lính Cộng Hòa…
Cho phố thị an vui tà áo trắng…
Trời Saigon qua bao mùa mưa nắng.
Là cũng bao mùa tình đã mênh mông…

Hồn thơ bay cao… vang tiếng xa, gần
Chú hãnh diện tài năng cô cháu nhỏ….
*
Và .. bỗng một ngày quê hương nhuộm đỏ.
Lưu lạc quê người, nước mắt nhìn nhau.
“ Tha hương ngộ cố tri “, trong mừng tủi nghẹn ngào…
Như chú đã một phần trong gia tộc….
Cháu lại viết tiếp đoạn buồn trong tiếng khóc…
Ký ức Saigon rực rỡ giữa nơi xa…
Chú lại đăng lời tha thiết, đậm đà
Thương biết mấy Saigon ngày tháng cũ….
*
Mang hình ảnh của một thời quá khứ….
Chú bây giờ đã … biền biệt, về đâu?
Gửi theo khói nhang vang tiếng kinh cầu…
Chú thanh thản bên vùng trời miên viễn…

M.H.HOÀI-LINH-PHƯƠNG
Washington D.C tháng 02/2020

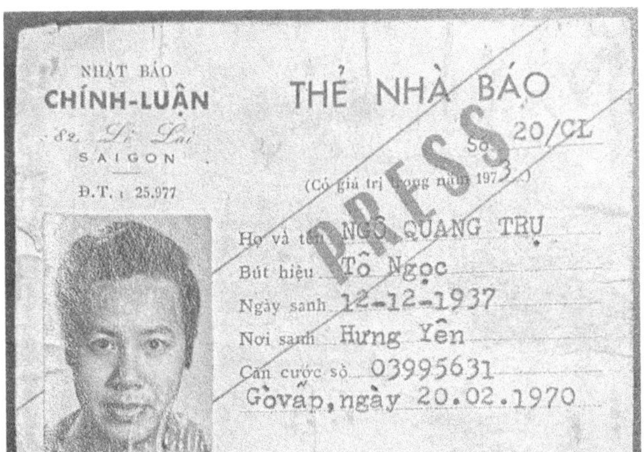

NHẬT BÁO
CHÍNH-LUẬN
82, Lê Lai
SAIGON
Đ.T. : 25.977

THẺ NHÀ BÁO
Số 20/CL
(Có giá trị trong năm 1973)
PRESS

Họ và tên NGÔ QUANG TRỤ
Bút hiệu Tô Ngọc
Ngày sanh 12-12-1937
Nơi sanh Hưng Yên
Căn cước số 03995631
Gòvấp, ngày 20.02.1970

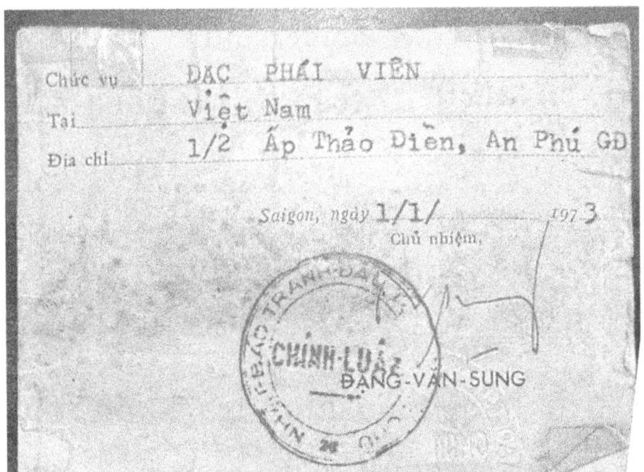

Chức vụ ĐẶC PHÁI VIÊN
Tại Việt Nam
Địa chỉ 1/2 Ấp Thảo Điền, An Phú GĐ

Saigon, ngày 1/1/1973
Chủ nhiệm,
CHÍNH-LUẬN
ĐẶNG-VĂN-SUNG

CUỘC HỘI NGỘ ĐÔNG TÂY GIỮA HAI NGÀNH DƯỢC LIỆU XƯA NAY

Lịch sử dòng sống của con người gắn liền với sinh hoạt cùng tác động của sức khỏe và bệnh tật. Do đó, thực phẩm và thuốc men là hai nhu cầu quan trọng trong đời sống không thua gì vấn đề sống chết. Tuy nhiên, con người nói chung vẫn có thói quen là coi tất cả mọi chuyện hàng ngày là "đương nhiên" như nước uống và khí trời cho đến khi vấn đề được đặt ra trước mắt mới mong có chút quan tâm.

Phần tiếp theo trong bài viết này, chúng ta sẽ tìm hiểu về đề tài về thuốc và cách chữa bệnh xưa nay, Đông cũng như Tây.

Về hình thức cũng như hành hoạt chữa bệnh thường được chia làm hai thời gian và không gian như: Xưa, nay – Đông, Tây. Mỗi thế giới y khoa – y dược và y khoa – đều có một truyền thống phong phú xuất phát từ nguồn gốc và triết lý riêng.

1. Nguồn gốc và triết lý

Naturmedizin (Y học tự nhiên/cổ truyền)

Dựa vào thảo dược, khoáng chất, thực phẩm, khí công – dưỡng sinh, quy luật tự nhiên.

"Chữa người trước rồi mới chữa bệnh."

Nhìn cơ thể như một chỉnh thể, quan hệ giữa thân – tâm – môi trường.

Chemisch Medicine (Y học hiện đại – Hóa dược)

Dựa vào nghiên cứu khoa học, hóa học – sinh học phân tử, công nghệ y khoa.

"Chẩn đúng bệnh – đánh trúng mục tiêu."

Nhìn vấn đề theo cơ chế bệnh học cụ thể: viêm, nhiễm trùng, rối loạn chuyển hóa...

2. Phương pháp điều trị

Naturmedizin

Sử dụng thảo dược, trà thuốc, xoa bóp, châm cứu, ăn uống, thay đổi lối sống.

Tác dụng từ từ, nhẹ nhàng.

Hướng đến điều hòa – cân bằng (âm dương, khí huyết, năng lượng).

Chemisch Medicine

Dùng thuốc hóa học, kháng sinh, kháng viêm, hormone, phẫu thuật, công nghệ cao.

Tác dụng nhanh và mạnh.

Hướng đến loại bỏ nguyên nhân bệnh (vi khuẩn, virus, khối u, rối loạn nội tiết...).

3. Ưu điểm và hạn chế

Ưu điểm

Naturmedizin

Ít tác dụng phụ nếu dùng đúng.

Tăng cường sức đề kháng tự nhiên.

Tốt cho bệnh mạn tính, rối loạn nhẹ, stress, mất ngủ, đau nhức lâu ngày.

Chemisch Medicine

Hiệu quả mạnh, cấp cứu, phẫu thuật, bệnh nguy hiểm.

Kiểm chứng bằng nghiên cứu khoa học.

Kiểm soát tốt bệnh cấp tính: nhiễm trùng, đột quỵ, tiểu đường, ung thư...

Hạn chế

Naturmedizin

Kết quả không đồng nhất, phụ thuộc cơ địa.

Không đủ mạnh cho bệnh cấp cứu, nhiễm trùng nặng, ung thư tiến triển.

Nhiều phương pháp dân gian không được kiểm chứng.

Chemisch Medicine

Dễ gây tác dụng phụ, lệ thuộc thuốc.

Điều trị trên bệnh, đôi khi ít quan tâm đến lối sống.

Có thể bỏ sót yếu tố tâm lý – tinh thần.

4. Cách nhìn tổng hợp ngày nay

Ngày nay, xu hướng y học tiến bộ nhất là:

Integrative Medicine – Y học tích hợp

Kết hợp cái hay của cả hai:

Dùng Tây y để chẩn đoán, điều trị bệnh cấp tính.

Dùng Naturmedizin để hỗ trợ, phục hồi, tăng sức khỏe lâu dài.

Đây cũng phù hợp với tinh thần Đông – Tây hội ngộ trong chăm sóc sức khỏe:

Tây y: lý tính, khoa học thực nghiệm.

Đông y/naturmedizin: cảm tính – trực giác – cân bằng tổng thể.

Cả hai bổ sung cho nhau – không phủ định nhau.

CUỘC HỘI NGỘ KỲ THÚ

Trong lịch sử y học nhân loại, chưa bao giờ có một cuộc đối thoại âm thầm nhưng bền bỉ như cuộc gặp gỡ giữa Naturmedicine – y học tự nhiên cổ truyền và Hóa dược – y học hiện đại. Một bên là tiếng thì thầm của thảo mộc, khí trời, dưỡng sinh, tâm lặng mà con người đã học được từ thiên nhiên qua hàng nghìn năm. Bên kia là tiếng máy móc nhịp nhàng, là kiến thức của phân tử, gene, hoá chất được đo lường bằng kính hiển vi và kiểm chứng qua thử nghiệm lâm sàng.

Hai nẻo đường ấy, tưởng như song hành mà biệt lập, thực ra đang tìm đến nhau trong một vòng tròn chữa lành rộng lớn hơn chính mỗi bên.

1. Y học tự nhiên – tiếng nói của sự điều hòa và nhân tính

Naturmedizin không nhằm "đánh bại" bệnh tật như một kẻ thù.

Nó dỗ dành, vuốt ve, hướng dẫn cơ thể trở về nhịp tự nhiên vốn có của nó.

Trong cái nhìn ấy:

Bệnh là sự mất cân bằng,

Thuốc là nhịp điều hòa,

Thân và tâm là hai dòng chảy không tách rời.

Nụ cười an lạc, hơi thở chánh niệm, một chén nước gừng ấm, hay một giấc ngủ yên... đôi khi lại chữa được những mệt mỏi mà không một thứ hóa dược nào thay thế được.

Y học tự nhiên nhắc con người rằng: chúng ta không chỉ là xác thịt, mà là dòng năng lượng được đan dệt bằng ký ức, cảm xúc, văn hóa và niềm tin.

2. Hóa dược hiện đại – trí tuệ của khoa học và sức mạnh của công nghệ

Chemisch Medicine - Y học hiện đại, trái lại, không ngại gọi tên kẻ thù: vi khuẩn, virus, tế bào ung thư, viêm mạch, rối loạn chuyển hóa...

Sự chính xác của Tây y là tiếng nói của thời đại: Chụp hình cắt lớp (MRI) thấy được cái vô hình. Hóa trị đánh vào nguyên nhân. Phẫu thuật cứu mạng trong khoảnh khắc không thể chậm hơn một giây.

Nếu Naturmedizin giúp dịu đau, thì hóa dược giúp cứu mạng.

Nếu Đông y hỏi: "Khí huyết tuần hoàn ra sao?"

thì Tây y hỏi: "Protein nào bị rối loạn? Vi khuẩn nào đang gây nhiễm?"

Mỗi bên đều có sự đúng đắn trong vùng chân lý của chính nó.

3. Khi hai nguồn sáng gặp nhau – y học tích hợp của thế kỷ 21

Sau nhiều thế kỷ đôi khi nghi kỵ, đôi khi tranh luận, bây giờ y học bước vào thời kỳ hòa giải. Không còn ranh tuyến "điều trị cổ truyền" hay "điều trị tân tiến", mà là một bản hòa âm của hai phong cách chữa lành.

Naturmedizin giúp cơ thể hồi phục sau hóa trị, giảm stress sau phẫu thuật, ngủ yên khi thuốc tây đã làm tròn nhiệm vụ sinh học.

Hóa dược, đến lượt mình, giúp ngăn ngừa biến chứng, chấm dứt nhiễm trùng,

mua lại thời gian để thảo dược, thiền định, khí công có cơ hội phát huy.

Khi ấy, Đông là trái tim – Tây là khối óc; hai mặt của một con người trong hành trình đi tìm sức khỏe, và hơn nữa, đi tìm sự bình an nội tại.

4. Triết lý nền tảng: Chữa bệnh là chữa người

Thực ra, cả hai nền y học đều đi về một điểm chung:

không có bệnh nào tồn tại tách rời con người mang bệnh.

Người thầy thuốc cổ truyền bắt mạch bằng ngón tay, còn bác sĩ Tây y "bắt mạch" bằng máy MRI; cả hai đều tìm cách lắng nghe điều mà cơ thể muốn nói.

Vấn đề không phải là "thuốc nào mạnh hơn", mà là

thuốc nào phù hợp với con người trong hoàn cảnh đó.

Thế kỷ 21 đang cần một nền y học mềm dẻo như nước, bền vững như cây rừng, và sắc bén như ánh laser – nghĩa là hội đủ cả Đông lẫn Tây.

5. Kết luận: Chính con người mới là phương thuốc tối hậu

Cơ thể con người là một vũ trụ kỳ lạ: tự chữa, tự điều hòa, tự tái sinh.

Thuốc chỉ là cánh tay, người thầy thuốc chỉ là điểm tựa, còn sự chữa lành thật sự là một tiến trình xảy ra ở nơi sâu nhất của thân tâm: nơi con người biết sống điều độ, hiểu thân phận hữu hạn, và trân trọng từng hơi thở an lành.

Khi ấy, Naturmedizin và Chemisch Medicine không còn là hai dòng chảy, mà là hai nhánh suối gặp nhau trong một con sông lớn – sông của trí tuệ và lòng từ ái.

Sacramento mùa Giáng Sinh 2025
Trần Kiêm Đoàn, Ph.D., MSW

ANH TÔ NGỌC ĐÃ RA ĐI

Đây là một chuyện tình thơ mộng tuyệt vời như chuyện tình Roméo Juliette ở Phương Tây hay chuyện tình buồn ở Đông Phương Lương Sơn Bá & Chúc Anh Đài.

Tổng hợp của **Anh Phương**

Nhà văn nhà báo Tô Ngọc – Ngô Quang Trụ, anh đã ra đi về miền miên viễn ngày 10.12.2019 tại Bệnh Viện Kaiser – Sacramento, hưởng thọ 85 tuổi, nguyên quán ở Hưng Yên Bắc Phần, di cư theo gia đình vào Nam năm 1954 lúc anh mới 19 tuổi, sang định cư ở Mỹ diện HO năm 1993.

Nhà văn nhà báo Tô Ngọc được hiền thê anh, chị Lệ Hồng và đứa con trai duy nhất Ngô Sỹ Tấn từ Tiểu bang Oklahoma bay về Sacramento thọ tang Bố. Vợ của Ngô Sỹ Tấn là Lý Lan Hương và hai đứa cháu nội đích tôn dưới 20 tuổi đang đi học ở Oklahoma.

Vợ con anh Tô Ngọc cùng các bạn văn thi hữu ở miền Bắc California đã tổ chức một buổi tưởng niệm trọng thể trưa thứ hai 16.12.2019, tuyên dương nghề cầm bút viết báo viết văn chuyên nghiệp của Tô Ngọc hơn nửa thế kỷ qua. Cũng vì nghiệp văn viết báo bị cộng sản Bắc Việt khi cưỡng chiếm đươc miền Nam bắt giam Tô Ngọc suốt 13 năm dài lao lý khổ sai nghiệt ngã. May, Tô Ngọc không bị vùi thây nơi rừng thiêng heo hút trong những ngày tháng tù cải tạo. Nhà báo Tô Ngọc cùng với bà mẹ già và đứa con duy nhất của anh được theo anh sang Mỹ diện HO vào gần cuối năm 1993, định cư tại thung lũng hoa vàng San Jose nhiều năm. Từ San Jose, anh và bà mẹ già di dời về sống tại Thủ Phủ Sacramento và Tô Ngọc có cơ may trở lại nghề làm báo viết báo đúng với nghề nghiệp trước năm 1975. Tô Ngọc hợp tác với nhà báo Trần Văn – Trần Văn Ngà vốn thân nhau từ trong Nghiệp Đoàn Ký Việt Nam trước năm 1975 tại Thủ Đô Sài Gòn. Hai nhà báo chủ trương một tạp chi văn học – văn hóa nghệ thuật tại Sacramento – Bán nguyệt san Tiếng Vang, tạp chí Tiếng Vang phát hành được trên dưới 8 năm. Đến tuổi 75, cả hai cùng tuổi, cảm thấy mệt mõi tự ý „tưng bừng đóng cửa“ sau một tiệc mừng „dẹp tiệm“ với nhiều văn thi hữu tham dự.

Ngày anh Tô Ngọc trút hơi thở cuối cùng có đông đủ vợ con và bạn bè thân thiết bao quanh anh.

Mùa đông là mùa thích hợp cho các cụ cao niên từ 80 trở lên, các cụ thích đi xa về cõi vĩnh hằng vào mùa đông có tuyết trắng dăng dăng có mưa phùn gió bấc, rất nên thơ và rất mát mẽ cỡi hạc bay về Trời khỏe re, không có đổ mồ hôi gì hết.

Gia đình chọn ngày 16.12.2019 tiến hành Lễ Tang và các thi văn hữu, các nhà văn nhà báo từ xa như San Jose, Fresno, Stockton, Maryville cùng về Sacramento Memorial Lawn – Khu Little Saigon tham dự. Từ San Jose đến, nhà văn nhà báo cao niên nhất (90 tuổi) Thanh Thương Hòang – nhà báo Lê Văn Hải Chủ nhiệm chủ bút tuần báo Thằng Mõ – nhà thơ Lê Diễm – nhà văn Tôn Nữ Áo Tím – phóng viên Vũ Nhân, đài truyền hình SBTN từ Fresno – nhà văn nhà thơ Dư Thị Diễm Buồn từ thành phố Maryville đến.

Tại Sacramento gần như quy tụ hầu hết các văn thi hữu, nhà báo như: Lại Quốc Hùng – Trần Kiêm Đoàn – Trần Văn – Huỳnh Mai Hoa – Nguyễn Phúc Sông Hương & Hoàng Thanh – Cao Thanh Tâm – Ngô Viết Trọng – Hương Nam – Khuê Dung – Nguyễn Thế Hải – Định Nguyên – Hoàng Ngân Hà – Bùi Lê Canh – Minh Thi đài phát thanh TNT – Võ Công Quý – Phan Lăng – Huỳnh Hóa – Nguyễn Lợi – Kim Cuc – Thiện Hương – Kenny Ngoc – Larry Linh – Larry Võ…Tất cả các văn thi hữu và thân hữu đều tỏ sự ngưỡng mộ Tô Ngọc, một nhà văn nhà báo chân chính, không khuất phục trước sự bách hại áp bức của nhà tù cộng sản và anh là người con hiếu thảo với mẹ già. Những lời chia xẻ với tang quyến, nói lên những điều tốt đẹp những kỷ niệm thân thương quý báu về anh Tô Ngọc rất đáng trân quý.

Người phát biểu đầu tiên là nhà văn nhà báo cao niên Thanh Thương Hoàng (90 tuổi), cựu Chủ Tịch Nghiệp Đoàn Ký Giả Việt Nam mà Tô Ngọc làm Thủ Quỹ hay Thư Ký của Nghiệp Đoàn. Kế tiếp, nhà báo Lại Quốc Hùng, ngoài những chia xẻ tâm tư với tang quyến cũng như anh kể lại những giây phút thân ái bên anh Tô Ngọc. Anh Lại Quốc Hùng còn hát tiễn anh Tô Ngọc bản nhạc Aurevoir của Pháp vì anh Lại Quốc Hùng nói rằng chúng ta xa Tô Ngọc trong lưu luyến không phải vĩnh biệt (Adieu) Tô Ngọc, hàm ý có ngày sẽ gặp lại tại một nơi chốn tốt đẹp, bình an hơn ở tại trần thế nhiều bon chen này. Nhà văn nhà thơ Trần Kiêm Đoàn, với những lời chia xẻ chân tình, những kỷ niệm thân ái, anh còn đọc bài thơ rất cảm động, anh sáng tác ngay sau khi hay tin Tô Ngọc mất

– Bài thơ Tiễn Biệt Nhà Văn Tô Ngọc đã được đăng trên tuần báo Làng ngày 13.12.2019. Nhà văn văn nhà thơ Cao Thanh Tâm cũng có sáng tác bài thơ như là ai điếu với nhà báo Tô Ngọc cũng được trình bày trong phần nghi thức tưởng niệm này. Nhà thơ Hương Nam còn ngâm hai bài thơ tiễn biệt nhà văn nhà báo Tô Ngọc. Nhà báo Lê Văn Hải chủ nhiệm & chủ bút hệ thống tuần báo Thằng Mõ: San Jose, Sacramento và Nam Cali đã hết lời tôn vinh người đàn anh trong nghề viết báo. Ngoài ra, còn có Tiến Sĩ Lee Nguyễn, Chủ Tịch Cộng Đồng Người Việt Quốc Gia cũng tỏ bày sự tôn kính của mình đối nhà văn nhà báo chân chính Tô Ngọc – kế tiếp, nhà hoạt động xã hội cứu trợ thương phế binh ở Việt Nam Bùi Vũ Trung cũng tỏ lòng cảm phục một bậc đàn anh cao niên, nhà báo lão thành Tô Ngọc…

Lễ tang và Tưởng niệm nhà văn nhà báo Tô Ngọc có gần cả trăm người tham dự.

Hiền thê của Tô Ngọc – bà Lệ Hồng đã xúc động, qua nước mắt bà kể lại mối tình hồi bà còn tuổi teen tại Sài Gòn đã „mê“ tài viêt báo của Tô Ngọc. Sau mấy chục năm vật đổi sao dời, bà có gia đình cùng con cái sống ở nước Đức, chồng mất sau hàng chục năm đau ốm. Bà biết tin anh Tô Ngọc còn độc thân, còn bà thì chồng qua đời, vì vậy, mối tình hồi còn bé bỏng nổi dậy nối lại tình xưa được 13 năm, có lễ cưới đàng hoàng tại nhà hàng Happy Garden năm 2006… Xin mời quý bạn đọc bài viết của Lệ Hồng, bà viết trong đêm 16.12 khi bà đã thọ tang chồng về nhà.

Kết thúc, với những kỷ niệm Bố con, cháu Ngô Sỹ Tấn đã hết lời kính yêu Bố và cám ơn thân bằng quyến thuộc, các thi văn hữu và bạn bè của Bố có lời phân ưu cũng như gọi điện thoại, gởi email, đăng báo chia buồn cùng tang quyến… Buổi Lễ Tang và Tưởng Niệm nhà văn nhà báo cao niên Tô Ngọc chấm dứt lúc 5 giờ chiều

Trong phần Tưởng Niệm, nhà báo Trần Văn có nhắc lại, nhà văn nhà báo cao niên Thanh Thương Hoàng, nguyên là Chủ Tịch Nghiệp Đoàn Ký Giả Việt Nam mà anh Tô Ngọc là Thủ Qũy – Thư Ký trong nhiệm kỳ của ông. Và nhiệm kỳ kế tiếp vào năm 1970 với Chủ Tịch mới là nhà báo Thái Dương (sinh năm 1928), anh đã qua đời tại Việt Nam trên dưới 20 năm, anh Tô Ngọc giữ chức Tổng Thơ Ký của Nghiệp Đoàn Ký Giả Việt Nam cho đến ngày mất nước 1975. Trần Văn từ Cần Thơ chuyển đổi đơn vị về phục tại Tổng Cục Chiến Tranh Chính Trị – ngành truyền thông báo chí, được ông Chủ Tịch Thái Dương mời giữ chức „Cố Vấn" vì chúng tôi cùng viết cho Việt Nam nhựt báo của Dân Biểu Nguyễn Tấn Đời và tôi còn cộng tác với những tờ báo Nhật: Asahi Shimbun – Mainichi Shimbun vả Yumiuri Shimbun…

Sau Lễ Tang do Hòa Thượng Đồng Trí – Viện Chủ Chùa Viên Chiếu chủ Lễ, và Hòa Thượng cùng tăng ni và phật tử tiến hành nghi thức lễ cầu siêu…Phần kế tiếp, phần tưởng niệm do nhà báo Trần Văn điều hợp, có ngâm thơ và hát tiễn đưa hương linh người quá cố sớm về đất Phật.

Trần Văn cho biết, ngoài chức danh Tổng Thư Ký Nghiệp Đoàn Ký Giả Việt Nam, nhà văn nhà báo Tô Ngọc còn là phóng viên, biên tập viên của nhật báo Chính Luận – Ngôn Luận – tạp chí văn học Chọn Lọc… Tô Ngọc viết nhiều tác phẩm về truyện ma, truyện thiếu nhi, dã sử…Tuần báo Thằng Mõ Sacramento đã từng giúp Tô Ngọc tái bản hai tác phẩm mà Tô Ngọc ưng ý nhất.

Suốt đời Tô Ngọc sống với nghề làm báo, viết báo, viết văn từ trong nước ra đến hải ngoại. Ở Việt Nam, những nhà làm báo, viết báo chuyên nghiệp có đời sống khá đầy đủ mua được xe hơi , như Tô Ngọc – Thanh Thương Hoàng, có nhà cửa khang trang. Khác với hải ngoại, các nhà báo liền vách với nhà nghèo vì gởi bài đăng báo ít có tiền nhuận bút dù khiêm nhường, làm sao có tiền mua xe mua nhà như ở Việt Nam trước năm 1975.

Tô Ngọc sang định cư tại Hoa Kỳ năm 1993 diện HO, từ San Jose về Sacramento, Tô Ngọc cùng Trần Văn, hai nhà báo từng thân nhau ở Sài Gòn trước năm 1975 cùng tuổi, khởi xướng chủ trương tạp chí văn học – văn hóa nghệ thuật Tiếng Vang, từ năm 2000 đến đầu năm 2008.

Về cuốn sách
“MẦM BỆNH TƯ TƯỞNG THỨC TỈNH”

Cuốn sách bạn đang cầm trên tay là bản dịch tiếng Việt của tác phẩm ***The Woke Mind Viruses*** của tác giả T.S. Dixon. Ngay từ tựa đề, chúng tôi hiểu rằng việc chuyển ngữ khái niệm “woke” sang tiếng Việt là một thách thức không nhỏ — không chỉ về mặt ngôn ngữ, mà còn về mặt văn hóa và bối cảnh xã hội.

Trong tiếng Anh, “woke” vốn xuất phát từ ý nghĩa tích cực, chỉ sự “thức tỉnh” trước bất công xã hội. Tuy nhiên, trong bối cảnh chính trị – xã hội Hoa Kỳ hiện nay, và đặc biệt trong nội dung cuốn sách này, “woke” không còn mang ý nghĩa trung lập hay tích cực thuần túy. Tác giả T.S Dixon sử dụng thuật ngữ này để mô tả một **hệ tư tưởng đã bị đẩy đến mức cực đoan**, có tính áp đặt, loại trừ phản biện, và lan truyền như một dạng “mầm bệnh” trong đời sống tư duy và xã hội.

Chính vì vậy, nhóm thực hiện bản dịch đã cân nhắc rất kỹ giữa các cách diễn đạt trong tiếng Việt. Từ “tỉnh thức” trong tiếng Việt thường mang sắc thái tích cực, thiên về sự giác ngộ nội tâm, tự nhận thức cá nhân, và đôi khi gắn liền với triết học hoặc tâm linh. Nếu sử dụng từ này một cách trực tiếp, tựa sách có thể vô tình gây hiểu nhầm rằng tác phẩm đang ca ngợi hoặc cổ vũ cho điều mà tác giả thực chất đang phê phán.

Ngược lại, cụm từ **“thức tỉnh”** trong ngữ cảnh xã hội lại gần hơn với ý nghĩa mà tác giả muốn truyền tải: một trạng thái nhận thức bị tác động mạnh từ bên ngoài, dễ bị dẫn dắt, và trong nhiều trường hợp bị đẩy sang cực đoan. “Thức tỉnh” ở đây không nói đến sự trưởng thành nội tâm của cá nhân, mà nói đến một **hệ tư tưởng tự nhận mình là đúng đắn tuyệt đối**, không chấp nhận đối thoại và khác biệt.

Vì lý do đó, tựa đề **“MẦM BỆNH TƯ TƯỞNG THỨC TỈNH”** được lựa chọn nhằm phản ánh trung thực tinh thần của nguyên tác, đồng thời giúp độc giả Việt Nam tiếp cận nội dung cuốn sách một cách rõ ràng và không gây hiểu lầm. Cách dịch này không nhằm phán xét cá nhân nào, mà nhằm mở ra một không gian suy ngẫm và đối thoại về những xu hướng tư tưởng đang ảnh hưởng sâu sắc đến xã hội hiện đại.

Chúng tôi hy vọng rằng bản dịch tiếng Việt này sẽ giúp độc giả — đặc biệt là cộng đồng người Việt tại hải ngoại và thế hệ trẻ — có thêm công cụ để hiểu, phân tích và thảo luận một cách độc lập, tỉnh táo và có trách nhiệm về các vấn đề tư tưởng đang định hình thế giới xung quanh chúng ta.

BH Liem wrote on Dec 16 2025.

TẬP LÀM MỄ

Truyện phóng tác

Trần Quý Trâm

Cách đây vài năm khi vợ chồng tôi qua Melbourne thăm gia đình đứa con trai, chúng tôi có tới thăm vợ chồng người bạn học tên Q. Anh Q học cùng một lớp, ra trường,với cái mã đẹp trai như Alain Delon, độc thân, vui tính, học giỏi, con nhà giàu, lúc chọn đơn vị lại trúng vô Hải quân với biển cả anh là thủy thủ, Q không tìm bến lạ để tìm người yêu như bao chàng trai hào hoa khác, trái lại ngay tại bến nước Đà Giang nầy.

Q được một mắt xanh hoa khôi xứ Quảng tình nguyện về nâng khăn sửa túi cho chàng. Lúc vượt biên tới đảo Galang, không thích định cư ở Hoa kỳ mặc dầu phái đoàn Mỹ đồng ý, lại thích về xứ chuột túi Kangaroo; nay Q là một đại gia có tiếng tăm ở Miệt dưới! Chúng tôi tới nhà Q chơi, bạn bè ăn uống hát Karaoke um sùm. Sau buổi tiệc ngổn ngang chén dĩa chưa thu dọn, phái nữ có mấy phu nhân xúm lại dọn dẹp trong đó có vợ tôi. Chị Q quát, "Mấy chị ra ngoài chơi, để đó có Mễ dọn dẹp." Tôi ngạc nhiên không biết Mễ là ai, chỉ thấy Q mặt mày ủ rủ có vẻ căng thẳng liếc qua liếc lại chị Q cầu cứu nhưng chị Q lạnh lùng tỉnh bơ không đếm xỉa. Q xăn tay áo, mang vội cái táp dề xua chúng tôi la to "Tụi bay ra ngoài chơi để tao làm việc." Sau cuộc vui chơi tiệc tùng lúc về nhà tôi cứ thắc mắc danh từ Mễ mà chị Q gán cho Q, về sau ở Mỹ, thắc mắc của tôi được giải đáp. Sau đây là câu chuyện:

Một bữa chúng tôi đang ngồi lai rai ở nhà hàng Tân Tân, một tiệm ăn người Hoa trên đường Bellaire thành phố Houston, bữa đó thực khách đông ơi là đông, chợt cánh cửa mở, một thanh niên người Hispanic (tôi đoán nhờ coi dáng người nước da ngâm đen) nói vọng vô một tràng tiếng Mễ, ông chủ tiệm không hiểu anh ta nói gì, còn tôi thấy anh chàng có cái khăn lau chén quấn quanh lưng, anh ta nói đi nói lại chữ: "Lavavajillas," tiếng Mễ có nghĩa là rửa chén. Thấy anh ta tội nghiệp tôi thông ngôn lại ông chủ là ông có cần người rửa chén không? Ông chủ ra dấu: Ok, Ok! Vì lúc nầy nhà hàng cần nhiều người rửa chén mà nhân viên của ông làm việc không xuể, có vài người rửa chén không sạch bị khách hàng complaint, sau nầy ông nói với tôi chỉ có mấy ông Mễ rửa chén rất sạch và làm việc rất tận tâm, trả tiền mấy đồng một giờ họ cũng chịu vì họ toàn là dân bất hợp pháp (illegal), cảnh sát bắt được sẽ bị trục xuất về nước!

Câu chuyện về anh Mễ Lavavajillas cũng quên đi vì sau nầy tôi ít lui tới tiệm ăn đó.

Một buổi sáng tôi lái xe vô Home Depot góc đường Bellaire và Sam Houston Tollway, chợt thấy một đám người Mễ khoảng vài chục người đứng chờ ai kêu làm việc thì tới bốc đi, hễ có bóng cảnh sát thì họ biến mất, họ mang đủ loại áo có làm dấu công việc mà mình có kinh nghiệm, ví dụ có anh chàng áo quần bôi bẩn bằng sơn trắng là họ chuyên về thợ sơn tường, sơn nhà, có người lực lưỡng xăn tay áo bắp tay nổi cuồn cuộn là chuyên về khuân vác, moving! Nhiều xe tới bốc họ đi, người cũng vơi lần, bỗng có một người hớt hơ hớt hải mừng rỡ chạy ùa về tôi kêu:

Hola! Hola! Đúng là anh chàng Mễ mà tôi gặp ở tiệm ăn Tân Tân trước đây rồi, vẫn cái khăn lau chén buộc qua người, bữa nay trông anh ta đẹp trai và người rất tươi tỉnh lạc quan yêu đời! Sau đây là vài mẩu đối đáp giữa tôi và anh ta:

Hola! Buenos dias! Chào anh buổi sáng!

Como esta!

Estos bien (bạn khỏe không?) Tôi khỏe

Como se llama? (tên bạn là gì?)

Me llama. Tên tôi là Kito.

Vừa xã giao vài câu tiếng Mễ, vừa ra dấu, tôi mới biết tên anh chàng Mễ nầy là Kito 24 tuổi, trốn qua Mỹ bằng dịch vụ trung gian lậu tốn mất 5000 dollar, tiếng Anh một chữ không biết, xin vô nhà hàng Tân Tân rửa chén ít ngày rồi bị chủ đuổi, sau đó cứ theo bạn bè tìm việc làm bằng cách tập trung nơi Home Depot chỗ xe cộ qua lại rất đông, quấn cái khăn rửa chén bên người để mong có cơ hội ai thuê rửa chén. Sau khi ra dấu và ra giá thỏa thuận tôi bốc Kito về tiệm cơm tấm Huế Xưa của cô em họ tôi, mới khai trương cách đây gần 1 năm trên đường Wilcrest, khách vô ăn uống tấp nập, cô em một mình lo không xuể, cầu cứu tôi tìm cho một người chạy bàn có sức lực và lương thiện. Tôi linh cảm anh chàng Mễ này rất ngon lành!

Tôi đưa Kito về, anh ta làm việc rất siêng năng, nhất là cái khâu dọn dẹp và rửa chén thì thật tuyệt chiêu không chê được! Nhiều khi tôi cũng help Kito nếu khách quá đông! Kito còn có chiêu nấu đồ ăn Mễ thì khỏi chê. Hỏi ra bên Mễ, cha mẹ nó có một tiệm ăn lớn ở ngay trung tâm thành phố. Gia đình cho con vượt biên qua Mỹ để có tương lai. Hỏi đường vợ con, nó cười trển không nói. Ý của tôi nếu Kito nó chưa có vợ thì tôi dụ nó về VN một chuyến để rước dùm cô con gái con bà Dì đang học hành ngon lành vì ham chơi lỡ dại bị thằng sở khanh gạt tình gạt tiền đẻ ra đứa con rồi cao chạy xa bay. Kito đã ở Mỹ bất hợp pháp khoảng trên 5 năm; kỳ đó Tổng thống Bill Clinton cho một cái Bonus, ai ở Mỹ trên 5 năm (dù ở bất hợp pháp) thì đươc cho làm thẻ xanh, nhưng phải nộp cho Luật sư US 500$. Đợt đó Kito cũng có được thẻ xanh!

Có một điều lạ là nó hay theo dõi và rất quan tâm đoàn Caravan trên đường tới Mỹ để tìm cách vô tỵ nạn vì bên xứ sở của nó cuộc sống không có tương lai! Ngày hôm qua nó nghe tin tức ở đâu, chợt thấy tôi nó ôm choàng và la lên:

Gracias a Dios (cám ơn Ông Trời)!

Te voy a extranăr! (Tôi sẽ gặp được vợ tôi rồi.)

Thì ra nó được tin vợ nó cùng mấy chục người trong đoàn caravan đã tìm cách nhảy qua được bức tường giữa Mễ và Arizona. Nó đưa tôi coi hình cô gái nhảy qua bức tường chính xác là vợ nó! A di đà Phật! Đúng là vợ nó có cú bay qua tường rất ngoạn mục không khác gì nhân vật Tiểu long Nữ trong truyện Tiếu ngạo giang hồ của Kim Dung. Nay vợ nó đang tới đồn cảnh sát lập thủ tục xin tị nạn. Kito đã có vợ bên Mễ. Sau nầy cũng nhờ Kito giới thiệu bạn của nó về VN làm hôn thú đưa con gái con bà dì qua Mỹ một cách hợp pháp khỏe re. Thu (tên con bà Dì) qua Mỹ làm nail, người chồng làm nghề cắt cỏ, cuộc sống đổi đời sung sướng và hạnh phúc lắm! Tôi thấy thanh niên Mễ rất thích con gái VN lắm! Kito sau nầy tâm sự với tôi: con gái VN hiền hậu, dễ thương và chung thủy!

Hình ảnh vợ Kito vượt qua bức tường để qua Mỹ

Sacramento ngày 10 tháng hai năm 2019

Bạn hiền Q thân!

Tui viết thơ cho bạn để báo một tin vui là từ nay tui đã thành nhân vật Mễ giống như lần trước vợ bạn kêu bạn bắt bạn ở lại rửa chén! Tui tưởng danh từ Mễ chỉ có ở Mỹ, ai ngờ bên Úc cũng xử dụng từ nầy. Vợ của bạn giỏi thiệt, không giải thích cho tui biết, lúc trước bạn ở Mỹ chắc dùng danh từ này rồi! Tui báo tin vui với bạn, là từ ngày tui tiếp xúc với thằng Mễ Kito nầy bữa nay tui thành Mễ chính cống, tui làm đủ việc nhất là khâu rửa chén thì có thể xếp tui vào hạng cao thủ võ lâm. Bạn biết không, thằng C bạn cùng khóa với tụi mình, nó ở Florida lúc vợ chồng mình qua chơi, cũng giống như bạn, vợ nó không kêu bằng Mễ nữa, mà kêu bằng Philippine, (trên Mễ một bậc vì nó làm việc nhà quá sức giỏi nhất là khâu rửa chén thì giỏi quá cỡ thợ mộc) vợ nó phong nó lên chức Philippine để vinh danh an ủi nó!

Sao Tết nay có chi vui không? Cho vợ chồng mình gởi lời chúc năm mới đến vợ chồng bạn và Đại gia đình nội ngoại!

Trần Quý Trâm YKH-2

THIÊN NHIÊN
TRỊ LIỆU PHÁP

CHIẾT XUẤT BẠCH QUẢ

Có thể tăng tốc độ phục hồi não trong những tuần đầu tiên sau đột quỵ

Nghiên cứu mới cho thấy chiết xuất **bạch quả có thể hữu ích sau đột quỵ.** Marcel/Stocksy Một nghiên cứu sơ bộ gần đây nhấn mạnh sự phát triển đầy hứa hẹn trong điều trị phục hồi sau đột quỵ.

Các nhà nghiên cứu phát hiện ra rằng **những bệnh nhân bị đột quỵ** do thiếu máu cục bộ -

những người **bị đột quỵ do cục máu đông -** đã chứng minh được sự cải thiện về chức năng nhận thức trong giai đoạn hồi phục sớm khi tiêm tĩnh mạch chiết xuất bạch quả trong vòng hai tuần **đầu tiên sau cơn đột quỵ.**

Khám phá này nhấn mạnh tiềm năng của các phương pháp điều trị truyền thống trong thực hành y học hiện đại và khơi dậy một cuộc đối thoại về việc tích hợp các phương pháp điều trị đó vào **các phác đồ phục hồi sau đột quỵ.**

Theo một nghiên cứu sơ bộ, được trình bày tại **Hội nghị Đột quỵ Quốc** tế năm 2024, **những người bị đột quỵ do thiếu máu cục bộ đã cho thấy chức năng nhận thức được cải thiện trong giai đoạn đầu của quá trình** hồi phục khi được điều trị bằng tiêm **tĩnh mạch có chứa hỗn hợp các thành phần hoạt tính từ ginkgo biloba trong hai tuần đầu tiên sau khi khỏi bệnh. đột quỵ.**

Được chiết xuất từ lá và hạt khô của cây bạch quả, một trong những loài cây sống lâu đời nhất có nguồn gốc từ Đông Á, **bạch quả là một loại thảo dược nổi tiếng trong y học cổ truyền Trung Quốc và cũng có sẵn dưới dạng thực** phẩm bổ sung ở Hoa Kỳ.

Ở Trung Quốc, các liệu pháp tiêm tĩnh mạch) sử dụng các hợp chất hoạt tính của bạch quả thường được sử dụng để **điều trị đột quỵ**, do đặc tính **chống oxy hóa tiềm năng của nó có thể bảo vệ tế bào thần kinh khỏi bị tổn thương. Tuy nhiên,**

FDA chưa phê chuẩn ginkgo biloba đối với bất kỳ ứng dụng y tế nào và theo Trung tâm Sức khỏe Bổ sung và Tích hợp Quốc gia (một phần của Viện Y tế Quốc gia), hiện tại không có đủ bằng chứng để phê duyệt việc sử dụng nó.

Giúp bệnh nhân đột quỵ phục hồi chức năng nhận thức

Trong nghiên cứu mới này với 3.163 cá nhân từng bị đột quỵ do tắc nghẽn từ nhẹ đến trung bình, các nhà nghiên cứu đã điều tra xem chức năng nhận thức của họ phục hồi như thế nào sau đột quỵ. Những người tham gia này, có độ tuổi trung bình là 63 tuổi và 36% trong số đó là phụ nữ, đã được điều trị tại 100 cơ sở ở Trung Quốc.

Trong vòng 48 giờ đầu tiên sau cơn đột quỵ, khoảng một nửa được chọn ngẫu nhiên để tiêm tĩnh mạch hàng ngày 25 mg hỗn hợp có nguồn gốc từ bạch quả được gọi là GDLM trong hai tuần. Những người còn lại được tiêm giả dược hàng ngày trong cùng thời gian.

Các nhà nghiên cứu đã đánh giá khả năng tâm thần của họ bằng cách sử dụng Đánh giá nhận thức Montreal (MoCA), một bài kiểm tra trực tiếp gồm 30 điểm thường được sử dụng cho bệnh nhân đột quỵ, vào lúc bắt đầu, sau hai tuần và sau ba tháng.

Ban đầu, **trước khi điều trị và ngay sau khi bị đột quỵ, điểm năng lực tâm thần trung bình của những bệnh nhân này khá thấp, ở mức 17/30**.

Ginkgo biloba cải thiện chức năng nhận thức như thế nào Sau hai tuần, những người được tiêm **chiết xuất bạch quả** cho thấy sự cải thiện nhiều hơn về điểm số **chức năng tâm thần** so với những người dùng giả dược, với điểm số tăng trung bình 3,93 điểm so với 3,62 điểm.

Đến ngày thứ 90, khoảng cách ngày càng mở rộng, với nhóm dùng **bạch quả** cho thấy sự gia tăng đáng kể hơn về điểm số chức năng tâm thần, cải thiện trung bình 5,51 điểm, so với mức tăng 5,04 điểm ở nhóm dùng giả dược.

Các nhà nghiên cứu giải thích rằng nhóm nhận GDLM nhận thấy tỷ lệ bệnh nhân đạt được mức cải thiện nhận thức có ý nghĩa lâm sàng cao hơn 20%, cho thấy rằng tiêm GDLM có thể tăng cường chức năng nhận thức ở những người bị đột quỵ do thiếu máu cục bộ cấp tính.

Tuy nhiên, họ lưu ý rằng thời gian theo dõi của nghiên cứu được giới hạn trong 90 ngày, ngụ ý rằng cần phải có nghiên cứu mở rộng hơn để hiểu tác động lâu dài của các phương pháp điều trị GDLM. Giải thích rõ hơn về các lợi ích, các nhà nghiên cứu đã đề cập rằng GDLM dường như mang lại khả năng bảo vệ thần kinh thông qua các cơ chế khác nhau.

Các nhà nghiên cứu đã đánh giá khả năng tâm thần của họ bằng cách sử dụng Đánh giá nhận thức Montreal (MoCA), một bài kiểm tra trực tiếp gồm 30 điểm thường được sử dụng cho bệnh nhân đột quỵ, vào lúc bắt đầu, sau hai tuần và sau ba tháng.

Ban đầu, trước khi điều trị và ngay sau khi **bị đột quỵ, điểm năng lực tâm thần trung bình của những bệnh nhân này khá thấp, ở mức**

17/30. Ginkgo biloba cải thiện chức năng nhận thức như thế nào

Sau hai tuần, những **người được tiêm chiết xuất bạch quả** cho thấy sự cải thiện nhiều hơn về điểm số chức năng tâm thần so với những người dùng giả dược, với điểm số tăng trung bình 3,93 điểm so với 3,62 điểm.

Đến ngày thứ 90, khoảng cách ngày càng mở rộng, **với nhóm dùng bạch quả** cho thấy sự gia tăng đáng kể hơn về điểm số chức năng tâm thần, cải thiện trung bình 5,51 điểm, so với mức tăng 5,04 điểm ở nhóm dùng giả dược.

Các nhà nghiên cứu giải thích rằng nhóm nhận GDLM nhận thấy tỷ lệ bệnh nhân đạt được mức cải thiện nhận thức có ý nghĩa lâm sàng cao hơn 20%, cho thấy rằng tiêm GDLM có thể tăng cường chức năng nhận thức ở những người bị đột quỵ do thiếu máu cục bộ cấp tính.

Tuy nhiên, họ lưu ý rằng thời gian theo dõi của nghiên cứu được giới hạn trong 90 ngày, ngụ ý rằng cần phải có nghiên cứu mở rộng hơn để hiểu tác động lâu dài của các phương pháp điều trị GDLM. Giải thích rõ hơn về các lợi ích, các nhà nghiên cứu đã đề cập rằng GDLM dường như mang lại khả năng bảo vệ thần kinh thông qua các cơ chế khác nhau.

Chúng bao gồm việc **mở rộng các mạch máu của não, tăng cường khả năng chịu đựng lượng oxy thấp của tế bào não và tăng cường lưu lượng máu não**. Họ cũng nhấn mạnh rằng GDLM **có tác dụng chống oxy hóa, chống viêm và chống apoptotic (ngăn ngừa chết tế bào).**

Thuốc thay thế có rủi ro gì không? **Tuyên bố khoa học của Hiệp hội Tim mạch Hoa** Kỳ năm 2022 về việc sử dụng các **loại thuốc bổ sung và thay thế trong quản lý** bệnh **suy tim đã nhấn** mạnh rằng mặc dù có thể có những lợi ích nhưng cũng có những rủi ro đáng kể liên quan đến các phương pháp điều trị này, nhấn mạnh tầm quan trọng của việc có sự tham gia của các chuyên gia chăm sóc sức khỏe trong việc ra quyết định.

Các chuyên gia nhấn mạnh rằng các khuyến cáo về việc thận trọng sử dụng thực phẩm bổ sung ở **bệnh nhân suy tim cũng** nên áp dụng tương tự đối với việc điều trị tất cả các bệnh tim mạch, **bao gồm cả đột quỵ.**

Họ **khuyên bệnh nhân đột quỵ** không nên sử dụng bạch quả hoặc bất kỳ chất bổ sung nào mà không hỏi ý kiến nhà cung cấp dịch vụ chăm sóc sức khỏe của họ. Mặc dù nghiên cứu về bạch quả có thể hứa hẹn cho **việc chăm sóc sau đột quỵ** trong tương lai **nhưng tính hiệu quả và an toàn của nó** phải được chứng minh thông qua các thử nghiệm lâm sàng để đáp ứng các tiêu chuẩn khắt khe cần thiết để được FDA chấp thuận.

Tiến sĩ José Morales, nhà thần kinh học mạch máu và bác sĩ phẫu thuật can thiệp thần kinh tại

Viện khoa học thần kinh Thái Bình Dương ở Santa Monica, CA, người không tham gia vào nghiên cứu này, nói với Medical News Today rằng

"Gingko biloba có lịch sử lâu dài về các tác dụng liên quan đến việc tăng cường chức năng nhận thức ở mức độ vừa phải".

Ông nói: "**Sức mạnh của nghiên cứu này nằm ở thiết kế nghiên cứu (tức là thử nghiệm kiểm soát lâm sàng ngẫu nhiên mù đôi)** và ở những người có biến cố nghiêm trọng (**tức là đột quỵ do thiếu máu cục bộ cấp tính**) được biết là ảnh hưởng lâu dài đến nhận thức". "Tuy nhiên, mức độ ảnh hưởng không được tiết lộ trong bản tóm tắt này, vì vậy cần thêm thông tin để đánh giá sức mạnh của các phát hiện.

Ngoài ra, nghiên cứu này không phải là một thử nghiệm quốc tế, vì vậy tính khái quát của các phát hiện đối với các nhóm dân cư khác nhau đang bị nghi ngờ," ông nói thêm. **Rachael Miller, một nhà dinh dưỡng, nhà thảo dược học và là người sáng lập Zhi Herbals, người cũng** không tham gia vào nghiên cứu, nói với MNT rằng "người ta **biết rằng terpene lacton trong bạch quả phần lớn chịu trách nhiệm về khả năng giảm viêm và tăng cường tinh thần. thị lực và trí nhớ." Miller đã chỉ ra nghiên cứu trước đây hỗ trợ khả năng bảo vệ các tế bào thần kinh bị tổn thương của bạch quả sau khi thiếu máu cục bộ.** "Nghiên cứu mới này rất thú vị và phù hợp với kết quả của nghiên cứu trước đây được thực hiện về bạch quả và tổn thương do thiếu máu cục bộ." —

Rachel Miller Tôi có nên dùng bạch quả không kê đơn không? Tiến sĩ Morales chỉ ra rằng "Ginkgo biloba có cơ chế hoạt động giả định giúp bảo vệ tế bào thần kinh chống lại nhiễm độc thần kinh beta-amyloid, tình trạng thiếu oxy máu và stress oxy hóa". "Các tác giả nên được khen ngợi vì đã hoàn thành thử nghiệm này và chứng minh được những kết quả có ý nghĩa lâm sàng, thường khó nắm bắt ngay cả với các cơ chế hoạt động hợp lý.

Nghiên cứu trong tương lai nên được tiến hành tại nhiều địa điểm trên toàn thế giới với các nhóm dân cư đa dạng để xác minh và xác nhận những phát hiện này cũng như để xác định liều lượng an toàn và hiệu quả nhất. Việc tiến hành các thử nghiệm quốc tế sẽ nâng cao độ tin cậy và tạo điều kiện thuận lợi cho việc phê duyệt đối với các quần thể lâm sàng lớn có nhu cầu nếu kết quả được nhân rộng ở quy mô đó."

- Tiến sĩ José Morales Miller lưu ý rằng "sự cải thiện về điểm **MoCa là rất đáng kể và có thể mang lại hy vọng cho những người [trải qua] kết quả lâu dài của đột quỵ thiếu máu cục bộ cấp tính." "Sẽ rất khó khăn cho một người lay chuyển**

Tiến sĩ José Morales, nhà thần kinh học mạch máu và bác sĩ phẫu thuật can thiệp thần kinh tại Viện khoa học thần kinh Thái Bình Dương ở Santa Monica, CA, người không tham gia vào nghiên cứu này, nói với Medical News Today rằng "**Gingko biloba có lịch sử lâu dài về các tác dụng liên quan đến việc tăng cường chức năng nhận thức ở mức độ vừa**

phải". Ông nói: "Sức mạnh của nghiên cứu này nằm ở thiết kế nghiên cứu (tức là thử nghiệm kiểm soát lâm sàng ngẫu nhiên mù đôi) và ở những người có biến cố nghiêm **trọng (tức là đột quỵ do thiếu máu cục bộ cấp tính) được biết là ảnh hưởng lâu dài đến nhận thức".**

"Tuy nhiên, mức độ ảnh hưởng không được tiết lộ trong bản tóm tắt này, vì vậy cần thêm thông tin để đánh giá sức mạnh của các phát hiện.

Ngoài ra, nghiên cứu này không phải là một thử nghiệm quốc tế, vì vậy tính khái quát của các phát hiện đối với các nhóm dân cư khác nhau đang bị nghi ngờ," ông nói thêm.

Rachael Miller, một nhà dinh dưỡng, nhà thảo dược học và là người sáng lập Zhi Herbals, người cũng không tham gia vào nghiên cứu, nói với MNT rằng "người ta biết **rằng terpene lacton trong bạch quả phần lớn chịu trách nhiệm về khả năng giảm viêm và tăng cường tinh thần. thị lực và trí nhớ."**

Miller đã chỉ ra nghiên cứu trước đây hỗ trợ khả năng bảo vệ các tế bào thần kinh bị tổn thương của bạch quả sau khi thiếu máu cục bộ. "Nghiên cứu mới này rất thú vị và phù hợp với kết quả của nghiên cứu trước đây được thực hiện về bạch quả và tổn thương do thiếu máu cục bộ."

— **Rachel Miller** Tôi có nên dùng bạch quả không kê đơn không? Tiến sĩ Morales chỉ ra rằng **"Ginkgo biloba có cơ chế hoạt động giả định giúp bảo vệ tế bào thần kinh chống lại nhiễm độc thần kinh beta-amyloid, tình trạng thiếu oxy máu và stress oxy hóa". "Các tác giả nên được khen ngợi vì đã hoàn thành thử nghiệm này** và chứng minh được những kết quả có ý nghĩa lâm sàng, thường khó nắm bắt ngay cả với các cơ chế hoạt động hợp lý.

Nghiên cứu trong tương lai nên được tiến hành tại nhiều địa điểm trên toàn thế giới với các nhóm dân cư đa dạng để xác minh và xác nhận những phát hiện này cũng như để xác định liều lượng an toàn và hiệu quả nhất.

Việc tiến hành các thử nghiệm quốc tế sẽ nâng cao độ tin cậy và tạo điều kiện thuận lợi cho việc phê duyệt đối với các quần thể lâm sàng lớn có nhu cầu nếu kết quả được nhân rộng ở quy mô đó." - **Tiến sĩ José Morales Miller lưu ý rằng "sự cải thiện về điểm MoCa là rất đáng kể và có thể mang lại hy vọng cho những người [trải qua] kết quả lâu dài của đột quỵ thiếu máu cục bộ cấp tính."**

"Sẽ rất khó để một người bình thường có thể lặp lại kết quả tại nhà, vì hầu hết mọi người không thể tiếp cận được phương pháp tiêm và các chất bổ sung bạch quả thường **không có hàm lượng lactone được tiêu chuẩn hóa hoặc dán nhãn. Hàm lượng của lá bạch quả thay đổi rất nhiều tùy thuộc vào cách chúng được thu** hoạch",

KÝ GIẢ ĂN MÀY

Ngày nay, trong cộng đồng người Việt ở hải ngoại không mấy người còn nhớ câu chuyện “ký giả ăn mày”, hay ký giả đi ăn mày, trừ những người từng sống ở Sài-Gòn vào những năm đầu thập niên 1970.

Khoảng năm 1972, chính quyền VNCH đã cho áp dụng luật báo chí mới, Sắc Luật 007, với quy định số tiền ký quỹ khá lớn làm cho báo không có tiền ký quỹ đành phải tự đóng cửa. Cũng theo luật này, tờ báo nào bị tịch thu lần thứ hai do có bài vi phạm an ninh quốc gia và trật tự công cộng thì sẽ bị đóng cửa vĩnh viễn. Luật này nhằm kiểm soát sinh hoạt báo chí tại miền Nam chặt chẽ hơn và ngăn ngừa sư xâm nhập của VC vào làng báo, đặc biệt là tại Sài-Gòn. Vài tờ báo đã bị đóng cửa, chủ báo bị phạt, bị tịch thu tiền ký quỹ, một số ngừơi làm báo còn bị truy tố ra tòa, và bị kết án tù. Trước tình hình đó, giới báo chí tại Sài-Gòn đã tập hop lại để tìm biện pháp đối phó, cùng hành động nhằm chống lại việc thi hành Luật 007.

Ngày 8 tháng 9 năm 1974, một cuộc họp đã được hội chủ báo tổ chức, với ba đoàn thể ký giả tham dự, đã bầu ra Ủy ban Đấu tranh đòi Tự do Báo chí do ông Nguyễn Văn Binh, dân biểu đối lập, đại diện báo Đại Dân Tộc làm chủ tịch.

Hình thức đấu tranh "ký giả xuống đường đi ăn mày" được hội nghị biểu quyết chấp thuận. Ban tổ chức quyết định chọn ngày 10 tháng 10 năm 1974 làm ngày xuống đường biểu tình. Nón lá, bị, gậy (các vật dụng của ăn mày) được chuẩn bị sẵn. Các khẩu hiệu làm sẵn đeo trên ngực, kẻ trên nón lá dòng chữ "10.10.1974, ngày ký giả đi ăn mày". Trong khi chính thức thông báo trước cho chính quyền biết cuộc đi ăn mày để phản đối Luật 007, ban tổ chức cũng còn bố trí lực lượng kín theo vòng trong, vòng ngoài, sẵn sàng đối phó với sự đàn áp của an ninh chìm nổi.

Suốt trong ngày 9.10.1974, nhiều thành phần trong giới báo chí, quần chúng cảm tình với báo chí, nghị sĩ, dân biểu... đã đến Câu lạc bộ Báo chí (số 15 Lê Lợi) để bày tỏ cảm tình, và tiếp tế thức ăn, đồ uống, kể cả thuốc lá.

Tháng 10 năm 1974 cũng là lúc Bộ Chính Trị đảng CSVN tại Hà-Nội nhóm họp do Lê Duẩn chủ tọa để lên kế hoạch cho cuộc tổng tấn công mùa xuân 1975, dồn toàn lực "giải phóng" miền Nam, sau khi Quốc Hội Hoa Kỳ cắt giảm hầu hết viện trợ quân sự cho VNCH từ 1.7.1974.

Trên các mặt trận khắp miền Nam cũng đang diễn ra những trận đánh ác liệt, từ Hồng Ngự đến Cửa Việt, Sa Huỳnh, Tống Lê Chân, Bình Long…

Sáu tháng sau, VNCH bị xóa tên vào ngày 30.4.1975, làng báo bất khuất của Sài-Gòn cũng nằm xuống theo cái chết của Tự Do tại miền Nam Việt Nam. Báo chí không còn. Ký giả thất nghiệp nằm nhà, muốn đi...ăn mày cũng chẳng ai cho, dù là... vài điếu thuốc lá, được "Giải phóng" thương tình, cho đi "học tập" trong các trại tù mà có người gọi là "Đại Học Máu", vừa được lao động, vừa được ăn những cao lương mỹ vị như thằn lằn, ếch nhái và rau cỏ trong rừng. "Đại học máu" thường là từ 5 năm tới 10 năm mới tốt nghiệp. Có người không bao giờ ra, vì lỡ ăn phải rau lá hay cóc nhái độc địa, hay chết vì bạo bệnh, vì tai nạn, hay bị đánh đập, hành hạ dã man...

Những khổ đau nhục nhã trong bao nhiêu năm "học tập" đã được những người may mắn ... tốt nghiệp, được trả tự do, và được sang Mỹ sang Tây viết ra, thuật lại trên hàng chục cuốn hồi ký, hàng trăm, hàng ngàn bài báo.

Nói cho đúng, những thảm họa, khổ đau mà giới báo chí Sài-Gòn phải trải qua chỉ là một phần của những thảm họa khổ đau to lớn hơn mà dân tộc Việt Nam đã và đang chịu đựng từ ngày 30,4,1975 cho đến nay. Và, có một số người đã chê trách việc "đi ăn mày" của ký giả Sài-Gòn năm 1974 cùng với những rối loạn khác ở hậu phương đã góp phần làm cho miền Nam VN suy yếu và đi đến sụp đổ trước cuộc tổng tấn công của CSBV.

Buộc tội như thế kể cũng không...oan cho giới ký giả Sài-Gòn, nhưng có thể Quân lực VNCH chiến đấu can trường, vẫn bảo vệ dược miền Nam Tự Do, nếu (chữ nếu chết người), tại "hậu phương lớn" Hoa Kỳ đừng có bọn nhân danh "phản chiến" nhưng lại hoan hô hcm và cổ võ cho cuộc xâm lăng của CSBV, và, nếu (lai nếu), đừng có bọn ký giả thân cộng đâm vào sau lưng Quân đội Mỹ đang chiến đấu tại VN, hoan hô bọn phản chiến, và gây áp lực trên chính trường Mỹ đưa đến việc Mỹ rút quân, bỏ rơi đồng minh và cúp việc trợ.

Ngày nay, không còn ai tranh cãi về sự thật lịch sử: "Mỹ đã không thua CSBV trên chiến trường Việt Nam, nhưng đã phải tháo chạy vì bị truyền thông báo chí Mỹ đâm sau lưng".

Tiến sĩ Nguyễn Anh Tuấn, một nhà khoa học chính trị tại Mỹ đã nhiều năm nghiên về lịch sử mối quan hệ giữa Hoa Kỳ và Việt Nam, trong một bài được phổ biến vào ngày 12.7.2020 đã viết như sau:

Theo TT Nixon cho biết, những lãnh tụ then chốt của phong trào phản chiến là những người thuộc phe Tân Tả Phái (New Left). Họ là nhửng trí thức trong các viện đai học, truyền thông báo chí, các nghị sĩ và dân biểu tại Quốc Hội, những lãnh tụ chính trị, những quân nhân hay giới sinh viên đại học, các tài tử Hollywood, hoặc các danh ca, cũng như các quan tòa và giới luật sư. Những người này chủ trương tổ chức các cuộc biểu tình bạo động (violent protester) để gây sự hỗn loạn tơi bời trên nước Mỹ. Họ thù ghét nước Mỹ, và mục đích của họ là làm thế nào cho Hoa kỳ thảm bại nhục nhã tại VN. Họ không hề che giấu sự tôn sùng cộng sản. Họ công khai phất cờ Việt Cộng trong các cuộc biểu tình, và hô to: hồ…hồ…hồ chí minh, sẽ chiến thắng. Ngoài ra mục đích của họ là phá cho tan tành hệ thống xã hội dân chủ của Mỹ. Họ phải sử dụng bạo lực và bạo động để đạt mục tiêu ấy.

Các sinh viên biểu tình đã bắn vào cảnh sát và những nhân viên cứu hỏa, bắt làm con tin các viên chức đang điều hành viện đại học, phá hoại các cao ốc, mang súng shotgun, đốt các cao ốc, đập vỡ các cửa sổ, vứt rác vào mặt các viên chức chính quyền, và đặt bom trong các phòng học. Từ niên khóa 1969 đến 1970 đã có tới 1800 cuộc biểu tình. Số biểu tình bị giam giữ là 7500 người, 247 người chuyên đi phóng hỏa đốt nhà, 462 người bị thương, nạn nhân 2/3 là cảnh sát, trong đó có 8 người chết. Bạo động không chỉ giới hạn tại các viện đại học, mà lan tràn khắp quốc gia. Từ tháng 1.1969 đến 1970, đã có 40.000 vụ bom nổ, hoặc dùng bom để đe dọa. những tổn thất về tài sản lên tới 21 triệu, cả trăm người đã bị thương, và có 43 người bị chết. Đám biểu tình gọi Hoa Kỳ là "quốc gia con heo" (pig nation), và họ muốn Hoa Kỳ chấm dứt Chiến tranh VN.

Từ 1969, Nixon và chính quyền của ông phải đối diện với bao nguy hiểm khi các nghị sĩ và dân biểu Tân Tả Phái thuộc đảng Dân Chủ làm luật để buộc TT Nixon phải chấm dứt chiến tranh. Các nghị sĩ và dân biểu chống chiến tranh đưa ra nghị quyết buộc Nixon phải rút quân để đổi lấy các tù binh Mỹ.

Giới truyền thông báo chí Hoa Kỳ, tuyệt đại đa số theo Tân Tả Phái nên tìm mọi cách để đổ dầu vào lửa từ Việt Nam đến Washington. Họ rất bất lương, xuyên tạc và bóp méo tất cả sự thật mọi nguồn tin tức từ Việt Nam. Họ tấn công tàn nhẫn và tàn bạo chính quyền VNCH và Hoa Kỳ.

TT Nixon tuyên bố: Tôi rất cảm phục và yêu mến những người dân miền Nam VN. Miền Nam là một quốc gia can đảm phi thường (courageous nation). Họ đã phải gánh chịu bao đau khổ chồng chất trước kẻ thù quá sức độc ác và tàn bạo, kể cả đối với đàn bà và trẻ em, cũng là những mục tiêu tàn sát của CSBV.

Trong năm 1969, khi đắc cử tổng thống, Nixon muốn chấm dứt chiến tranh, nhưng không phải bằng cách đầu hàng để cho Cộng sản áp đặt lên miền Nam VN một chế độ độc tài vô luân lên đầu người dân Đông Dương. Nixon muốn chấm dứt chiến tranh trong danh dự. Theo TT Nixon, Hoa Kỳ đã tham gia vào Chiến tranh VN để bảo vệ Miền Nam VN không rơi vào vòng nộ lệ của Công sản.

... Vào cuối 1960 và đầu 1970, tầng lớp trí thức Mỹ đứng lên chống lại mạnh mẽ cái họ gọi là khuynh hướng tư bản Hoa Kỳ. Họ cho Hoa Kỳ là quốc gia "Fát-xít" như Hitler, và là kẻ thù của thế giới. Họ phát động phong trào chống Mỹ trong Chiến tranh VN, và công khai hỗ trợ mạnh mẽ Cộng sản VN và Cộng sản Hoa Luc.

Trong mấy thập niên qua, những lãnh tụ phong trào phản chiến chống Chiến tranh VN như Bill Clinton, Hillary Clinton hay John Kerry, Joe Biden... trở thành lãnh tụ và tổng thống nước Mỹ, vì họ là những anh hùng chống chiến tranh VN. Sự thật lịch sử cho thấy những chính sách sai lầm của phe Dân Chủ Tả Phái từ 1960 tới 2016 đã đưa nước Mỹ càng ngày càng đi xuống trên mọi phương diện chỉ vì không hiểu gì về nước Tàu nên đã nỗ lực không ngừng để giúp cho một nước Tàu nghèo đói và lạc hậu vào 1960, trở thành cường quốc kinh tế. Về quân sự và chính trị thì khuynh đảo cả vùng Á Châu TBD và cả thế giới sau khi Hoa Kỳ tháo chạy và bỏ rơi tiền đồn hiểm yếu Việt Nam." (ngưng trích)

Hiện tình chính trường nước Mỹ trong mấy năm gần đây cũng đang cho thấy có những dấu hiệu tương tự như những năm cuối của cuộc Chiến tranh VN, với sự xuất hiện nổi cộm của những thành phần tả phái cực đoan được sự cổ võ nhiệt tình của truyền thông phe đảng song song với các vụ bạo động, rối loạn kéo dài trên đường phố đang trên đà gia tăng trước ngày tổng tuyển cử 3.11.2020.

Qua Đại hội đảng Dân Chủ kéo dài năm ngày vừa chấm dứt, những khuôn mặt đã nhẵn trong cái "đầm lầy ở Washington", với quá khứ đầy tì vết, đã nối đuôi nhau xuất hiện trước ánh đèn sân khấu không bao giờ biết hổ thẹn, để tự khoe tài, khoe giỏi và nói những điều hay đẹp nhưng trống rỗng, có khi chính mình cũng không tin. Tệ hơn nữa, có những kẻ bất cố liêm sỉ, bất cần sự thật, đã bịa đặt, dựng đứng điều gian để vu cáo, đả kích nặng nề thâm độc người kế nhiệm mình trong chức vụ tổng thống. Chắc không nói tên, người đọc cũng biết kẻ ấy là ai. Ông ta đã uốn lưỡi ca tụng Joe Biden, cựu phó của mình, lên tận mây xanh, dù khi Joe ghi danh ứng cử, ông ta đã công khi can ngăn: “Joe đâu có cần phải ra.” Vì sao? Vì ông ta thừa biết Joe mà ra thì chỉ mệt thân già mà chẳng nên cơm cháo gì!

Cựu TT Omaba vừa dứt lời tức thì được các “đại ký giả” của các hệ thống truyền hình phe tả xúm vào xun xoe tâng bốc, nào đúng là một tổng thống vĩ đại, nào một chính khách siêu hạng quốc tế, một nhà trí thức uyên thâm, vân vân và vân vân...

Ngày hôm sau, ông Trump chỉ đáp lễ nhẹ Obama một câu: “Nếu Obama tài giỏi như ông ta nói thì tôi đã không cần ra ứng cử và không đang làm tổng thống.”

Bỉnh bút Charles Hurt của Nhật báo The Washington Times thì viết: “Vợ chồng Obama nhắc cử tri Mỹ lý do vì sao họ đã bỏ phiếu bầu cho Donald Trump” (Obamas remind American voters why they elected Donald Trump). Và, ông ta giúp trí nhớ cho Obama:

“Trong tám năm, ông Obama đã phục vụ cho bạn như là một giáo sư kênh kiệu và một ông vua đức độ, khiêu vũ với các minh tinh âm nhạc và mê hoặc thế giới với những bài diễn văn hoa mỹ tạ tội cho quyền lực của nước Mỹ và ngay cả sự hiện hữu.

Và rồi bạn đã bầu cho một tên ngốc.

Về Tổng thống Trump, ông Obama nói: “Bây giờ đã gần hết bốn năm, ông ta không chứng tỏ sự quan tâm tới công việc, không quan tâm tới việc tìm một lãnh vực chung, không quan tâm tới việc dùng quyền lực đáng sợ của chức vụ để giúp đỡ bất cứ ai ngoài chính ông ta và bạn bè ông ta, không quan tâm tới việc xem chức vụ tổng thống như bất cứ cái gì khác hơn là thêm một sự thật để chứng tỏ ông ta có thể dùng để được sự chú ý ông ta cầu xin.”

Những lời lẽ trên đây đã phát ra từ mồm của cùng một kẻ mà guồng máy hành chánh của hắn đã tung ra một điệp vụ ở cấp cao nhất của chính quyền liên bang để dò thám nhắm vào những đối thủ chính trị của ông Obama để hủy bỏ một cuộc bầu cử tự do và công bằng.

Những lời lẽ trên đây đã phát ra từ mồm kẻ đã tổ chức những tiệc tùng xa hoa tại Tòa Bạch Ốc với những ông hoàng bà chúa của Hollywood và đã biến chức vụ tổng thống của ông ta thành những hợp đồng với Netflix và những nhà xuất bản sách khác để có những thỏa thuận ngọt ngào lên tới 100 triệu đô-la.

Nói bất cứ điều gì anh muốn về ông Trump, nhưng ông ta đã vào Tòa Bạch Ốc khi là một kẻ rất giàu. Ông Obama chưa bao giờ kiếm được bạc triệu cho đến khi ông ta rời Tòa Bạch Ốc. (ngưng trích)

Charles Hurt là một trong số ít nhà báo chân chính và đã can đảm vạch trần những sự thật mà cái gọi là "truyền thông dòng chính" cố bưng bít. Về phía truyền hình, hầu như chỉ có Fox News là loan tin trung thực và bình luận vô tư, khách quan. Trong thời gian qua, những "cây nói" như Tucker Carlson, Sean Hannity, Laura Ingraham…đã liên tiếp tố cáo đám MSM (mainstream media) truyền thông dòng chính Mỷ là thiên lệch, che đậy và bóp méo sự thật, bình luận một chiều. Những đài CNN, MSNBC, ABC...đã bị nêu đích danh cùng với những đoạn phim tài liệu cho thấy các "bình luận gia" của các đài này xúm nhau tâng bốc những "thần tượng" xã nghĩa trong mơ của họ, những chính trị gia chuyên nghiệp yêu nước thương dân bằng mồm, những kẻ mà Tổng thống Reagan lúc sinh thời đã so sánh với những cô nàng đưa người cửa trước rước người cửa sau trong giới thanh lâu.

Chính những "chính trị gia thanh lâu" và những "ký giả ăn mày" này đã giết chết Tự Do tại Việt Nam 45 năm trước và đang mưu toan mở cửa nước Mỹ để rước Tàu cộng vào.

"Ký giả ăn mày" đây không phải là kỷ giả Sài-Gòn đi ăn mày vào năm 1974, nhưng là đồng nghĩa với "trí thức ăn mày" như trong bài của ông Nguyễn Văn Thông viết cách đây không lâu.

Ký Thiệt

Một vài cảm nghĩ về đất nước tôi.

Khi bước vào tuổi 70 và hồi tưởng lại quá khứ, tôi cảm thấy con đường của mình vừa đi qua dường như đã được vạch sẵn. Thật vậy, khi bước chân vào Trường Phan thanh Giản tôi đã có ý định sau nầy sẽ theo đuổi nghề gỏ đầu trẻ , nên sau khi đổ Tú tài toàn phần ban Toán tôi đã nộp đơn thi vào Trường Đại học sư phạm Ban Toán (Đệ nhị cấp). Kết quả không đậu, nên tôi mới xoay qua nộp đơn thi và đậu vào Trường Quốc gia Hành chánh định an phận với nghề làm công chức theo kiểu sáng vác ô đi chiều vác ô về. Tuy đậu ra trường hạng cao và đáng lẽ có thể có quyền chọn nhiệm sở, nhưng vì nhu cầu công vụ lúc bấy giờ, một zdanh sách trích ngang từ trên xuống dưới gồm hai mươi người được bổ nhiệm về một cơ quan an ninh trực thuộc Phủ Tổng thống, và sau đó cơ duyên lại đưa đẩy tôi lần lượt thuyên chuyển đến phục vụ cũng trong các cơ quan đầu não khác của chính phủ.

Bước khởi đầu có tính cách tiền định nầy đã gắn chặt tôi vào với hàng ngũ những người quốc gia chống Cộng sàn và từ đó đã trực tiếp gắn bó với tiến trình sinh hoạt thăng trầm của nền đệ nhất và đệ nhị Việt Nam Cộng hỏa. Khi nền đệ nhị Cộng hòa sụp đổ,tôi bị đi tù cộng sản, được thả ra, sau đó được đi định cư ở Mỷ, và tại đây, ngoài lo sinh kế vẫn còn có chút đóng góp hạn chế nào đó cùng với những người Việt quốc gia đang mưu cầu một đất nước Việt Nam không Cộng sản.

Những môn sinh với tôi ở trường Trung học Phan thanh Giản, các chiến hữu đã từng phục vụ dưới thời đệ nhất vả đệ nhị Cộng hòa, mỗi người thử suy nghiệm lại xem phải chăng phần lớn đều nhận thấy nghề nghiệp sau cùng của mình không phải là mục tiêu chọn lựa lúc ban đầu. Phải chăng mỗi người chúng ta đã được an bài một nhiệm vụ nào đó, dù có tầm thường đến mức nào đi nữa, nhưng cũng được xem như là một mắc xích câú thành guồng máy của quốc gia, đã bị gắn bó với sự sinh tồn của nó và đã dự phần làm nên một trang sử đã qua của đất nước.

Khái niệm về nhiệm vụ an bài nầy dường như đã được củng cố thêm qua sự xuất hiện của cụ Phan đình Phùng, dưới hình thức giáng cơ, tại trại tù Nam Hà vào các năm 1980 trở đi. Vào thời gian tinh thần người tù bị xuống thấp nhất, cụ Phan đình Phùng đã giáng cơ để cho họ đọc các bài thơ Đường luật loại thất ngôn tứ cú hay bát cú do cụ sang tác lấy bút hiệu là Tùng La. Các bài thơ nầy thật tuyệt tác về niêm luật, có nội dung trấn an, khích lệ các tù nhân rằng rồi ra họ sẽ được thả, có cơ duyên sẽ được đi ra nước ngoài, có cơ duyên sẽ trở về nước. Về tình hình chung của đất nước, cụ có bài thơ tứ cú sau:

Trì trì bộ bộ bộ trì trì,
Cử bộ thời lai hữu hỉ kỳ
Thiên phụ cao bồi tư hóa dục,
Thanh phân thiên tải tụng hòa vi.

Theo sự diễn giảng của anh em tù nhân ở trại Nam Hà lúc bấy giờ thì đại ý cụ cho rằng:

Sự việc tiến triển một cách từ từ và chậm chạp,
Nhưng đến khi có chuyển động sẽ đem lại kết quả vui vẻ,
Cứ coi như đây là giai đoạn để nhận chịu sư bồi dưỡng và huấn nhục,
Sử xanh rồi đây vẫn được lưu truyền tươi sáng.

Sư hiện hữu của cụ Phan đình Phùng, một vị anh hùng kháng Pháp đã hiển thánh,bên cạnh những người tù ở trại Nam Hà, phải chăng là sự khẳng định cái nhiệm vụ an bài vẫn chưa hết đối với cụ Phan đình Phùng, và vì thế hằng đêm cụ đã đến với các người tù bằng các bài thơ để truyền niềm tin và hy vọng về một ngày mai hãy còn sáng sủa của họ và một tương lai vẫn đầy hứa hẹn của đất nước.

Nếu như đã sinh ra và lớn lên trong thời kỳ đệ nhị thế chiến, hoặc vào thời gian đất nước bị chia cắt, thì việc tham gia phục vụ đất nước chống Cộng sàn, đến khi mất nước bị đi tù Cộng sản, rồi sống sót được thả ra và sau đó được ra định cư ở nước ngoài v.v.. trong thời gian qua, đối với đa số, có vẻ như là một vận số đã được an bài. Vậy còn đối với đất nước thì sao? Theo thiển ý của riêng tôi, dường như đất nước cũng có cái vận mệnh của nó, đó là vận nước.

Thật vậy, sự nghiệt ngã đã làm cho đất nước Việt Nam không bao giờ hưởng được sự thái bình lâu dài đã bắt nguồn từ cái vị trí địa chính trị của nó trên bản đồ chính trị của thế giới.

Chỉ ngay với việc nằm tiếp giáp biên giới về phía nam của nước láng giềng khổng lồ Trung quốc luôn ôm mộng bành trướng đã làm cho đất nước trải qua biết bao cuộc chiến tranh chống lại áp lực thống trị của người Tàu dưới thời phong kiến.

Rồi tới thời cận đại, cũng vì địa thế thuận lợi, tiếp giáp với biển và nằm trên trục giao thông thương mãi của các nước trong vùng Đông nam châu Á, đất nước lại trở thành mục tiêu dòm ngó của các cường quốc thực dân phương Tây, và cuối cùng đành chịu sự cai trị của người Pháp.

Khi nước Nhật vùng dậy với mộng Đại đông Á của họ, người Nhật đuổi người Pháp đi nhưng lại thay Pháp chiếm đóng đất nước cũng vì vị trí có tính cách chiến lược của Việt Nam, dưới con mắt của người Nhật, để họ bành trướng xuống các nước khác trong khu vực.

Khi chiến tranh thế giới thứ hai chấm dứt với sự thất trận của phe Trục phát xít Nhật Đức Ý, trong khi thực dân Anh chịu trả độc lập cho các thuộc đia cũ của họ thì thực dân Pháp vẫn quay lại và muốn tiếp tục duy trì ảnh hưởng của họ ở Việt Nam. Thế là cuộc chiến tranh ở Đông dương lần thứ nhất đã diễn ra (1946-1954), và vận hạn không may khác lại khởi diễn cho đất nước cũng bắt đầu từ đây.

Hồ chí Minh, một đảng viên Cộng sản đệ tam quốc tế, liên hiệp với các đảng phái người quốc gia phát động cuộc kháng chiến chống Pháp. Sư kiện đảng Cộng sản Trung quốc kiểm soát được toàn thể lục địa Trung hoa vào năm 1949 đã gây một tai hoạ cho đất nước, bởi lẽ Cộng sản Trung quốc không muốn người Pháp có mặt ở Đông dương cản trở sự bành trướng của họ xuống phía nam nên họ đã chi viện tối đa cho Hồ chí Minh, thậm chí trực tiếp chỉ đạo và trực tiếp tham chiến nữa.

Cụ Trần trung Dung, cựu Bộ trưởng Phụ tá Quốc Phòng thời đệ nhất Cộng hòa, lúc còn ở trại tù Nam Hà, đã cho biết tài liệu trong văn khố Pháp xác nhận các chiến thắng lớn của Việt Minh ở Việt bắc, kể cả chiến thắng ở Điện biên Phủ đều là chiến thắng của người Trung quốc. Lời xác quyết của cụ Trần Trung Dung nói trên mới đây đã được minh chứng qua quyển sách: **Ghi chép thực về việc đoàn cố vấn quân sự Trung quốc viện trợ Việt nam** (do nhà xuất bản Lịch sử Đảng Trung quốc ấn hành ở Bắc kinh năm 2002, được GS sử học Phạm cao Dương điểm sách gửi cho đài BBC hồi

2/2009) Dưới đề mục **Tầm quan trọng của Trung quốc** có một đoạn nói thẳng thừng rằng sau tháng 8/1950, với sự có mặt của hai phái đoàn Cố vấn quân sự Trung quốc bên cạnh bộ chỉ huy tiền phương của Võ nguyên Giáp ở Cao Bằng (một do Vi quốc Thanh và Đặng vật Phàm cầm đầu từ Quảng Tây và một do Trần Canh hướng dẫn từ Vân Nam), thì *" Nó mở đầu cho một giai đoạn mới trong lịch sử chiến tranh Đông dương lần thứ nhất, trong đó viện trợ của Trung quốc đóng vai trò quyết định. Sau thời điểm nầy quân đội của tướng Giáp không còn chiến đấu trong vòng vây,không còn đánh du kích nữa mà đã chuyển sang vận động chiến rồi sau đó là công kiên chiến để đánh bại địch quân của họ,theo sách lược Mao trạch Đông và kinh nghiêm của quân đội nhân dân Trung quốc."*

Nếu như Việt Nam vốn đã được Cộng sản Trung quốc coi như cửa ngỏ để họ bành trướng xuống phía Nam, thì vào thời gian sau cuộc chiến tranh ở Triều Tiên ngươi Mỹ đã có dụng ý sử dụng Việt Nam như là một tiền đồn để chống lại sự bành trướng của khối Cộng sản xuống vùng Đông Nam châu Á.

Thực tế cho thấy vào lúc Điện biên Phủ sắp thất thủ, người Pháp đã có yêu cầu người Mỹ chi viện các máy bay đánh bom B29, tương tự như B52 về sau nầy, để cứu nguy căn cứ nầy, nhưng người Mỹ không đáp ứng. Hậu quả là Điện biên Phủ thất thủ đưa đến việc ký kết Hiệp định Genève 1954 chia hai đất nước.

Như đã nói ở đoạn trên, việc Cộng sản Trung hoa thống trị toàn Hoa lục đã là một tai họa cho đất nước, bỡi lẽ sự chi viện và sư tham gia trực tiếp của họ sau đó vào cuộc chiến tranh ở Việt Nam đã giúp cho đảng Cộng sản Việt Nam giành được quyền lảnh đạo và dựng lên một chánh quyền cộng sản ở miền Bắc. Hậu quả là kế tiếp những năm sau đó đất nước lại lâm vào một cuộc chiến tranh ở Đông dương lần thứ hai giữa người quốc gia và người cộng sản kéo dài đến 30/4/1975, bởi lẽ Cộng sản Bắc Việt lại phát động một cuộc chiến tranh lấn chiếm miền Nam và người quốc gia ở miền Nam phải mở cuộc chiến đấu để tự vệ.

Lúc bấy giờ, cộng sản Nga Tàu kết thành một khối, chưa bị rạn nứt lớn, chi viện rất ồ ạt cho cộng sản Bắc Việt để lấn chiếm miền Nam. Trong khi đó,nhất là sau cuộc chiến tranh ờ Triều Tiên, học thuyết đô mi nô của người Mỷ ở đông nam Á đã chọn Nam Việt Nam như là một tiền đồn ngăn chận làn song đỏ cộng sản tràn xuống các nước khác trong vùng, nên họ cũng đã trở thành đồng minh cột trụ của nền đệ nhất và đệ nhị Việt Nam Cộng hòa.

Một bên là Khối cộng sản phát động chiến tranh bành trướng núp dưới chiêu bài "giải phóng dân tộc", còn phía thế giới tư do do nước Mỷ cầm đầu thì chủ trương chống lại dựa vào "quyền dân tộc tự quyết". Cuộc chiến tranh VN lúc nầy có người cho là cuộc chiến tranh về ý thức hệ (giữa chủ nghiã cộng sản và chủ nghĩa quốc gia dân tộc), có người cho là cuộc Chiến tranh Ủy nhiệm như tựa cuốn sách của Giáo sư Lê xuân Khoa.(một bên nhân danh các nước trong khối thế giới tự do còn bên kia nhân danh các nước trong khối cộng sản.)

Dù mang danh nghiã gì đi nữa thì đây vẫn là cuộc chiến tranh cốt nhục tương tàn đâ gây bao tan thương và chết chóc cho người Việt ở hai miền đất nước, mà theo thiển ý, cũng vì do vị trí điạ chính trị của đất nước Việt Nam có giá trị chiến lược đối với người Mỹ và khối cộng sản Nga-Tàu vào lúc đó, hay nói nôm na như tựa quyển sách của cựu đại sứ Bùi Diễm là tại vì đất nước bị kẹt **"Trong gọng kềm của lịch sử."**.

Giá trị của vị trí của Việt Nam trong vùng đối với người Mỹ thay đổi theo thời gian. Vào đầu thập niên 70, người Mỹ đã nhận thức sức mạnh của phe Cộng sản nằm trong thế nhất thống thành một khối của họ. (sách vở và báo chí đã dùng cụm từ sino-soviet bloc để chỉ khối cộng sản Nga Tàu). Sách lược chống cộng mới của người Mỹ đã chuyển hướng vào việc làm phân hoá và phá vở thế nhất thống nầy.

Thế là người Mỹ bèn đi đêm với Tàu cộng vả đã đạt được Thông cáo chung ở Thượng Hải vào năm 1972. Liền sau đó người Mỹ lại tiếp tục đi đêm với Cộng sản Bắc Việt để rồi sau đó Hiệp định Paris được ký kết (27-1-73). Với Thông cáo chung ở Thượng Hải, người Mỹ đã gây sự phân hóa giữa Nga và Tàu. Với Hiệp đình Paris, người Mỹ đã đào sâu thêm sư phân hóa nầy khiến họ trở thành thù địch.Bằng chứng là sau khi "người đồng minh Mỹ tháo chạy" khỏi miền Nam, Cộng sản Bắc Việt liền xua quân đánh chiếm miền Nam và sau khi thống nhất được Việt Nam thì họ quay lưng lại với người Taù và ngã hẳn theo Cộng sản Nga. (Thực tế cho thấy từ sau đại hội lần thứ ba của đảng ở Hà nội năm 1960,Cộng sản Bắc việt bắt đầu đã ngã theo và nhận sự chi viện lớn của Cộng sản Nga rồi, vì lúc đó điều lệ đảng chủ trương *đi theo tư tưởng Mác Lê* thay vì *tư tưởng Mác Lê và tư tưởng của Mao trạch Đông* như trong kỳ đại hội lần thứ hai của họ hồi năm 1950.Nhưng phải đợi tới sau chiến thắng 30-4-75 thì họ mới ra mặt theo hẳn Cộng sản Nga)

Do đó,kể từ sau 1975 trở đi, Việt Nam trở thành mũi nhọn xung kích cho cộng sản Nga trong khu vực, điển hình là sau khi ký được Hiệp ước hỗ tương với Nga năm 1978, Cộng sản Việt Nam liền xua quân lật đổ chế độ của Pol Pốt đi theo Tàu cộng ở Campuchia và chiếm đóng đất nước nầy, mở đầu cho môt cuộc chiến tranh lần thứ ba ở Đông dương kéo dài đến năm 1990. Lập tức, năm 1979, Tàu cộng mở cuộc tấn công đánh vào sáu tỉnh ở miền Bắc mà họ nói là để dạy cho Việt nam một bài học.

Rõ ràng có phải vì vị trí của đất nước nằm trong vùng tranh chấp ảnh hưởng của các nước lớn, khi thì làm tiền đồn, lúc làm lính xung kích, Việt Nam luôn ở trong tình trạng chiến tranh triền miên suốt ba cuộc chiến tranh Đông dương nói trên khiến dất nước bị tàn phá, người Việt Nam bị hy sinh quá nhiều, trong khi Thái Lan,vì có vị trí nước trái độn, chẳng những không có chiến tranh mà còn được hưởng lợi của chiến tranh ở Việt nam để phát triển đất nước của họ ?

Đến khi nước Nga đổi mới và từ bỏ sự độc quyền lảnh đạo của đảng Cộng sàn ở trong nước của họ, kéo theo sư sụp đổ của chủ nghĩa cộng sản ờ trong khối các quốc gia cộng sản ở Đông âu vào đầu thập niên 90, cấp lảnh đạo cộng sản Việt nam lúc đó đã đặt quyền lợi đảng Cộng sản trên quyền lợi của đất nước và dân tộc nên họ, thà mất nước chớ không đề mất đảng, vẫn bám vào bình phong chủ nghĩa cộng sản để tiếp tục giữ độc quyền lảnh đạo và cai trị đất nước. Và cũng từ đó họ quay lại bắt tay với Tàu cộng và chịu sự chi phối của Tàu cộng một cách lộ liểu.(sau nầy,mỗi lần VN hop đại hội Đảng,Tàu cộng luôn gửi một phái đoàn hùng hậu sang VN,ngoài mặt nói là để quan sát nhưng thực chất là để dàn dựng và sắp xếp nhân sự)

Khi ảnh hưởng của Nga trong vùng biển Nam Hải không còn và khi Việt Nam nằm trong quỹ đạo của Tàu cộng thì toàn vùng Đông nam châu Á bên dưới Việt nam lại có nguy cơ bị cộng sản Tàu khống chế hay chi phối. Đây cũng là lúc Việt nam có một giá trị địa chính trị trở lại dưới con mắt của người Mỷ,bởi lẽ Việt Nam là nước duy nhất trong vùng có khả năng và đã tửng có truyền thống đối đầu được với người Tàu. Sự quan tâm nầy của Mỷ đã mở một cánh cửa để cho Việt nam có cơ hội xích lại gần với Mỷ và thoát ra khỏi ảnh hưởng của Tàu cộng.

Thực tế đã cho thấy từ sau năm 1990, từng bước người Mỷ mở lại các quan hệ và hợp tác tốt với cộng sản Việt nam (như gần đây vẫn rút tên Việt nam khỏi danh sách các nước bị quan tâm về nhân quyền và tôn giáo mặc dủ họ vẫn đàn áp tôn giáo và đối lập chính trị, như việc Mỷ sê huấn luyện cho quân đội Việt nam v v.).

Chính đại sứ cộng sản VN tại Mỷ, Lê công Phụng, khi trả lời cuộc phỏng vấn của đài BBC, ngày 19-1-2009, về quan hệ của VN với Mỷ và Trung quốc cũng đã công khai thừa nhận *"VN nằm ở vị trí địa chính trị nhạy cảm, sát cạnh Trung quốc, lại nằm trong vùng Đông nam Á, cho nên cả hai đều có nhu cầu tranh thủ VN."*(nguyên văn câu hỏi số 4 của đài BBC là *"Hai cường quốc kia, theo Đại sứ,có lôi kéo VN hay không?")*

Kinh nghiệm của tiền nhân xưa nay vẫn nhắc nhở là nên chọn lấy nước ở xa làm đồng minh hơn là kết thân với nước láng giềng gần, nhất là khi nước láng giềng gần vốn đã có lịch sử lâu đời xâm lược và thống trị đất nước. Điều nầy chưa hẳn có thể áp dụng vào Việt nam lúc nầy, bởi lẽ tập đoàn lãnh đạo ở VN trong quá khứ đã tửng cho thấy họ đặt quyền lợi giai cấp thống trị đảng của họ trên quyền lợi của đất nước (lúc các nước Đông âu thoát ly khỏi Nga và từ bỏ chủ nghĩa cộng sản), chưa kể là áp lực và sự chi phối của Tàu cộng vào VN chưa lúc nào mạnh mẽ và thô bạo như lúc nầy.

Tiến trình để Việt nam có thể lột xác vả xích lại gần với Mỷ tới mức có thể thoát ly được ảnh hưởng của Tàu cộng vẫn sẽ tuỳ thuộc vào sự chuyển động xoay chiều mạnh mẽ củaVN và nổ lực của Mỷ. Riêng về phiá VN, khả năng nầy chỉ có thể xảy ra khi nào có sự thay đổi nhân sự trong giới lảnh đạo ở đây.

Bình thường thì phải mất một thời gian tương đối dài đủ để cho tầng lớp trẻ, hấp thụ nền giáo dục Âu Mỷ, lên thay thế lớp cũ ở vai trò lảnh đạo. Cho tới lúc đó, khi không bị vướng mắc bởi ân nghĩa cũ trong các cuộc chiến tranh vừa qua, không bị rảng buộc bởi quyền lợi phe nhóm và dây liên hệ chằn chịt về gia đình (giữa những người trong hàng ngũ lảnh đạo đương thời họ còn có sự liên hệ qua lại chặt chẽ về gia đình với nhau nữa), lớp lảnh đạo mới nầy có thể mới có đủ đãm lược làm cho đất nước xoay chiều và nương vào thế của Mỷ để từ từ thoát ra khỏi sự khống chế của nước Tàu.

Khi đã tin rằng dường như mỗi cá nhân đều có vận số, và đất nước cũng có vận nước của nó thì không thể không nghĩ tới những biến cố đột biến có thể xuất hiện bất ngờ, làm đão lộn hay rút ngắn các diễn tiến bình thường của sự việc, hoặc phá vở các thế thăng bằng đã có sẵn.

Cuộc khủng hoảng kinh tế trầm trọng vả rộng lớn đang diễn ra ở Mỷ và các nước Tây âu hiện nay phải chăng cũng có thể coi là một biến cố đột biến ? Nó đã phát ra những chấn động dây chuyền tạo nên những cơn sống ngầm cực mạnh ở bên Á châu, đặc biệt là ở Tàu cộng.

Các nước tây âu vốn đã quen đối phó với các cuộc khủng hoảng loại nầy, còn Tầu cộng chỉ quen thuộc với việc sử dụng công cụ chuyên chính. Một sự xáo trộn kinh tế và xã hội qui mô đang diễn ra ở trong nước Tàu, qua hình ảnh nổi bật của hơn 20 triệu lao động di dân thất nghiệp từ thánh thị kéo về nông thôn, sẽ dẫn tới những hậu quả khó có thể lường trước. Một sự thay đổi lớn, nếu có, ở trong nước Tàu cộng chắc chắn sẽ tác động ngay lên nước VN.Trên mạng internet, đã có tác giả, sau khi đánh giá tình hình, đưa ra sự ước đoán lạc quan về chu kỳ hết "cùng" tất phải lên "thông" cho đất nước VN nhân sự đột biến nầy.

Dù sao, chủ nghĩa cộng sản đã bị khai tử từ lâu rồi, trào lưu tự do dân chủ đã là một xu thế tất yếu của thời đại không thể đảo ngược.Sinh lộ cho đất nước VN trước sau gì cũng phải đi theo xu thế nầy. Thời gian xảy ra lâu hay mau vẫn còn là một ẩn số, và nếu như tin vào vận số thì nó có thể xảy đến ở bất cứ lúc nào vậy.

Triệu huỳnh Võ.
ĐS 6
Ngày 15 tháng 3 năm 2009

NHÀ VĂN TÔ-NGỌC

Dư thị Diễm Buồn

Thời tiết vào buổi giao mùa ở cuối hè chớm sang thu, có mặt trời ửng một vầng hồng sáng cả vùng rộng lớn ở phương đông. Lá của hàng cây hai bên đường đã ngã màu xanh sẩm, thỉnh thoảng có chiếc lá úa rơi nhanh vì cơn gió mát hiu hiu không ảnh hưởng chi lá lớn hay nhỏ. Những vầng mây trắng đục in trên nền trời xanh lơ tha thướt, chậm chạp lừ đừ đi chuyển về nơi vô định. Bầy chim bay lượn nhịp nhàn, con trước con sau chí chóe đáp xuống tìm mồi, nơi bãi đất trống chưa cất nhà bên kia đường.

Sáng sớm hôm nay chúng tôi đã rời nhà, vì làng Yuba City đến nhà anh chị Tô Ngọc phải mất 1/giờ lái xe. Đó là vùng đông người Á Châu cư ngụ, nhất là người Việt ở Sacramento. Nơi đây tuy thành phố lớn, là Thủ Phủ của tiểu bang California ở miền Nam nước Mỹ, có đất rộng, nhưng người ít nên nếp sống không rộn ràng, ồn ào như các thành phố ở tiểu bang khác so với Texas, New York, hay Washington… Về mùa đông không lạnh tái tê như Chicago, và mùa hè không nắng cháy như Arizona. Mùa thu thì thời tiết mát mẻ, thỉnh thoảng có những đám mưa thu tí tách rỉ rã rơi dai dẳng… nhưng thanh tịnh và êm ả vô cùng. Còn mùa xuân thì khỏi phải nói, trời cao xanh ngát, không gian trong vắt và thắm tươi với trăm hoa đua nở muôn hồng ngàn tía tạo cho Sacramento vẻ đẹp thiên nhiên rực rỡ êm đềm.

Nhà anh chị Tô Ngọc tọa lạc trên vuông đất rộng nối liền ranh đất hàng xóm có hàng rào cây dựng cao. Cái nhà sau (phatio) có mái che phần đất nối dài từ cửa nhà sau ra ngoài chừng 5 thước, lộp "tông" nhựa, không vách chỉ là những tấm chắn ruồi muỗi bằng ni-long trong suốt. Nên ở bên trong chúng ta có thể thấy ra hồ sen bán nguyệt tượng Phật Quan Âm trơ gan cùng tuế nguyệt sừng sửng dưới trời như mỉm nụ cười an nhiên tự tại ở bầu trời tư do, no ấm, hùng mạnh của nước Mỹ vĩ đại nhất nhì thế giới nầy. Đôi mắt của Phật bà hiền dịu, từ bi, tha thứ, bao dung… như nhìn thấu tâm tư của những ai đang chiêm ngưỡng Phật bà.

Giữa buổi sáng có ánh bình minh như trải lụa, gió hiu hiu man mác thấm đậm hương cỏ cây quanh nhà đưa vào… khiến chủ nhà lẫn khách cảm thấy tâm hồn khoan khoái dễ chịu lắm. Trên chiếc bàn gỗ dài có khăn trải bàn màu xanh lam điểm lác đác nhữ đòa hồng nhỏ cở đầu ngón tay trông thật trang nhã và mát mắt. Chúng tôi ăn sáng với nhiều món: Như là hột gà óp-la, ăn với bánh mì (làm theo phương thức Sài Gòn xưa). Bánh mì nướng vàng trên mặt có trải lớp thịt cua dầy trộn với mayonnaise… dòn khưu khứu. Một dĩa bàn hình Oval tráng men trắng in lá xanh và cành màu nâu nhạt, vun cao những chiếc bánh ngọt màu kem, màu nâu sậm của chocolate, màu vàng nghệ của trái hồng đào… gần bên cùng còn có dĩa trái cây tươi ngon hơn hớn… Hương trà Quan Âm Kỳ Chưởng bát ngát tỏa bay từ chiếc tách ngời sáng có in hình bác Tiên của phu quân tôi, không làm sao phá tan mùi cà-phê phim đang nhỏ từng giọt, từng giọt đen nhánh trong ly thủy tinh trắng ngần của vợ chồng gia chủ và tôi. Hương vị của nước uống thơm tho ngọt ngào vân vê như khuyến dụ gợi vị giác của mọi người ngồi quanh bàn.

Trong bữa ăn sáng ấm nồng tình đồng hương, chúng tôi có dịp kể cho nhau nghe những chuyện xưa và nay, những kỷ niệm riêng tư lúc còn son trẻ ở quê nhà. Chị Hồng lấy 2 tập hình dầy khi còn ở tuổi thanh xuân, và gia đình ở hải ngoại (Đức) của chị còn lưu giữ đến nay, cho chúng tôi xem. Thấy mấy tấm ảnh ngã vàng theo năm tháng, có hình trong ngày đám cưới chị Lệ Hồng nào là hai họ, phụ dâu, phụ rể. Chỉ tấm hình thanh niên đứng kế chủ rể có mái tóc dài hơn bình thường bồng bềnh, dáng vấp cao ráo rất nhìn vào rất nghệ sĩ, chị Lệ Hồng chợt hỏi tôi:

– Chị biết người làm phụ rể nầy là ai không?

Tôi mỉm cười nhìn hình, lí lắc nhái giọng Huế:

– Làm "răng" mà tui biết được hè?

– Chị hãy nhìn kỹ đi… anh Tô Ngọc đó.

Tôi mở to mắt sáng ngời, cười lớn:

– Mèn ơi, vậy sao, thuở thanh xuân anh Tô Ngọc quả đẹp trai quá! Có mái tóc bồng giống như ca sĩ John Lenmon trong bang nhạc trẻ The Beatles… nổi tiếng thời bấy giờ, mà tôi ngưỡng mộ.

Nghe khen chồng, chị Lệ Hồng nét mặt thêm tươi vui, đôi mắt nhìn trời bao la bát ngát in từng cụm mây mỏng nhẹ bay theo hướng gió, như cố ôn lại những kỷ niệm thời xa xưa nhiều mộng đẹp. Vui giọng chị bảo:

– Chúng tôi thuở còn son trẻ quen biết nhau. Ông Tô Ngọc có tâm hồn "lơ thơ tơ liễu buông mành" và phóng khoáng của một nghệ sĩ, chị cũng biết nghệ sĩ thì có ông bà nào giàu đâu, trừ minh tinh hay những ca sĩ nổi tiếng. Ảnh lại là con một nên luôn được gia đình chu cấp thêm trong việc chi tiêu. Sau nầy ông già qua đời anh được tình thương của mẹ nhiều hơn. Còn tôi vừa học xong thì ba sắp nhỏ cậy mai mối cưới hỏi, khi ông Tô Ngọc biết được dù cho nuối tiếc, nhưng cũng đã quá muộn rồi.

Anh Tô Ngọc và phu quân tôi, lật xem những tấm ảnh xưa… Tôi thì yên lặng lắn tai nghe và trào lòng theo từng mẫu chuyện vui buồn chị kể. Uống ngụm cà-phê thấm giọng, lúc bấy giờ tôi mới biết rõ là ở cố hương chị Lệ Hồng có gia đình phu tử để huề, và sau Tháng Tư Đen, năm 1975 gia đình vượt biên qua Đức. Mấy mươi năm lập nghiệp ở xứ người, con cái đỗ đạt thành nhân, vợ chồng làm ăn phát đạt… Nhưng chẳng may chồng chị Lệ Hồng bị bạo bệnh qua đời.

Cơ duyên nào cho chị Lệ Hồng và anh Tô Ngọc gặp lại nhau? Không biết có phải chăng là cái số hay là do Thượng Đế đã an bày mà đến "bảy bó" (70 tuổi) nhà văn Tô Ngọc của chúng ta từ nước Mỹ khăn gói qua cưới chị Lệ Hồng ở phương trời Đức Quốc xa vịu vợi, xa hơn nửa vòng trái đất… để "đưa nàng về dinh" (Sacramento).

Bỗng anh tô Ngọc quay sang tôi, bảo:

"…Xin lỗi nghe, cơ duyên nào mà chị trở thành người viết? Bởi theo tôi biết ít có người phụ nữ miền Nam vừa làm thơ vừa viết văn như chị. Dư Thị Diễm Buồn, có phải là tên thật của chị, và sách có tiêu thụ được nhiều không chị?

Bất ngờ nghe anh hỏi, tôi hơi khựng rồi mỉm cười, nhẹ giọng:

– "Anh chị biết không, nếu ba tôi còn sống, mà biết DTDB tôi đặt bút danh của tui thì ông sẽ nện cho què giò! Thưa anh cũng biết "văn chương hạ giới rẻ như bèo" mà, tôi viết là theo sở thích và đam mê cá nhân thôi, cũng tiêu thụ lai rai… chớ chưa có khả năng viết để kiếm sống anh ơi. Tôi ham đọc sách, ham viết từ thuở còn nhỏ, có lẽ do sự tiêm nhiễm và nghề nghiệp của ba tôi. Nhớ khi xưa, trong trường ba tôi là một thầy giáo nổi tiếng nghiêm nghị và khó khăn với lũ học trò trong thôn làng sằn dã. Nơi có những đứa trẻ tâm hồn thơ ngây như giấy trắng học trò, chưa nhuốm chút bụi của thị thành bon chen chớ đừng nói chị đến cát bụi của cuộc đời. Ở cái thuở mà miền Nam từ ấp xã, cho đến quận, và thành thị dân chúng lương thiện "ăn chắc mặc dầy", người nào việc đó, không bon chen, gian manh, xảo trá… Ít khi nghe giựt đồ, nghe trộm cướp nào bự sự.

Lúc sanh thời bà nội hay kể về ba tôi là một thanh niên được cảm tình nhiều người trong thôn xóm, và những làng lân cận, nhứt là nữ phái ở lứa tuổi ba tôi. Bởi ông thích đọc sách, nghe nhạc, xem phim, tâm hồn lại phóng khoáng, ngoại hình điển trai khôi vĩ và các bộ môn cầm, kỳ, thi họa… gần như môn nào ông cũng biết… Vì có những đặc điểm trội hơn những thanh niên trang lứa, và nhứt là có cái mạc du học ở Pháp, mặc dù chưa đỗ đạt đến đâu, khi lớn lên mới biết ba tôi là một người đàn ông "mỗi bến mỗi tình"!

Trong năm đứa con gái của ông, ngoại hình và tánh tình tôi giống ba, nhiều nhất là thích đọc sách và hơn ba một chút là thích viết ngay từ còn Tiểu học, khi biết đọc biết viết và biết tìm tòi nghĩ suy. Tủ sách gia đình có nhiều sách báo Việt ngữ, sách dịch từ Pháp ngữ, Hoa ngữ… Đủ loại như là: Đông Châu Liệt Quốc, Tây Du Ký, Thủy Hữ, Anh Hùng Lương Sơn Bạc… cho đến tiểu thuyết tình cảm… Đó là những món quà tinh thần, mà các chú tôi ở tỉnh thành luôn tìm tòi mua về cho anh mình.

Nhứt là gần Tết có đủ các loại tạp chí, báo xuân… ba tôi là người quý sách báo, nên có những tờ báo nhật trình từ năm, mười năm trước vẫn còn giữ. Ấy vậy mà ông già tôi cấm năm đứa con gái mình đọc sách kể cả báo chí. Mặc dù chị Hai tôi đậu bằng "Thành Chung" mới gả chồng, chị Ba ra trường Sư phạm (dạy Tiểu học) nối nghiệp ba, vẫn không dám mở tủ sách cửa đóng then gày của ba để đọc! Chỉ riêng "mình ên" bổn cô nương là tôi đây không nghe lời ba má biết bao lần đã dặn dò chung cho chị em tôi: "… Con gái ngoài học hành thì phải học thêu thùa may vá, nấu ăn, làm bánh… để sau nầy về làm dâu, làm vợ người ta… Các con đừng có đua đòi học hư đọc sách báo, đọc tiểu thuyết, viết văn, ca hát… thì không nên đó".

Anh chị thấy đó ông già tôi thật cổ lỗ sỉ, nhưng tôi có nghe lời đâu, cứ mỗi lần ba tôi đi hội họp xa nhà, hoặc đi thăm mấy chú năm bảy bữa thì tôi tha hồ lén mở tủ sách của ba tôi ra đọc, đọc mê mang tàng tịch, đọc quên ăn quên ngủ. Nơi kẹt bồ lúa ở nhà sau là nơi kín đáo ít người tới lui, chỉ có tôi và con mèo tam thể (có 3 sắc lông: vàng, đen, trắng) mắt lim dim, nằm kế bên thở khò khè, như để cùng tôi luyện chưởng "đằng vân giá võ" bay lượn trên không, lặn dưới nước… của tác giả Kim Dung. Thương vay khóc mướn những truyện: Tình Buồn, Dòng Sông Ly Biệt, Hải Âu Phi Xứ… của bà sẩm Quỳnh Dao do Liêu Quốc Nhỉ dịch mới hấp dẫn… Bên Dòng Sông Trẹm, Em vẫn chờ đợi Anh… của Dương Hà cùng nhiều tác giả khác thời bấy giờ. Tôi thích đọc của Hồ Biểu Chánh… và rất nhiều tác giả khác, có những truyện kỳ dị của Tô Ngọc nữa…"

Anh Tô Ngọc nghe gật gù vui tươi. Cười nhẹ tôi tiếp:

"- Thưa anh, còn báo xuân thì khỏi chê, tôi đọc tất cả các bài cho đến quảng cáo, kem Hynos của anh Bảy Chà mặt mày đen thủi đen thui, cười thấy hàm răng trắng bóng như ngọc trai. Quảng cáo các hãng xe đi về Lục tỉnh, đi ra miền Trung, xà bông giặt đồ, xà bông thơm Cô Ba… Má tôi chỉ rầy lấy lệ mỗi lần biết tôi lén đọc sách! Có lần ba tôi bắt gặp tôi đang ngủ quên trong kẹt bồ lúa, tay còn ôm quyển sách! Thế là tôi bị no đòn… khóc lóc hứa hẹn xin tha đủ điều với ông già. Nhưng tôi vẫn chứng nào tật nấy, luôn lén đọc sách mỗi khi ba vắng nhà. Có lẽ vì quen tật đó, mà tôi đam mê viết và đọc sách thưa anh".

Bên ngoài nắng bình minh rạng rỡ, tiếng chim kêu líu lo trên những cây cao sát nhà hàng xóm. Gió mát mẻ dễ chịu vân vê đưa hương hoa lá cỏ cây trồng quanh nhà. Chị Lệ Hồng châm thêm cà-phê cho chồng và cho tôi, còn phu quân tôi thì chị thêm trà và châm nước sôi vào bình.

Tôi cười nhẹ, bảo với ông gia chủ:

– Còn đại huynh thì sao, cơ duyên nào Tô Ngọc huynh trở thành nhà văn nổi tiếng về truyện ma, và anh đã thành danh khi tôi còn là học sinh Trung học. Anh đã phát hành bao nhiêu tác phẩm truyện ngắn, truyện dài đã phát hành rồi vậy?

Anh cười hề hề trên cái miệng cố hữu luôn có nụ cười hiền lành tươi như hoa, xinh như ngọc, mà trước khi gia đình từ Illinois qua đây tôi đã hỏi nhà văn Hồ Trường An: "…

Anh có quen biết với anh chị văn nghệ sĩ nào ở Sacramento không, cho biết để tôi làm quen khi đến đó…?" Anh suy nghĩ một hồi rồi bảo:

"Tôi có quen biết chớ không thân lắm với nhà văn Tô Ngọc. Anh ấy có tướng người cao ráo, nước da trắng, mặt mày điềm đạm, ăn nói lịch sự từ tốn, và dễ mến nhứt là nụ cười, chị đến vùng đó, đi đâu mà nhìn người đàn ông nào có miệng cười như ông Địa như ông Phật là Tô Ngọc đó đa…" Nên khi anh Thanh Thương Hoàng đãi bữa ăn có khoảng mươi người "đón người phương xa", nhìn chung quanh tôi biết ngay người ngồi đối diện là nhà văn Tô Ngọc (bởi có nụ cười y như rằng mà nhà văn HTA đã diễn tả).

Giọng đều đều của anh Tô Ngọc, kể:

"- Là con một của mẹ và bố tôi, dĩ nhiên là được ông bà hai bên cưng chiều lắm. Bố tôi rất mong muốn tôi theo nghề ông. Nhưng khi học xong phổ thông tôi ham vui, không thích ràng buộc trong những nghề nghiệp làm theo giờ hành chánh nên đi làm ký giả, làm báo, viết văn… Những việc mà khi nào thích tôi mới làm, dĩ nhiên là có mẹ tôi làm hậu thuẫn, luôn giúp lúc tôi thiếu thốn. Sau khi bố tôi qua đời, bà còn trẻ mà ở vậy thờ chồng nuôi con. Nên tôi kính yêu và sùng bái má tôi hơn cả thiên sứ!

Thưa chị, tôi sanh năm 1935, đến năm 1959 bắt đầu làm báo và viết:

* Làm báo: Ngôn Luận, Văn Nghệ Tiền phong, Sài Gòn (1959-1964) *

* Làm báo: Chính Luận, Chọn Lọc, Sài Gòn (1964-1975)

* Thành viên BCH, Nghiệp Đoàn Ký Giả Việt Nam (1969- 1975)

* Tù cải tại (Văn Nghệ Sĩ Chống Cộng. Ngày 6-4- 1976 về năm 1987)

* Định cư tại Hoa Kỳ năm 1993

* Làm báo Tiếng Vang năm 1999

Tác phẩm đã xuất bản trước năm 1975:

Bâng Khuâng (1963), Kỹ Thuật Lấy Chồng (Tập truyện 1965), Quỷ Sống Ăn Người, Ma Sói Rừng Thiêng, Hầm giết người (Truyện kinh dị, chọn lọc 1967-1968) Tập truyện "Hầm Giết Người" được tái bản, ở Hoa Kỳ vào thập niên 80, khi tôi còn bị tù cải tạo ở quê nhà!

Tôi còn những tác phẩm đã hoàn tất đăng trên báo:

Mầm Non Mầm Già, Sài Gòn Chịu Chơi, Vết Thương, Tuổi Hờn, Khác Vọng Đôi Mươi, Đảng Cướp Liên Hành Tinh, Đoạn Hồn Đao, Con Rùa Vàng, Vườn Vui, Nợ Yêu, Bóng Trắng, Ma Hời, Lời Nguyền Của Quỷ, Giặc Cờ Đen… (Một số đã in thành sách, một số sẽ in).

Cơn buồn chợt đến, tôi lên tiếng hỏi nhỏ:

– Anh Tô Ngọc nè, phải chăng đây là cái nghiệp của người cầm bút! Suốt những tháng năm dài những văn nghệ sĩ đem tài sức của mình của tha nhân cống hiến cho đời… Chế độ nào cũng vậy, Văn Học Nghệ Thuật bao giờ cũng cần phải có để đất nước mở mang theo trào lưu tiến hóa với các nước khác chớ. Có tội tình chi đâu mà phải bị bọn ma dương hắc đạo Công sản Việt Nam trù dập đoạ đày tù cải tạo gần 12 năm như anh, còn hơn quân nhân công chức cao cấp ở Chánh thể Cộng Hòa vậy?

Anh Tô Ngọc chớp chớp mắt đăm chiêu nhìn không gian cao rộng, thở dài, nhếch miệng cười buồn bã:

– Có khác chớ chị, tụi Cộng sản sợ nhất là nói lên "sự thật", nên giới Văn Nghệ Sĩ luôn bị chúng kết tội nặng lắm! Chị cũng biết, chỉ một lời thốt ra thôi nó có thể ảnh hưởng rất lớn mạnh hơn cả thiên binh vạn mã!

Tác phẩm "Nọc Độc Văn Hóa Nô Dịch" Chính Nghĩa xuất bản tại TP H C Minh năm 1984 đã kết án tôi và một số nhà văn khác trước năm 1975, họ bảo:

"Bọn biệt kích văn hóa do Mỹ đào tạo nhầm mục đích phá hoại chế độ, như: Duyên Anh, Nhã Ca, Bằng Lang, Văn Quang, Nguyễn Thụy Long, Tô Ngọc, Dương Nghiễm Mậu".

Chúng bắt tôi ngày 6 tháng 4 năm 1976 trả tự do ngày 9 tháng 8 năm 1987 gần 12 năm đọa đày! Tôi vào Mỹ với lý do tỵ nạn Chánh Trị ngày 16 tháng 9 năm 1993, ở Sacramento cho đến nay.

Anh Tô Ngọc ngừng nói, hớp ngụm cà phê, nhìn chúng tôi cười bảo:

– Âu cũng là cái duyên, nên vợ chồng tôi mới gặp anh chị, để hôm nay chúng ta cùng ăn sáng đây…

Nhìn đồng hồ đã đến giờ phải đi đám sinh nhật của chị bạn, tôi và phu quân cảm ơn anh chị bữa ăn sáng thịnh soạn và được nghe anh chị tâm sự, cùng kể lại ít nhiều những kỷ niệm thật hết sức trân quý. Ông nhà tôi không quên hẹn và mời anh chị cuối tuần nào đó ra thăm vùng ngoại ô, và ghé qua ăn trưa ở tệ xá với chúng tôi.

Mặc dù ở xa thành phố sacramento cả giờ lái xe, nhưng anh chị Ngọc và vợ chồng tôi cũng thường gặp nhau trong những buổi sinh hoạt của các hội đoàn, đoàn thể Cộng đồng người Việt ở địa phương. Có khi các diễn giả ở xa đến thuyết trình về một đề tài Văn Học Nghệ Thuật, Triển lãm tranh ảnh, buổi hòa nhạc, văn nghệ gây quỹ cho thương phế binh còn kẹt ở quê nhà, ra mắt sách, hội chợ Tết Nguyên Đán, lễ Trung Thu, kỷ niệm ngày Quốc Hận 30 tháng tư đen, ngày Quân Lực… Và thường thì chúng tôi cũng hay điện đàm thăm hỏi nhau.

Anh Tô Ngọc người miền Bắc "Ngàn Năm Văn Vật", chúng tôi người miền Nam, nhất là tôi "Con cá gô bỏ trong gổ nhẩy gồ gồ" nhưng rất trân trọng anh là một trong những nhà văn có tánh tình hòa nhã, chân thật, hiền lành, không bon chen, không háo danh, hay ganh tỵ trước thành công của người khác…

Anh là một trong những nhà văn, ký giả, nhà báo kỳ cựu đã thành danh lúc còn trong nước, trước năm 1975, đã cho tôi nhiều cảm mến mà tôi hân hạnh quen biết trên văn đàn, hay gặp gỡ ở hải ngoại, nơi có thừa vật chất nhưng thiếu thốn chút tình người!

Trong lúc điện đàm thăm hỏi anh chị, có lần tôi bảo:

– Phu quân tôi nói anh Tô Ngọc chân thật, hiền lành, vui vẻ… đẹp lão phương phi giống "Lão Ngoan Đồng" sẽ trẻ mãi không già, như trong phim kiếm hiệp:

"Anh Hùng xạ điêu" và "Thần Điêu Đại Hiệp" của Kim Dung. Riêng tôi thì nghĩ anh là người giữ chữ "tín", dù cho ai đó làm việc xấu, anh không thích họ, nhưng khi có người hỏi đến anh cũng trả lời không biết… Chớ anh không "vạch lá tìm sâu" bơi móc, "đổ dầu vào lửa" hoặc thêm thắt cho chuyện ít xích ra to, chuyện không thành có… để thiên hạ không ưa nhau, thù hằn và oán ghét nhau chơi… anh cũng ít khi chê bay ai, hay khen lấy lòng. Đức tín như vậy rất khó thấy ở xứ lạ quê người, nên tôi chắc anh không có kẻ thù, và anh cũng không hờn giận ai hả anh Tô Ngọc?

Anh cười hì hì rồi cao giọng, bảo:

– Chị lầm rồi tôi có kẻ thù chứ, đó là tụi Việt cộng! Hỉ, nộ, ái, ố… đã sinh ra trên cõi đời nầy ai mà không có, tôi cũng không ngoại lệ. Tôi giận dữ và tuyệt giao ngay với kẻ nào hỗn láo hoặc nói sai sự thật về gia đình tôi, nhất là hiền mẫu tôi… "Nhân vô thập toàn" Việt cộng có ưa tôi đâu, và tôi ghét chúng nhiều hơn, bởi "Quan Công cũng có kẻ thù và Tào Tháo còn có bạn" mà chị!

Nhớ hôm ra mắt cuốn "Tâm Cảm" của cựu giáo sư nhà văn nữ Cao Thanh Tâm (hiền thê của cố bác sĩ Tôn Thất Sang). Quy tựu rất đông văn nghệ sĩ có tầm vóc ở địa phương và từ nhiều nơi về tham dự. Tác giả có nhã ý nhờ tôi nói cảm nghĩ của mình về quyển sách. Sau khi nói xong trở về chỗ ngồi, anh Tô Ngọc đang bận bấm máy hình lia chia, lúc sau dừng lại bên tôi bảo nhỏ: "…Phải vậy chứ, được lắm chị nói ngắn gọn mà đi sát đề của tác phẩm…" Tôi thầm cảm ơn nhà văn Tô Ngọc, anh chỉ nói ngần ấy thôi, tôi cũng cảm thấy khoan khoái và ấm lòng!

Trong tầng lớp những cây viết đã thành danh cùng thời với nhà văn Tô Ngọc, thật sự tôi chưa nghe ai phê phán về anh. Thí dụ như có một vị, tôi biết anh hiểu rõ mà không thân thiện… tôi lên tiếng hỏi anh để hiểu biết người đó hơn. Anh cười cười không nói, cũng không kể về người mà tôi hỏi thăm dù ở khía cạnh nào, tốt hay xấu… Rồi anh nhẹ giọng bảo với tôi rằng: "Chị cũng biết những gì hôi tanh dù gói kín thế nào cũng có ngày bốc mùi. Xin lỗi, và đừng buồn vì tôi không trả lời chị ở bất cứ người nào và trường hợp nào… trừ khi chị hỏi về văn chương thơ phú, hoặc những sự việc gì đó là của tôi! Chị là người tinh tế, hãy khách quan tự vận dụng cái tài và khả năng của mình mà suy đoán, mà nhận xét đi… Bởi vì ở trên đời không có ai là hoàn hảo đâu chị ơi…" Anh không trả lời những gì tôi hỏi mà cứ vòng vo tam quốc không đâu vào đâu! Nhưng trong tâm tư tôi, anh đúng là một nhà văn, ký giả, nhà báo lão thành khả kính để cho tôi tôn trọng và cảm phục.

Nhà văn Tô Ngọc

Đã vĩnh viễn ra đi ngày 10 tháng 12 năm 2019

Tại Sacramento, hưởng thọ 85 tuổi.

Người đời thường bảo rằng: "Sống thì không bao giờ chết/ Còn chết thì sống mãi" Có đúng như vậy không? Thật sự tôi không biết, nhưng tôi chắc chắn một điều là nhà văn Tô Ngọc sẽ sống mãi trong lòng người thân, bạn bè và những người mộ điệu anh. Hôm nay tôi viết một vài kỷ niệm với nhà văn Tô Ngọc lại đúng vào "Tháng Tư Buồn" mùa Quốc hận thứ 45 của người Việt Nam không Cộng sản! Và cũng thời gian nầy, trần thế đang bị cơn ác dịch của Tàu cộng giết hại không biết bao nhiêu sanh linh. * Tôi đã khóc mùa Quốc Hận Tháng Tư Đen! * Khóc anh Tô Ngọc, bậc đàng anh mà tôi ngưỡng phục. * Tôi khóc cho những người trên thế giới đã lìa xa cõi đời vì ác dịch Corona Vũ Hán của Tàu cộng!

"Xin nguyện cầu hương linh

Những người quá cố sớm về cõi vĩnh hằng"

Tệ Xá Diễm Diễm Khánh An
Ngày 30 tháng 4 năm 2020
DƯ THỊ DIỄM BUỒN
Email:dtdbuon@hotmail.com

Vài Nét Về Con Người Của
Giáo Sư Nguyễn Văn Bông

Khi Giáo Sư Nguyễn văn Bông về làm Viện Trưởng Học Viện Quốc Gia Hành Chánh (HV/QGHC), tôi đã tốt nghiệp trước đó gần 2 năm, tuy nhiên có nhiều cơ duyên với một số cơ hội tự nhiên xảy đến, khiến tôi có dịp hiểu biết nhiều về GS Bông, cũng như nhận xét được đức độ của một người thầy khả kính, một nhà lãnh đạo chính trị sắc bén trong nền Đệ Nhị Cộng Hoà.

Vào trước năm 1975, tình cờ trong một chuyến đi nghỉ mát tại Vũng Tàu, tôi gặp gỡ một cựu giáo viên, ông Ngô quang Vinh, từng làm hiệu trưởng một trường tư thục ở đường Phan Thanh Giản, Sàigòn, cùng quê Gò Công với GS Bông. Ông Vinh cho biết, ông Bông vốn là một người học trò giỏi, rất thông minh và hòa nhã với mọi người. Thời gian ở Saigon, ông Bông cư ngụ trong trường Lê bá Cang. Lúc ông Bông chuẩn bị sang Pháp du học, các người thân quen với ông Bông ở trường nầy đã hết lòng giúp đỡ cho chuyến xuất ngoại của ông.

Vào tháng 9/2007, tôi có dịp du lịch ở Pháp và gặp lại bác sĩ Nguyễn Minh Tân, trước đây từng là Chủ Tịch Đô Thành Bộ Phong Trào Quốc Gia Cấp Tiến (PTQGCT). BS Tân cho tôi biết, theo lời GS Nguyễn Ngọc Huy kể lại, khi tới Pháp, một số sinh viên VN thiên tả thời đó có ý định tiếp xúc và lôi kéo ông Bông theo họ. Ông Huy lúc bấy giờ đã đến với ông Bông, sau đó hai người đã kết thành bạn thân và dứt khoát chống Cộng từ đó.

GS Bông về nước lúc nào thì tôi không rõ lắm, nhưng tên tuổi của ông trở nên sáng chói sau khi ông đọc bài diễn văn khai giảng đầu niên học ở trường Luật Sài

Gòn, khoảng năm 1963, với đề tài " Quyền Đối Lập Chính Trị ". Đây là một đề tài mới mẽ, chưa ai chính thức và công khai đề cập. Có thể nói, GS Bông là người đầu tiên đã phát động và kêu gọi sự thực thi một chế độ dân chủ với sự cho phép hình thành các lực lượng đối lập chính trị, hoạt động tư do và công khai. Cũng chính vì sự tha thiết với chủ trương đó, sau này ông cùng với GS Nguyễn Ngọc Huy đã thành lập Phong Trào Quốc Gia Cấp Tiến, một lực lượng chính trị đối lập với chính quyền đương thời trong nền Đệ Nhị Cộng Hoà.

Bài diễn văn khai giảng về Quyền Đối Lập Chính Trị của GS Bông được đăng trong Luật Học Tập San và sau này trong quyển Luật Hiến Pháp do ông biên soạn. Những ai có dịp đọc qua bài này đều phải khâm phục về nội dung sâu sắc, phong phú của bài viết, với sự trích dẫn các điển tích dí dõm, lời văn trau chuốt đến độ không thể thêm hoặc bớt một chữ nào trong câu văn của ông. Các sinh viên có dịp học với GS Bông ở các lớp Cao học Luật còn cho biết thêm là có nghe GS Bông giảng bài bằng tiếng Pháp thì càng thấy thán phục hơn nữa trước lối trình bày quá lưu loát và sự "ngọt lịm" trong lời văn của ông.

Sau cuộc cách mạng 1-11-63, GS Bông được bổ nhiệm làm Viện trưởng HV/QGHC thay thế GS Vũ quốc Thông. Lúc bấy giờ, HV/QGHC vốn có chương trình cấp phát học bổng cho các sinh viên đậu thủ khoa ở các khóa học, sau hai năm ra làm việc, được đi tu nghiệp ở Mỹ lấy bằng cao học, hoặc tiến sĩ để rồi sau đó sẽ về phục vụ cho HV/QGHC.

Tôi được học bổng đi tu nghiệp tại đại học University of Southern California(USC) ở tiểu bang California vào tháng 1/1965. Mùa hè năm 1965, GS Bông có dịp chính thức viếng thăm Phân Khoa Hành Chánh Công Quyền (School of Public Administration) của đại học USC. Là sinh viên VN duy nhất đang học tại phân khoa nầy nên tôi đượcc trường USC chỉ định tiếp đón và đưa ông gặp gỡ khoa trưởng và các giáo sư của Phân khoa Hành Chánh Công Quyền trong suốt thời gian nầy. Qua thời gian ngắn ngủi đó, tôi đã nhận thấy ở ông một người trí thức khoa bảng, một cấp lãnh đạo trẻ trung có tính tình rất xuề xòa bình dị, và rất cởi mở. Theo tôi, chính những đức tính nầy giúp ông chinh phục được sự cảm mến và quí trọng của bất cứ ai có dịp tiếp xúc hay gặp gỡ ông ngay lúc sơ giao. Sự quen biết và quan hệ của tôi với ông bắt đầu từ đây và tiếp tục sau ngày tôi về VN.

Giữa năm 1968, sau Tết Mậu Thân, trong cương vị Giám Đốc phụ trách một Nha đặc trách về chính trị Phủ Thủ Tướng thời cụ Trần văn Hương làm Thủ Tướng Chính Phủ, hằng ngày tôi được Nha Báo Chí cung cấp một copy bản tóm lược tin tức viễn ấn (teletype) của các hãng thông tấn ngoại quốc liên quan đến hiện tình chính trị, xã hội của VNCH. Bản chính trình lên cho Thủ tướng xem. Tôi cho copy một bản nữa và sau đó nhờ một nhân viên tín cẩn mang tay đến công ốc của GS Bông trên đường Phan Thanh Giản để ông cũng có thể cập nhật được các tin tức mới nhất nầy .

Vào khoảng năm 1969-1970, do sự thúc đẩy của cơ quan USAID muốn thực hiện một sự cải cách hành chánh rông lớn trong guồng máy hành chánh từ trung ương xuống địa phương, nên Tổng Thống Nguyễn văn Thiệu đã mời GS Bông –và được sự đồng ý của GS Bông – giữ chức Đồng Chủ Tịch (Co- Chairman) với Tổng Thống Thiệu trong Hội Đồng Cải Cách Hành Chánh Trung Ương (HDCCHCTU). Trực thuộc hội đồng nầy là một Phủ Đặc Ủy Cải Cách Hành Chánh, dưới quyền điều khiển của một Đặc Ủy Trưởng, xếp ngang hàng Thứ Trưởng. GS Bông cho tôi biết là ông đã đề nghị tôi vào chức vụ nầy, dựa vào khả năng chuyên môn cuả tôi (vưà tốt nghiệp Học Viện QGHC, vừa có bằng Cao học HC công quyền ở Mỹ), nhưng Tổng Thống Thiệu đã chọn ông Nguyễn đình Xướng, cũng là cựu sinh viên khóa 1 Học Viên QGHC, đang làm Tổng Quản Trị Hành Chánh Phủ Tổng Thống, kiêm nhiệm Đặc Ủy Trưởng Cải Cách Hành Chánh. Cơ quan USAID có in các sơ đồ cơ cấu tổ chức HDCCHCTU, Phủ Đặc Uỷ Cải Cách Hành Chánh, để phổ biến rộng rãi đến các Phủ, Bộ ở Trung Ương, nhưng sau đó không thấy Phủ Đặc Ủy Cải Cách Hành Chánh có những hoạt động cụ thể nào; chủ trương cải tổ hành chánh trong thực tế coi như chưa thực hiện được. (Mãi tới năm 1973, vấn đề cải tổ hành chánh lại được Tổng Thống Thiệu chính thức phát động trở lại và rầm rộ thực hiện qua một Phủ Tổng Ủy Công Vụ do đại tá Quách huỳnh Hà là Tổng Ủy Trưởng, xếp ngang hàng Tổng Trưởng, với sự trợ lực của 2 phụ tá là GS Trương hoàng Lem và GS Lê Công Truyền, xếp ngang hàng Thứ Trưởng.).

Tuy vẫn tiếp tục giữ chức vụ Viện Trưởng HV/QGHC, nhưng uy tín và thanh thế của GS Bông ngày một lên cao, với sự lớn mạnh của Phong Trào Quốc Gia Cấp Tiến lúc bấy giờ, có lẽ vì thế mà sự an toàn của ông đã bị đe dọa nhiều lần.

Lần thứ nhất, khoảng vài tháng sau cuộc tổng công kích Tết Mậu Thân đợt hai ở Sài Gòn, kẻ địch, lợi dụng cửa phòng họp Hội Đồng Giáo Sư, sát vách phòng làm việc của Viện Trưởng, không có khóa, đã lén đặt chất nổ trong phòng nầy, cố ý sát hại GS Bông ở phòng kế bên. Theo anh Lê công Truyền, cựu sinh viên QGHC, lúc đó làm Chi Vụ Trưởng Học Vụ kể lại, thì sức ép của chất nổ đẩy ghế ngồi có bánh xe của GS Bông chạy sát vào bàn làm việc của ông và kỳ diệu thay, còn đẩy thân người ông chui vào dưới gầm bàn trước khi bức tường ngăn đôi hai phòng đổ sập, Nhờ vậy, cơ thể ông chỉ bị xây xát nhẹ, mà không bị thương tích trầm trọng. Khi nghe tiếng nổ, anh Truyền cùng với một anh sinh viên nữa chạy lên lầu, vào phòng GS Bông, cả hai cùng dìu ông xuống lầu, lên công xa của ông, đưa thẳng đến bệnh viện Đồn Đất. Anh Truyền lúc đó không nhớ tại sao lại đưa GS Bông tới Đồn Đất (một bệnh viện tư cuả người Pháp), đúng ra là phải đưa đến bệnh viện Đô Thành (bệnh viện của chính phủ). Một điều đã làm cho anh Truyền kính phục và thương cảm GS Bông hơn nữa, là sau khi để bác sĩ khám nghiệm thương tích xong, câu hỏi đầu tiên mà GS Bông hỏi anh Truyền là "các anh em có ai bị thương tích gì không?"

Lần thứ nhì, vào năm 1970, tại công ốc của GS Bông trên đường Phan thanh Giản, nằm đối diện trường Nữ Trung học Gia Long, có một đêm cả nhà bị xông thuốc mê, tất cả đồ đạc trong phòng làm việc của GS Bông ở trên lầu đều bị lục soát vất tung toé, nhưng mọi người ngủ trên lầu đều vô sự. Sau lần nầy, tôi dùng quan hệ cá nhân của tôi với một ông bạn thân, cũng là cựu sinh viên QGHC, đang là cấp điều khiển một cơ quan an ninh, cấp thời biệt phái một nhân viên thân tín có vũ trang đến túc trực bên GS Bông để bảo vệ an ninh cho ông. Mỗi khi GS Bông di chuyển ngoài đường, anh nhân viên nầy chạy vespa theo sau xe để hộ tống; ban đêm anh ấy ngủ ở lầu dưới, để bảo đảm phần nào sự an toàn cho GS Bông, cho tới lúc Bộ Tư Lệnh CSQG chính thức biệt phái người của khối Bảo Vệ Yếu Nhân sang thay thế.

Vào các năm sau đó, với sự lớn mạnh của PTQGCT mà GS Bông là chủ tịch của Chủ tịch Đoàn, có nhật báo Cấp Tiến làm cơ quan ngôn luận của Phong trào, chính GS Bông trong các bài viết đăng trên mục lập trường hay quan điểm, luôn kêu gọi dân sự hóa guồng máy công quyền, nhất là ở cấp đô, tỉnh, thị, trong thực tế, đã và đang bị cấp lãnh đạo đương thời quân sự hóa với lý do vì an ninh và nhu cầu bình định v.v…Theo tôi, đây là một chủ trương lớn thứ nhì sau lần ông kêu gọi việc chấp nhận quyền đối lập chính trị khi ông mới về phục vụ đất nước. Chủ trương dân sự hóa guồng máy hành chánh của ông có gây được tiếng vang, nhưng không thuyết phục được cấp lãnh đạo, các quân nhân vẫn tiếp tục giữ vai trò quan trọng ở cấp đô thị, các quận và đặc khu cho tới ngày 30/4/75.

Đóng góp lớn nhất của ông, với sự cộng tác của GS Huy là đã hình thành và phát triển được thưc sự một lực lượng đối lập chính trị, PTQGCT, đã đi vào sinh hoạt chính thức trong chính trường lúc bấy giờ với sự hiện diện của các dân biểu Khối Cấp Tiến trong Quốc Hội, được đánh giá là đối lập thực sự chứ không phải là đối lập theo kiểu “lom khom”.Đa phần các vị dân biểu thuộc khối Cấp Tiến đều tốt nghiệp hoặc trường Luật hoặc trường Quốc Gia Hành Chánh như các ông Trần minh Nhật (trường Luật), Trương vi Trí, Nguyễn văn Quí, Nguyễn văn Tiết (trường Quốc Gia Hành Chánh) v.v…

Riêng về đức độ và cá tính, trong suốt thời gian gần gũi ông, từ khi ở Mỹ, đến lúc ở VN, cho tới ngày ông bị sát hại năm 1971, điểm đáng nói nhất là GS Bông chưa hề kêu gọi tôi tham gia vào PTQGCT. Một lần tôi đến hỏi ý kiến là tôi có nên gia nhập đảng Tân Đại Việt không, vì một số bạn bè thân thiết mời, ông đã nhanh chóng trả lời ngay là không nên, nhưng không cho biết lý do tại sao. Gần đây, khi trao đổi ý kiến với anh Lê Công Truyền về điểm này, anh cũng cho biết bản thân anh cũng có hỏi ý kiến GS Bông là có nên gia nhập PTQGCT không, sau khi anh ấy được GS Huy mời, GS Bông cũng ngăn cản, còn nói thêm là việc gia nhập chỉ làm cho tướng Đặng văn Quang để ý chứ không có lợi .

Tuy tôi và anh Lê Công Truyền không tham gia PTQGCT, nhưng mỗi lần có sinh hoạt đại hội của phong trào nầy, GS Bông đều kêu chúng tôi cùng đi chung với ông đến dự. Lần chót là kỳ họp đại hội tại xã Khánh Hậu thuộc tỉnh Hậu Nghĩa, sát tỉnh Long An.

Phải chăng cũng vì mối liên hệ này với GS Bông nên lúc tôi bị CS cầm tù sau ngày 30/ 4/1975, cán bộ CS hai lần đến tìm tôi (một lần khi tôi ở trại giam Thủ Đức trong Nam, và một lần khi tôi ở trại giam Hà Tây ngoài Bắc), yêu cầu tôi viết lại tổ chức, điều hành Hoc Viện QGHC trong khi tôi không làm việc cho Học Viện ngày nào cả. Trong mỗi lần gặp gỡ như vậy, cán bộ CS đều hỏi tôi, dưới hình thức như là câu chuyện trao đổi bên lề, không chính thức. Họ hỏi : " Theo anh, ai đã giết GS Bông ?." Tôi trả lời: "Bộ Tư lệnh CSQG đã mở cuộc họp báo trưng bằng cớ là người cộng sản đã giết hại GS Bông". Tôi có nói thêm một câu lấp lững: " Theo cán bộ, ai đã giết Đức Thầy Huỳnh phú Sổ ?"(Giáo chủ của Phật giáo Hòa Hảo). Họ không trả lời.

GS Nguyễn Văn Bông (phía trước), GS Nguyễn Văn Tương, (bên phải) và GS Tạ Văn Tài đến trao bằng Tiến sĩ cho một sinh viên Trường Luật. Ảnh: Internet – chưa rõ nguồn

Cũng trong phần nói về đức độ và tinh thần phóng khoáng của GS Bông, tôi cũng xin được nói thêm ở đây: Sau ngày GS Bông về dạy tại trường Luật, Sàigòn, từ 1963 trở đi, các sinh viên ban Công Pháp đã xem ông như là vị giáo sư cứu tinh của họ, bởi lẽ ông đã giải tỏa được sự tắt nghẽn, hay nói nôm na là hiện tượng nút chặn trên con đường trình luận án Tiến Sĩ Công Pháp. Thật vậy, trước đó số người học tiếp và được cấp bằng Tiến sĩ Công pháp gần như có tính cách nhỏ giọt, vì sinh viên đã gặp quá nhiều trở ngại đến nản lòng trong việc đi tìm ra người chịu nhận làm giáo sư bảo trợ để làm luận án Tiến sĩ Công pháp. Lúc bấy giờ người có thẩm quyền cao nhất bên Công pháp là GS Vũ quốc Thông. Đến khi GS Bông về dạy tại đây, gần như năm nào cũng đều có người trình luận án và đỗ bằng Tiến sĩ Công Pháp. Lý do chính là do GS Bông đã thay thế GS Thông trong cương vị đó.

Về trường hợp GS Bông bị đặt chất nổ sát hại năm 1971. Lúc đó vào khoảng gần 12 giờ trưa, tôi đang làm viêc tại Phủ Thủ Tướng, được anh Nguyễn Thành Thân, cựu sinh viên Cao học HC, vừa là con vừa là Chánh Văn Phòng cho ông Bộ trưởng Phủ Thủ Tướng Nguyễn văn Vàng, thông báo là ông Vàng đang cùng Thủ Tướng Trần Thiện Khiêm trên đường đi đến bệnh viện Đô Thành sau khi nghe tin GS Bông lâm nạn. Tôi liền phối kiểm lại tin tức với Trung tá Tạo, chánh văn phòng của Tư Lệnh CSQG, được biết thêm là Việt Cộng đã ném chất nổ dưới gầm xe khi xe dừng lại tại ngã tư Cao Thắng và Phan thanh Giản, chất nổ làm cháy xe chở GS Bông khiến thân thể cũng bị cháy và ông đã qua đời rồi. Tôi lặng người trong bàng hoàng và vô cùng xúc động với một lòng tiếc thương không thể nào tả hết được.

Chiều hôm đó, tôi đến nhà anh Lê công Truyền ở Gia Định, cả hai cùng đi đến bệnh viện Đô Thành. Tại đây, chúng tôi chỉ đứng bên ngoài vì bên trong đã quá đông người và đang tiến hành lễ tẩn liệm theo nghi thức Phật giáo, nên bản thân tôi không được nhìn mặt GS Bông lần cuối. Riêng anh Truyền thì ngay buổi trưa hôm ấy, khi hay tin, anh đã chạy bộ đến BV Đô Thành và đã nhìn đươc thi thể cuả GS Bông. Theo anh, hình ảnh sau cùng của GS Bông rất là thê thảm.

Sau nầy anh Truyền có nói với tôi rằng, từ sau vụ đặt chất nổ năm 1968 làm sập tường trong phòng Viện Trưởng ,GS Bông tạm thời phải làm việc ở một phòng khác, gần cầu thang và gần phòng làm việc của anh, nên anh có dịp tiếp xúc với GS Bông nhiều hơn. Trong các dịp nầy, anh có kể cho GS Bông nghe một số các trường hợp CS ám sát người quốc gia, sau khi họ điều nghiên giờ giấc và thói quen đi đứng cuả những người đó. Anh Truyền đã khuyên GS Bông cần lưu ý trong việc đi lại hơn nữa. Mới đây, khi có dịp liên lạc với ông bạn thân đã biệt phái người đến bảo vệ an ninh cho GS Bông mà tôi có dịp đề cập ở phần trên, anh ấy cũng cho tôi biết những chi tiết sau: Vài tháng trước ngày GS Bông bị đặt chất nổ, trên đường đi làm việc, tình cờ xe anh chạy sau xe GS Bông lúc xe này vừa ra khỏi nhà ở đường Phan thanh Giản, Anh ấy cố ý chạy theo sau cho đến khi tới Học Viện. Tại HọcViện, anh đã vào gặp GS Bông và nói rằng, trong suốt lộ trình vừa rồi, lúc ngồi trên xe, giáo sư đã chăm chú ngồi đọc tài liệu mà không quan tâm đến quang cảnh chung quanh. Anh cũng đề nghị giáo sư cần thay đổi lộ trình di chuyển.

Một thời gian ngắn sau khi GS Bông mất, Bộ Tư Lệnh CSQG tổ chức họp báo trưng bằng cớ chính bọn CS đã sát hại GS Bông, theo đó toán đặc công thực hiện viêc ám sát thuộc ban trí vận của Mặt Trận Giải Phóng Miền Nam do Trần Bạch Đằng cầm đầu. Lúc bấy giờ, vẫn có dư luận hoài nghi kết quả điều tra này.

Một sự ngẩu nhiên là sau ngày ra tù CS năm 1987, tình cờ tôi có dịp găp được anh Nguyễn bá Minh ở Sàigòn, một người cùng học ở tiểu học và trung học với anh Trương đình Thăng ở Nha Trang (anh Thăng là cựu sinh viên QGHC). Anh Minh cho biết, trước khi thi hành công tác, tổ đặc công VC ném chất nổ vào xe GS Bông đã đến trường Bồ Đề (trường tư thục nằm trên đường Nguyễn thái Học, khu chợ Cầu Ông Lãnh) để mượn chiếc xe Honda của một người đang cư ngụ trong cư xá nầy. Một chi tiết khác nữa tôi được biết qua anh Trương đình Thăng, theo đó sau khi ra tù CS, anh có đi làm việc cho cơ quan dịch vụ đầu tư ở Bến Chương Dương. Tại đây, anh nghe các nhân viên cho biết tên Nguyễn văn Bé, một đảng ủy CS làm việc cho khu chế xuất ở trên lầu, là người đã thực hiện việc ám sát GS Bông. Tên Bé đã kể lại, khì xe ông Bông ngừng lại đã ở ngã tư Cao Thắng và Phan thanh Giản thì chính Bé ném cặp táp đựng chất nổ xuống gầm xe cuả GS Bông, sau đó y phóng xe qua đường Cao Thắng, chạy tiếp vào trong hẽm để đào thoát.

Trong khi đó, anh Lê văn Bỉnh, cũng là cựu sinh viên QGHC, lại cho tôi biết, anh ấy có đọc một cuốn sách không nhớ tựa, do CS xuất bản vào giữa thập niên 1980, trong đó có nói đến người thực hiện việc sát hại GS Bông lúc ấy đang làm phường trưởng ở quận Bình Thạnh. Gần đây nhất, vào khoảng tháng 7/2007, một người ký tên Trần Thanh, trong một bài viết tựa đề " Ai đã giết GS Bông " lại đưa ra các chi tiết khác, theo đó, sau 1975, tạp chí Đứng Dậy (tên mới của tờ Đối Diện trước 1975 của linh mục Chân Tín) có đăng bài viết, dưới dạng hồi ký, kể lại chiến công của toán biệt động thành của tác giả Vũ Quang Hùng. Hùng tự nhận là sinh viên năm thứ ba đại học Khoa học Saigòn, thuộc ban an ninh T4 biệt động thành, trực thuộc Trung Ương Cục R, nhận lệnh ám sát GS Nguyễn văn Bông. Hùng đã cùng một đồng bọn, dùng xe Honda 90, y ngồi phía sau và chính y đã ném chất nổ dưới gầm xe GS Nguyễn văn Bông tại ngã tư Cao Thắng và Phan thanh Giản. Sau 1975, Hùng được cho làm Chủ tịch Uỷ Ban Nhân dân Quận 3 thành phố Hồ chí Minh.

Một chi tiết khá đặc biệt khác nữa tôi xin đề cập thêm ở đây: anh Trần Quang Trí, cựu sinh viên QGHC, trước khi qua đời, trong một bài viết, tường thuật về cái chết của

GS Bông, có lưu ý tới sự có mặt của kịch sĩ Kim Cương, đang ở bên cạnh bà Bông trên lầu, khi anh ấy từ bệnh viện Đô Thành về nhà GS Bông để chuẩn bị tang lễ.(Lúc đầu tang lễ được dự định tổ chức ở nhà, về sau được quyết định cử hành tại trụ sở của Phong Trào Quốc Gia Cấp Tiến trên đường Phan đình Phùng). Về điểm nầy, trong lần gặp gỡ với bà Jackie Bông Wright vào tháng 5/2008 tại Sacramento, tôi có hỏi, được bà xác nhận, cô Kim Cương có đến nhà, ở bên cạnh bà suốt ngày hôm đó. Hồi ấy, bà cũng thấy ngạc nhiên trước sự việc nầy, bởi lẽ, tuy gia đình bà và gia đình Kim Cương trước kia có quen biết, nhưng sau nầy không còn liên lạc nhau. Theo bà nghĩ, có thể CS đã cho cô Kim Cương đến dò la tin tức chung quanh cái chết của GS Bông. (Từ trung tuần tháng 5/1975, các báo Nhân Dân và Quân Đội Nhân Dân đều có đăng bài tường thuật trên trang nhất, liệt kê Kim Cương là thượng tá công an, một cán bộ nằm vùng, hoạt động đắc lực tại miền Nam).

Vấn đề ai trực tiếp giết GS Bông không quan trọng. Điểm chính yếu là chính giới lãnh đạo CS đã chủ trương sát hại ông, với chủ đích vừa triệt hạ một nhà lãnh đạo chính trị tại miền Nam, có nhiều triển vọng sẽ đối đầu bất lợi với họ trong tương lai, vừa gây nghi ngờ trong nội bô những người quốc gia. Theo suy nghĩ của riêng tôi, GS Bông ra đi, là một sự mất mát to lớn cho chính trường miền Nam vì ông được xem là nhân vật sáng giá nhất để cầm đầu một nội các dân sự mà dư luận lúc đó cho là sắp xảy ra trong tương lai gần. Mất GS Bông, PTQGCT mất đi một trụ cột quan trọng bởi lẽ ông là người dễ thu phục cảm tình, có khả năng tập hợp đông đảo giới trí thức trẻ về với ông hơn so với GS Huy. Mất GS Bông, sinh viên trường QGHCvà trường Luật mất đi một vị giáo sư ưu tú, một người thầy tận tụy, tận tình giúp đỡ sinh viên khi được yêu cầu, nhất là đối với các sinh viên bậc cao học đang chuẩn bị đệ trình luận án tiến sĩ công pháp. Hình ảnh vị giáo sư khả kính nầy vẫn mãi sống trong tâm khảm của những người từng làm việc, cộng tác và gần gũi ông.

TRIỆU HUỲNH VÕ

Cựu sinh viên khóa 6 HVQGHC

ELKGROVE ngày 8 tháng 11 năm 2008

DẦU BẠC HÀ LÀ GÌ?

Công dụng dầu bạc hà truherbs/Japanische Peffermintz

******15 công dụng và lợi ích hàng đầu của dầu bạc hà đối với sức khỏe đường ruột, chứng đau đầu, v.v.**

******15 công dụng và lợi ích hàng đầu Làm thế nào để sử dụng nó một cách an toàn Rủi ro, tác dụng phụ và tương tác**

Dầu bạc hà là một trong những loại tinh dầu linh hoạt nhất hiện có.

****Nó có thể được sử dụng dưới dạng thơm, bôi tại chỗ và nội bộ để giải quyết một số vấn đề về sức khỏe, **từ đau cơ và các triệu chứng dị ứng theo mùa đến các vấn đề về năng lượng thấp và tiêu hóa.**

Nó cũng thường được sử dụng để tăng mức năng lượng và cải thiện sức khỏe của cả da và tóc.

Một đánh giá được thực hiện bởi Trung tâm Nghiên cứu Dinh dưỡng Con người về Lão hóa của Bộ Nông nghiệp Hoa Kỳ tại Đại học Tufts cho thấy bạc hà có hoạt tính kháng khuẩn và kháng vi-rút đáng kể.

Nó cũng: hoạt động như một chất chống oxy hóa mạnh hiển thị các hành động chống khối u trong các nghiên cứu trong phòng thí nghiệm cho thấy khả năng chống dị ứng có tác dụng giảm đau giúp thư giãn đường tiêu hóa có thể là chất phòng ngừa hóa học Không có gì lạ tại sao dầu bạc hà lại là một trong những loại tinh dầu phổ biến nhất trên thế giới và tại sao tôi khuyên mọi người nên có nó trong tủ thuốc ở nhà.

Dầu bạc hà là gì? Bạc hà là một loài lai giữa bạc hà và bạc hà nước

(Mentha Aquas). Tinh dầu được thu thập bằng CO2 hoặc chiết lạnh từ các bộ phận tươi trên mặt đất của cây có hoa. Các thành phần hoạt động mạnh nhất bao gồm tinh dầu bạc hà (50% đến 60%) và menthone (10% đến 30%). Bạn có thể tìm thấy bạc hà dưới nhiều dạng, bao gồm tinh dầu bạc hà, lá bạc hà, xịt bạc hà và viên nén bạc hà.

Các thành phần hoạt tính trong bạc hà mang lại cho lá tác dụng tiếp thêm sinh lực và năng lượng.

Dầu bạc hà thường được sử dụng trong dầu dưỡng, dầu gội và các sản phẩm chăm sóc cơ thể khác vì những đặc tính có lợi của nó. Dầu bạc hà không chỉ là một trong những loại thảo mộc lâu đời nhất ở châu Âu được sử dụng cho mục đích y học mà các tài liệu lịch sử khác cho rằng nó được sử dụng trong y học dân gian Trung Quốc và Nhật Bản cổ đại. Nó cũng được nhắc đến trong thần thoại Hy Lạp khi nữ thần Mentha (hay Minthe) bị Pluto biến thành một loại thảo dược có mùi thơm, người đã yêu cô và muốn mọi người đánh giá cao cô trong nhiều năm tới.

Nhiều công dụng của dầu bạc hà đã được ghi nhận từ năm 1000 trước Công nguyên. và đã được tìm thấy trong một số kim tự tháp Ai Cập. Ngày nay, dầu bạc hà được khuyên dùng ***vì tác dụng chống buồn nôn và tác dụng làm dịu niêm mạc dạ dày và ruột kết.***

Nó cũng được đánh giá cao vì tác dụng làm mát và giúp giảm đau cơ khi sử dụng tại chỗ. **Ngoài ra, tinh dầu bạc hà còn có đặc tính kháng khuẩn,** đó là lý do tại sao nó có thể được sử dụng để chống nhiễm trùng và thậm chí làm hơi thở thơm mát. Khá ấn tượng phải không? 15 công dụng và lợi ích hàng đầu

Một số công dụng và lợi ích của dầu bạc hà bao gồm:

1. Giảm đau cơ và khớp Nếu bạn đang thắc mắc liệu dầu bạc hà có tốt cho việc giảm đau hay không thì câu trả lời là "có!" Tinh dầu bạc hà là một loại thuốc giảm đau tự nhiên và giãn cơ rất hiệu quả. Nó cũng có đặc tính làm mát, tiếp thêm sinh lực và chống co thắt.

2. Dầu bạc hà đặc biệt hữu ích trong việc giảm đau đầu do căng thẳng. Một thử nghiệm lâm sàng chỉ ra rằng nó có tác dụng tốt như acetaminophen. Một nghiên cứu khác cho thấy dầu bạc hà bôi tại chỗ có tác dụng giảm đau liên quan đến chứng đau cơ xơ hóa và hội chứng đau cơ.

3. Các nhà nghiên cứu phát hiện ra rằng dầu bạc hà, bạch đàn, capsaicin và các chế phẩm thảo dược

khác có thể hữu ích vì chúng có tác dụng như thuốc giảm đau tại chỗ. Để sử dụng dầu bạc hà để giảm đau, chỉ cần bôi hai đến ba giọt tại chỗ vào vùng cần quan tâm ba lần mỗi ngày, thêm năm giọt vào bồn nước ấm với muối Epsom hoặc thử xoa bóp cơ tự chế.

4. Kết hợp bạc hà với dầu oải hương cũng là cách tuyệt vời giúp cơ thể bạn thư giãn và giảm đau cơ.

5. Chăm sóc xoang và hỗ trợ hô hấp Liệu pháp hương thơm bạc hà có thể giúp thông tắc xoang và giúp giảm đau họng. Nó hoạt động như một chất làm long đờm sảng khoái, giúp mở đường thở, làm sạch chất nhầy và giảm tắc nghẽn.

6. Nó cũng là một trong những loại tinh dầu tốt nhất cho cảm lạnh, cúm, ho, viêm xoang, hen suyễn, viêm phế quản và các tình trạng hô hấp khác. Các nghiên cứu trong phòng thí nghiệm cho thấy các hợp chất có trong dầu bạc hà có đặc tính kháng khuẩn, kháng vi-rút và chống oxy hóa, có nghĩa là nó cũng có thể giúp chống lại các bệnh nhiễm trùng dẫn đến các triệu chứng liên quan đến đường hô hấp. Trộn dầu bạc hà với dầu dừa và dầu bạch đàn để tạo thành hỗn hợp xông hơi tự chế. Bạn cũng có thể khuếch tán năm giọt bạc hà hoặc bôi hai đến ba giọt tại chỗ lên thái dương, ngực và sau gáy.

7. **Giảm dị ứng theo** mùa Dầu bạc hà có hiệu quả cao trong việc thư giãn các cơ trong đường mũi của bạn và giúp loại bỏ bụi bẩn và phấn hoa khỏi đường hô hấp của bạn trong mùa dị ứng.

Nó được coi là một trong những loại tinh dầu tốt nhất cho bệnh dị ứng vì đặc tính long đờm, chống viêm và tiếp thêm sinh lực.

Một nghiên cứu trong phòng thí nghiệm được công bố trên Tạp chí Nghiên cứu Y khoa Châu Âu cho thấy **các hợp chất bạc hà cho thấy hiệu quả điều trị tiềm năng trong điều trị các rối loạn viêm mãn tính, chẳng hạn như viêm mũi dị ứng, viêm đại tràng và hen phế quản. Trong khi đó, một nghiên cứu năm 2022 được công bố trên Frontiers in Allergy cho thấy việc hít tinh dầu bạc hà "có tác dụng phục hồi hiệu quả các mối nối chặt chẽ và ngăn chặn tình trạng viêm nhiễm trong mô hình viêm mũi dị ứng".**

Để giúp giảm các triệu chứng dị ứng theo mùa bằng sản phẩm DIY của riêng bạn, hãy khuếch tán dầu bạc hà và dầu khuynh diệp tại nhà hoặc bôi hai đến ba giọt bạc hà lên thái dương, ngực và sau gáy.

8. **Tăng năng lượng và cải thiện hiệu suất tập thể dục** Để có một giải pháp thay thế không độc hại cho đồ uống tăng lực không tốt cho sức khỏe, hãy uống một ít hương bạc hà. Nó giúp tăng mức năng lượng của bạn trong những chuyến đi đường dài, ở

trường hoặc bất kỳ lúc nào bạn cần "đốt dầu lúc nửa đêm".

Nghiên cứu cho thấy nó **cũng có thể giúp cải thiện trí nhớ và sự tỉnh táo khi hít vào. Nó có thể được sử dụng để nâng cao hiệu suất thể chất của bạn,** cho dù bạn cần một chút động lực trong quá trình tập luyện hàng tuần hay bạn đang tập luyện cho một sự kiện thể thao. Một nghiên cứu được công bố trên Tạp chí **Phytomedicine Avicenna** đã điều tra tác động của việc ăn bạc hà đối với hiệu suất tập thể dục.

Ba mươi nam sinh viên đại học khỏe mạnh được chia ngẫu nhiên thành các nhóm thực nghiệm và đối chứng**. Họ được cho uống một liều tinh dầu bạc hà** và các phép đo được thực hiện dựa trên các thông số sinh lý và hiệu suất của họ. Các nhà nghiên cứu đã quan sát thấy sự cải thiện đáng kể ở tất cả các biến số được thử nghiệm sau khi uống dầu bạc hà. Những người trong nhóm thử nghiệm cho thấy lực bám của họ tăng dần và đáng kể khi đứng nhảy thẳng đứng và đứng nhảy xa. **Nhóm sử dụng dầu bạc hà cũng cho thấy sự gia tăng đáng kể về lượng không khí thở ra từ phổi, tốc độ thở cao nhất và tốc độ thở ra cao nhất**.\

Điều này cho thấy bạc hà có thể có tác động tích cực đến cơ trơn phế quản. Để tăng mức năng lượng của bạn và cải thiện khả năng tập trung với dầu bạc hà, hãy uống một đến hai giọt với một cốc nước hoặc bôi hai đến ba giọt lên thái dương và sau gáy.

Công dụng dầu bạc hà truherbs/Japanische Peffermintz

9. Giảm đau đầu Bạc hà trị đau đầu có khả năng cải thiện tuần hoàn, làm dịu ruột và thư giãn các cơ đang căng thẳng.

Tất cả những tình trạng này có thể gây đau đầu do căng thẳng hoặc đau nửa đầu, khiến dầu bạc hà trở thành một trong những loại tinh dầu trị đau đầu tốt nhất. Một thử nghiệm lâm sàng từ các nhà nghiên cứu tại Phòng khám Thần kinh thuộc Đại học Kiel, Đức, cho thấy sự kết hợp giữa dầu bạc hà, dầu khuynh diệp và ethanol có "tác dụng giảm đau đáng kể và giảm độ nhạy cảm với chứng đau đầu". Khi những loại dầu này được thoa lên trán và thái dương, chúng cũng làm tăng hiệu suất nhận thức và có tác dụng thư giãn cơ bắp và tinh thần. Để sử dụng nó như một phương pháp chữa đau đầu tự nhiên, bạn chỉ cần thoa hai đến ba giọt lên thái dương, trán và sau gáy. Nó sẽ bắt đầu giảm đau và căng thẳng khi tiếp xúc.

10. **Cải thiện triệu chứng IBS Viên nang dầu bạc hà đã được chứng minh là có hiệu quả trong việc điều trị hội chứng** ruột kích thích (IBS) một cách tự nhiên. Dầu bạc hà cho IBS làm giảm co thắt ở ruột kết, thư giãn các cơ trong ruột của bạn và có thể giúp giảm đầy hơi

và chướng bụng. Một thử nghiệm lâm sàng ngẫu nhiên, có đối chứng giả dược cho thấy các triệu chứng IBS giảm 50% ở 75% bệnh nhân sử dụng nó. Khi 57 bệnh nhân mắc IBS được điều trị bằng hai viên dầu bạc hà hai lần một ngày trong bốn tuần hoặc giả dược, phần lớn bệnh nhân trong nhóm bạc hà đã cải thiện các triệu chứng, bao gồm giảm chảy máu bụng, đau bụng hoặc khó chịu, tiêu chảy, táo bón và cấp bách. lúc đại tiện. Để giúp giảm các triệu chứng IBS, hãy thử uống một đến hai giọt dầu bạc hà với một cốc nước hoặc thêm vào viên nang trước bữa ăn. Bạn cũng có thể bôi hai đến ba giọt tại chỗ lên bụng.

11. Giúp hơi thở thơm mát và hỗ trợ sức khỏe răng miệng Đã được thử nghiệm và khẳng định trong hơn 1.000 năm, cây bạc hà đã được sử dụng để làm hơi thở thơm mát một cách tự nhiên. Điều này có lẽ là do dầu bạc hà tiêu diệt vi khuẩn và nấm có thể dẫn đến sâu răng hoặc nhiễm trùng. Một nghiên cứu trong phòng thí nghiệm được công bố trên Tạp chí Nha khoa Châu Âu cho thấy dầu bạc hà (cùng với dầu cây trà và tinh dầu húng tây) có hoạt tính kháng khuẩn chống lại mầm bệnh đường miệng, bao gồm Staphylococcus aureus, Enterococcus faecalis, Escherichia coli và Candida albicans. Để tăng cường sức khỏe răng miệng của bạn và làm tươi mới y

Thúc đẩy tăng trưởng tóc và giảm gàu Bạc hà được sử dụng trong nhiều sản phẩm chăm sóc tóc chất lượng cao vì nó có thể làm dày và nuôi dưỡng những sợi tóc hư tổn một cách tự nhiên. Nó có thể được sử dụng như một phương pháp điều trị tự nhiên cho tóc mỏng, đồng thời giúp kích thích da đầu và tiếp thêm sinh lực cho tâm trí của bạn. **Ngoài ra, tinh dầu bạc hà đã được chứng minh là một chất khử trùng mạnh mẽ, vì vậy nó có thể giúp loại bỏ vi trùng tích tụ trên da đầu và các sợi tóc của bạn. Nó thậm chí còn được sử dụng trong dầu gội chống gàu**. Nó thực sự có thể là một trong những loại dầu tốt nhất cho sự phát triển của tóc. Một nghiên cứu trên động vật đã thử nghiệm hiệu quả tái phát triển của nó trên chuột cho thấy rằng sau khi bôi bạc hà tại chỗ trong bốn tuần, đã có sự gia tăng đáng kể về độ dày của da, số lượng nang và độ sâu của nang.

Nó hiệu quả hơn việc bôi nước muối, dầu jojoba và minoxidil, một loại thuốc dùng để mọc lại. Để sử dụng bạc hà cho tóc nhằm thúc đẩy sự phát triển và nuôi dưỡng tóc, bạn chỉ cần thêm hai đến ba giọt vào dầu gội và dầu xả. Bạn cũng có thể tự làm dầu gội bạc hà hương thảo, tạo sản phẩm dạng xịt bằng cách thêm 5 đến 10 giọt bạc hà vào bình xịt chứa đầy nước hoặc chỉ cần xoa bóp 2 đến 3 giọt vào da đầu khi tắm.

Giảm ngứa Nghiên cứu cho thấy tinh dầu bạc hà có trong dầu bạc hà có tác dụng ức chế ngứa. Một thử nghiệm lâm sàng mù ba bao gồm 96

phụ nữ mang thai được lựa chọn ngẫu nhiên được chẩn đoán bị ngứa đã kiểm tra khả năng cải thiện triệu chứng của bạc hà. Ngứa là một vấn đề phổ biến liên quan đến cảm giác ngứa ngáy khó chịu, liên tục và không thể xoa dịu. Trong nghiên cứu, phụ nữ sử dụng kết hợp bạc hà và dầu mè hoặc giả dược hai lần một ngày trong hai tuần. Các nhà nghiên cứu phát hiện ra rằng mức độ ngứa ở nhóm được điều trị cho thấy sự khác biệt đáng kể về mặt thống kê so với nhóm dùng giả dược. Sống chung với chứng ngứa có thể là một nỗi đau. Để giúp giảm ngứa bằng bạc hà, chỉ cần bôi hai đến ba giọt tại chỗ vào vùng cần quan tâm hoặc thêm 5 đến 10 giọt vào bồn nước ấm. Nếu bạn có làn da nhạy cảm, hãy kết hợp nó với dầu vận chuyển với tỷ lệ bằng nhau trước khi bôi. Bạn cũng có thể trộn nó vào kem dưỡng da hoặc kem thay cho dầu vận chuyển.

12. **Xua đuổi côn trùng một cách tự nhiên** Không giống như con người chúng ta, một số sinh vật nhỏ ghét mùi bạc hà, bao gồm kiến, nhện, gián, muỗi, chuột và thậm chí có thể là chấy rận. *Điều này làm cho dầu bạc hà có tác dụng xua đuổi nhện, kiến, chuột và các loài gây hại khác một cách hiệu quả và tự nhiên. Nó cũng có thể có hiệu quả đối với bọ ve. Một đánh giá về thuốc chống côn trùng có nguồn gốc từ thực vật được công bố trên Tạp chí Sốt rét cho thấy các loại tinh dầu thực vật hiệu quả nhất được sử dụng trong thuốc chống côn trùng bao gồm: bạc hà cộng sả phong lữ cây thông cây tuyết tùng xạ hương Quảng hoắc hương Đinh hương Những loại dầu này đã được chứng minh là có tác dụng đẩy lùi các vật truyền bệnh sốt rét, giun chỉ và sốt* vàng da trong 60–180 phút. Một nghiên cứu khác cho thấy dầu bạc hà có tác dụng bảo vệ hoàn toàn khỏi muỗi trong 150 phút chỉ với 0,1 mL dầu bôi lên cánh tay. Các nhà nghiên cứu lưu ý rằng sau 150 phút, hiệu quả của dầu bạc hà giảm và cần phải bôi lại.

Giảm buồn nôn Khi 34 bệnh **nhân bị buồn nôn sau phẫu thuật sau khi trải qua** phẫu thuật tim và họ sử dụng ống hít hương liệu có chứa dầu bạc hà, mức độ buồn nôn của họ được phát hiện là khác biệt đáng kể so với trước khi hít phải bạc **hà. Các bệnh nhân được yêu cầu đánh giá cảm giác buồn nôn của họ theo thang** điểm từ 0 đến 5, trong đó 5 là mức buồn nôn lớn nhất. Điểm trung bình tăng từ 3,29 trước khi hít dầu bạc hà lên 1,44 hai phút sau đó. Để thoát khỏi cơn buồn nôn, bạn chỉ cần hít trực tiếp dầu bạc hà từ chai, thêm một giọt vào cốc nước cất hoặc xoa một đến hai giọt sau tai.

13. Cải thiện triệu chứng đau bụng **Có nghiên cứu cho thấy dầu bạc hà có thể hữu ích như một** phương thuốc chữa đau bụng tự nhiên. Theo một nghiên cứu chéo được công bố trên **Thuốc bổ sung và thay thế dựa trên bằng chứng, sử dụng dầu bạc hà có hiệu quả tương**

đương với thuốc Simethicone để điều trị chứng đau bụng ở trẻ sơ sinh mà không có tác dụng phụ liên quan đến thuốc được kê đơn.

Các nhà nghiên cứu phát hiện ra rằng thời gian khóc trung bình ở trẻ sơ sinh bị đau bụng tăng từ 192 phút mỗi ngày lên 111 phút mỗi ngày. Tất cả các bà mẹ đều báo cáo rằng tần suất và thời gian các cơn đau bụng giảm như nhau ở những người sử dụng dầu bạc hà và Simethicone**, một loại thuốc dùng để giảm đầy hơi, chướng** bụng và khó chịu ở dạ dày. Trong nghiên cứu, trẻ sơ sinh được cho một giọt Mentha piperita cho mỗi kg trọng lượng cơ thể mỗi ngày một lần trong thời gian bảy ngày. Trước khi sử dụng nó cho trẻ sơ sinh của bạn, hãy nhớ thảo luận về kế hoạch điều trị này với bác sĩ nhi khoa của con bạn.

14. Tăng cường sức khỏe làn da Dầu bạc hà có tác dụng làm dịu, làm mềm, săn chắc và chống viêm trên da khi sử dụng tại chỗ. Nó có đặc tính sát trùng và kháng khuẩn. Đánh giá về tinh dầu như chất kháng khuẩn tiềm năng để điều trị các bệnh ngoài da được công bố trên Eviden

145. Bảo vệ và giảm cháy nắng Dầu bạc hà có thể dưỡng ẩm những vùng bị cháy nắng và giảm đau. Nó cũng có thể được sử dụng để giúp ngăn ngừa cháy nắng. Một nghiên cứu trong ống nghiệm cho thấy dầu bạc hà có giá trị hệ số chống nắng (SPF) cao hơn hầu hết các loại tinh dầu khác, **bao gồm hoa oải hương, khuynh diệp, cây trà và dầu hoa hồn**g. Để tăng cường khả năng chữa lành sau khi tiếp xúc với ánh nắng mặt trời và giúp bảo vệ bạn khỏi bị cháy nắng, hãy trộn hai đến ba giọt dầu bạc hà với nửa thìa dầu dừa và bôi trực tiếp lên vùng da cần điều trị. Bạn cũng có thể tự làm thuốc xịt chữa cháy nắng tự nhiên để giảm đau và hỗ trợ tái tạo làn da khỏe mạnh.

16. Chất chống ung thư tiềm năng Mặc dù cần nhiều nghiên cứu hơn trong lĩnh vực này nhưng một số nghiên cứu trong phòng thí nghiệm chỉ ra rằng bạc hà có thể hữu ích như một chất chống ung thư. Một nghiên cứu như vậy cho thấy hợp chất tinh dầu bạc hà ức chế sự phát triển của ung thư tuyến tiền liệt bằng cách gây chết tế bào và điều chỉnh các quá trình của tế bào.

Làm thế nào để sử dụng nó một cách an toàn

Dầu bạc hà cực kỳ linh hoạt. Nó an toàn cho cả sử dụng bên trong và bên ngoài với số lượng thích hợp và có thể được sử dụng có hoặc không có dầu vận chuyển để pha loãng (khi sử dụng tại chỗ).

Dưới đây là một số cách an toàn và hiệu quả để sử dụng nó trong thói quen hàng ngày của bạn:

Khuếch tán nó Bạn muốn cảm thấy tỉnh táo và tỉnh táo? Hãy thử thêm khoảng năm giọt vào máy khuếch tán để có mùi hương tràn đầy năng lượng dễ dàng tràn ngập căn phòng. Hình thức trị liệu bằng hương thơm này thậm chí có thể giúp bạn thở dễ dàng hơn. Chỉ cần làm theo các hướng dẫn an toàn về tinh dầu và hít vào khi mùi hương lan tỏa khắp phòng - với liệu pháp mùi hương, bạn không cần phải ngẩng đầu lên trước không khí phát ra từ máy khuếch tán. Nấu ăn với nó Sử dụng các loại tinh dầu ăn được, như bạc hà, trong nấu ăn là một cách tự nhiên, đáng kinh ngạc để không chỉ có được những đặc tính của dầu bạc hà mà còn là một hương vị bạc hà tuyệt vời cho các món ăn. Vỏ cây bạc hà, có ai không? Thêm nó vào sinh tố hoặc đồ uống

Nhiều người thắc mắc: Tinh dầu bạc hà có uống được không? Cho dù đó là một giọt trong đồ uống của bạn hay hai giọt trong sinh tố, bạc hà nguyên chất thực sự có thể mang lại cảm giác sảng khoái cho đồ uống.

Ngoài ra, đây là sự lựa chọn tuyệt vời để chống lại vi khuẩn và các vấn đề về dạ dày.

Tạo một loại dầu massage với nó Bạn có thể bôi dầu bạc hà trực tiếp lên da? Đúng! Vì dầu bạc hà có tác dụng làm dịu, làm mát và tiếp thêm sinh lực nên đây là thành phần hoàn hảo để làm dầu massage, đặc biệt là vào mùa hè. Pha loãng vài giọt dầu hạnh nhân hoặc dầu hạt nho. ***Để thư giãn thêm, hãy thêm hoa oải hương và bạch đàn.***

Chà chân của bạn với nó Bạn cảm thấy mệt mỏi với các loại mỹ phẩm và sản phẩm chăm sóc cá nhân chứa đầy các hóa chất không rõ nguồn gốc? Tôi khuyên bạn nên tự làm sản phẩm tự chế bất cứ khi nào có thể. Dầu bạc hà là sự bổ sung tuyệt vời cho sản phẩm tẩy tế bào chết cho bàn chân để chăm sóc đôi chân của bạn.

nhớ rằng chỉ cần một chút là có tác dụng lâu dài. Tất cả những gì bạn cần là một đến hai giọt mỗi lần. Đối với một số người, việc ăn nó có thể gây ra tác dụng phụ, có thể bao gồm ợ chua, đỏ bừng, lở miệng và đau đầu.

Nó có độc hại với con người không?

Nó có thể an toàn khi dùng bằng đường uống với lượng thường thấy trong thực phẩm và khi sử dụng tại chỗ và có mùi thơm. Uống tinh dầu bạc hà có tốt không?

Câu trả lời nói chung là có, nhưng chỉ với số lượng nhỏ. Điều đó nói lên rằng, uống quá nhiều dầu có thể gây độc, vì vậy hãy nhớ rằng chỉ cần một chút là có tác dụng lâu dài. *Tất cả những gì bạn cần là một đến hai giọt mỗi lần. Đối với một số người, việc ăn nó có thể gây ra tác dụng phụ, có thể bao gồm ợ nóng, đỏ bừng mặt, lở miệng và đau đầu. Một số loại thuốc kê đơn và thuốc không kê đơn có thể tương* tác bất lợi với dầu bạc hà.

Các chất bổ sung dạng bọc ruột có thể gây tan nhanh, dẫn đến ợ chua, buồn nôn và hấp thu nhanh một số loại thuốc. Các loại thuốc sau đây có khả năng tương tác "**vừa phải**" với dầu bạc hà: Neoral miễn dịch cát Elavil Haldol Zofran Inderal Theo-Dur Calan Isoptin Prilosec chiếm ưu thế Protonix Diazepam Valium soma viracept Cataflam Voltaren Ibuprofen/Motrin Mobic Feldene Celebrex Elavil Warfarin/Coumadin Glucotrol Iosartan cozaar Mevacor Nizoral Sporanox Allegra Halcion

Các loại thuốc sau đây có khả năng tương tác "nhỏ": Thuốc kháng axit không kê đơn và theo toa tum Rolaids Ripan Bilagog amphojel Tagamet Zantac axit Pepcid Prilosec chiếm ưu thế aciphex Protonix Nexium Bạc hà có thể làm giảm sự hấp thu sắt khi dùng đồng thời. Nếu bạn đang dùng chất bổ sung sắt và dầu bạc hà, hãy dành ít nhất ba giờ giữa hai lần. Bạc hà cũng làm tăng sự hấp thu quercetin khi dùng cùng lúc, vì vậy hãy uống ít nhất ba giờ giữa các lần dùng chung.

Phần kết luận

Dầu bạc hà được biết đến với đặc tính làm mát, tiếp thêm sinh lực, long đờm, kháng khuẩn, chống co thắt, tăng cường năng lượng và giảm đau.

Đây là một trong những loại thảo mộc lâu đời nhất ở Châu Âu được sử dụng cho mục đích y học, với các công dụng hàng đầu bao gồm giảm đau, hỗ trợ hô hấp, giảm dị ứng và tăng năng lượng. Các tác dụng phụ tiềm ẩn là gì? Đối với những người nhạy cảm với dầu bạc hà, nó có thể gây đau đầu, ợ nóng và kích ứng. Nó không nên được sử dụng trên da của trẻ sơ sinh hoặc trẻ nhỏ.

(Amy tong hop)

DOÃN QUỐC SỸ
TỪ HIỆN SINH ĐẾN VÀO THIỀN

Nhà văn Doãn Quốc Sỹ mới qua đời tại Mỹ, hưởng Thọ 102 tuổi (theo lịch Âm là 103 tuổi). Ông là hàng nhà văn tiền bối cuối cùng trong thế hệ Chiến tranh Việt Nam vừa ra đi. Ông vừa là nhà văn, vừa là nhà giáo và cho rằng dạy học là nghề, viết văn là nghiệp. Như thế trong nhãn quan Phật giáo thì phải chăng văn chương là duyên và tác phẩm là "nợ" như khái niệm "duyên nợ trần ai" giữa đời thường.

Từ trái sang phải: TS Bạch Xuân Khoẻ. TS Trần Kiêm Đoàn,
Nhà văn. GS Doãn Quốc Sỹ, Thiền sư Thích Nhất Hạnh,
Nhà văn Doãn Quốc Hưng (Photo VIIPG)

Trong bối cảnh cuộc chiến Việt Nam, nhà giáo chỉ đứng trên bục giảng của một khung cảnh xã hội nhất định; nhưng là nhà văn thì phải đứng giữa hai lằn đạn của khuynh hướng chính trị và nhân sinh "bên này Pyrenees là chân lý bên kia là sai lầm" nên nhà văn phải cầm ngọn bút dựa trên liêm sỉ của tâm hồn mà đứng dậy. Đặc biệt Doãn Quốc Sỹ xuất thân từ miền Bắc, vào Nam, rồi qua Mỹ giữa trùng điệp Trường Sơn và Pyrenees – cả chân lý lẫn sai lầm – để tồn tại không phải là một sự xác định hiện sinh đơn thuần mà là một hành giả... vào thiền: Âm trầm, khí phách mà lặng lẽ bởi "kiến tánh" để về với chính mình, tiếp cận đạo lý nhân sinh và thong dong đi giữa cuộc đời lắm đê điều, be bờ chắn lối.

Văn chương như duyên:

Ông không chọn văn như một con đường chính để sống; ông chọn nó bằng mối xúc cảm, bằng tâm niệm, bằng những gắn kết nội tại với đời. Có thể nói, văn chương đến với ông như một duyên lớn: duyên với ngôn từ, duyên với thời cuộc, duyên với nỗi đau cá nhân và cộng đồng. Duyên ấy không dễ nhận biết, không dễ đếm được, nhưng một khi đã bám sâu trong tâm thức, nó dẫn lối để người ấy phải cầm bút, dõi nhìn.

Sự nghiệp là nợ:

Sự nghiệp – dạy học và những vai trò xã hội – là cái ông gánh vác trong đời. Người thầy có trách nhiệm, người nhà giáo chịu gánh nặng cho lớp trẻ, cho nền học thuật. Trong Phật học, "nợ" chẳng phải là cái xấu; nợ là trách nhiệm: nợ tổ tiên, nợ nhân sinh, nợ chữ nghĩa, nợ chúng sinh. Ông mang nợ ấy không hờ hững, không tầm thường; ông trả lời nó bằng tận tâm, bằng sự vững vàng, bằng lòng kiên nhẫn suốt nhiều thập niên.

Giao hòa duyên - nghiệp:

Với Doãn Quốc Sỹ, dạy học không tách rời văn chương. Dạy học là cách thắp lên ngọn đèn cho người khác; văn chương là cách ông đốt lên ánh lửa in lại vào tâm người đọc. Hai cái ấy giao nhau, không song hành riêng rẽ. Nếu văn chương chỉ là duyên, nó mong manh dễ trôi khi duyên hết. Nếu sự nghiệp chỉ là nợ, nó có thể biến thành oán than nếu không có ý thức hướng thiện. Ông đã vừa giữ duyên văn chương, vừa gánh nợ sự nghiệp; và phải chăng đó là cách người trí nên sống theo hướng nhìn Phật, vào thiền, lấy tinh thần "tự độ, độ tha" làm kim chỉ nam giữa dòng sống muôn vạn nẻo đường.

Nhà văn Doãn Quốc Sỹ là tác giả của hơn 15 tác phẩm văn chương, văn học và khảo luận mang tầm vóc quốc gia và quốc tế. Là nhà giáo, ông từng du học, tu nghiệp ở Hoa Kỳ và làm giáo sư tại các trường trung học Hà Nội, Sài Gòn và Đại học Sư Phạm, Văn Khoa Sài Gòn từ đầu những năm 1960. Khuynh hướng sáng tác văn chương của nhà văn Doãn Quốc Sỹ mang đậm tính nhân bản, tâm linh và hiện sinh, thể hiện qua ba tầm mức sau đây:

1. *Khuynh hướng nhân bản: Bảo lưu phẩm giá con người*

Doãn Quốc Sỹ luôn nhìn con người trong mối quan hệ giữa thiện và ác, giữa ánh sáng và bóng tối, giữa lý tưởng và sa ngã: Nhân vật trong các truyện như Khu Rừng Lau, U Ám, Gió Trên Đảo Kinh, Chiếc Chiếu Hoa Cạp Điều... thường là những con người nhỏ bé nhưng không buông xuôi, luôn hướng về cái đẹp, cái thiện dù phải chịu đau thương. Ông coi con người là trung tâm của mọi bi kịch và cứu rỗi. Đó là một khuynh hướng nhân bản tích cực đậm tính hiện sinh Việt Nam. Hiện sinh không mang dấu ấn của hoài nghi tuyệt vọng đầy lý tính phương Tây mà rất gần với tinh thần phá chấp Phật giáo và tự tại Thằng Bờm dân gian Việt Nam.

2. *Khuynh hướng tâm linh: Phật học và hướng nội*

Trong số 15 tác phẩm sáng giá của nhà văn Doãn Quốc Sỹ, cuốn Vào Thiền là tác phẩm mỏng nhất (dưới 100 trang) nhưng lại là tác phẩm tái bản nhiều lần nhất. Vào Thiền xuất bản năm 1970 với nội dung là những giai thoại và tùy bút về Thiền như: Lời Thiền, Đạo Thiền, Hư Vô và Thực Tại "Ai hay không có – có không là gì?"... Tư tưởng Phật giáo của Doãn Quốc Sỹ được thể hiện qua những suy tư "vào thiền" trong tác phẩm không rao giảng giáo lý Thiền mà để sự tỉnh thức đến với Thiền; mời gọi độc giả cùng sống với các nhân vật tự chiêm nghiệm nỗi khổ, sự vô thường và con đường giải thoát bằng tâm an lạc, trí sáng soi, lòng từ ái. Nội dung mang nét tĩnh lặng, hướng nội, thẩm nhập chiều sâu thiền quán giữa khung cảnh chiến tranh cũng như hòa bình và ngay giữa vòng tao loạn. Phong vị văn chương trong Vào Thiền khác hẳn với dòng văn chương hiện sinh, hoài nghi, bất chấp, nổi loạn đầy tính chất đô thị ồn ào thời thượng đương thời.

3. Khuynh hướng hiện sinh: Căn bản đạo lý dân tộc

Sau 1954, trong bối cảnh chia cắt và khủng hoảng tinh thần, văn chương Doãn Quốc Sỹ đặt vấn đề "làm người giữa thời phi nhân". Nhưng khác với chủ nghĩa hiện sinh u ám, trầm tịch của Sartre hay Camus, Doãn Quốc Sỹ không tuyệt vọng, hướng tới hiện sinh cứu rỗi: Con người nhận diện bản ngã trong khổ đau và bằng tình thương vẫn có thể sống trọn đạo làm người Việt Nam giữa mọi hoàn cảnh, đem sự yên ắng trong chính mình để đối diện với bao nỗi lao đao ngoài xã hội.

Tính Thiền trong cõi Phật, tất cả đều là duyên trần. Cái gì do duyên sinh, cái ấy cũng do duyên diệt. Vì vậy, hợp hay tan đều chỉ là hai trạng thái tạm thời của dòng duyên sinh vô thường, không có gì cố định hay vĩnh cửu. Hiểu được vậy là bước đầu của trí tuệ buông xả. Còn duyên thì gặp, hết duyên thì chia nên sự nghiệp cho dù lớn lao đến mấy, cũng chỉ là khúc quanh trong dòng vô thường. Nên duyên nợ văn chương riêng một góc trời nghệ thuật như Doãn Quốc Sỹ, đem bút vào thiền không phải là cách nói ước lệ, mà là bản tâm, là nội quan soi chiếu cả đời.

Viết giữa chiến tranh, hậu chiến, hải ngoại, nhân vật cũng như hoàn cảnh sống giữa lịch sử nhiều biến động mà vẫn mang được nét như như tịnh không là bài toán khó. Đôi khi văn chương phải đối mặt với áp lực chính trị, kiểm duyệt, định kiến, cường quyền nên cần "tiến những bước lùi" để giữ cái nhân. Chất Thiền trong cuộc sống lắm lúc vô hình vô ảnh; cuộc hành trình cũng là hành hương trong thanh tịnh nhưng nhà văn đã trải nghiệm bao điều sinh diệt trong từng nháy mắt trên đường sáng tạo. Vị Thiền đầy ý nghĩa trong tác phẩm văn chương của Doãn Quốc Sỹ là không chạy đua với thời thịnh sự. Ông là một nhà văn thiên về chiều sâu, từ tốn, không bám theo xu hướng thị trường, không chạy theo cái danh, không đánh đổi tính chân thật để được nổi bật; ông giữ vững lập trường văn chương của mình, giữ cái chất đặc thù của người trải nghiệm nhiều tầng lớp biến động.

Khi nhà văn Doãn Quốc Sỹ phát hành Vào Thiền vào năm 1970 là thời điểm tôi tốt nghiệp Đại Học Sư Phạm Huế và đang sinh hoạt với nhóm Thiền học của Liên Gia Đình Phật Tử Thừa Thiên Huế, thường vẫn lấy tư tưởng Thiền Luận của Suzuki và sách báo Phật học của Đại học Vạn Hạnh với những tên tuổi của các tu sĩ và trí thức Phật giáo như quý thầy Thiên Ân, Minh Châu, Nhất Hạnh, Tuệ Sỹ, Trí Siêu...; Nguyễn Đăng Thục, Phạm Công Thiện... Chúng tôi nắm bắt ngay cơ hội tác phẩm Vào Thiền vừa mới xuất bản để làm tài liệu tham khảo cho các đạo hữu trong nhóm. Nhưng mãi đến khi qua Mỹ, tôi mới có thiện duyên gặp được tác giả hai lần: Một lần tại Santa Ana với sự hiện diện của nhiều nhà văn, nhà báo và một lần tại Escondido trong khóa tu học Mở Cửa Trái Tim có Thầy Thích Nhất Hạnh chủ trì. Với Doãn Quốc Sỹ, con người và tác phẩm, nghệ thuật và nhân sinh, ngôn từ và tâm đạo là một; đọc tác phẩm cũng như đối diện với chính tác giả bằng xương bằng thịt: nét tài hoa, sự khiêm tốn và tinh thần trí tuệ, từ bi là chân dung của nhà văn vừa vĩnh biệt.

Với tuổi đời đại thượng thọ, nhà văn, nhà giáo Doãn Quốc Sỹ ra đi như lá rụng về cội, tâm đạo về thiền. Thế hệ kế thừa chỉ mong những tác phẩm tiêu biểu nhất của ông được sớm dịch ra tiếng Anh, không phải ở tầm mức "thông ngôn" của Google hay Trí tuệ Nhân tạo mà phải là ngôn ngữ chuyên đề của văn chương nghệ thuật. Ông ra đi giữa mùa Thu: lá rụng về cội và về thiền là hòa nhập thể tánh; không lại hoàn không.

Sacramento, Thu 2025
Trần Kiêm Đoàn

Nụ Hôn Để Đời

Một buổi chiều tại San Francisco, có anh tài xế taxi đón một người khách là một Bà Sơ ("Catholic Nun"). Khi xe chạy, anh tài xế cứ quay nhìn chằm chằm vào Bà Sơ. Bà Sơ để ý chuyện này. Một lúc sau Bà Sơ hỏi:

- "Tại sao con cứ nhìn ta?"

Anh tài xế nói:

- "Con định hỏi Sơ một câu nhưng sợ làm Sơ mất lòng."

Bà Sơ nói:

- "Con cứ nói. Ta vào tuổi này đã thấy và nghe mọi chuyện rồi, thành ra không còn có gì có thể làm ta mất lòng cả… Con cứ nói tự nhiên."

- "Con có ước mơ ('fantasy') là được hôn môi ('wet french kiss') một Bà Sơ… Không hiểu Sơ sẽ nghĩ sao?"

Bà Sơ trả lời:

- "Ta sẽ chấp nhận cho con hôn môi ta với hai điều kiện: Một là con phải còn độc thân. Hai là con phải là người Công giáo ('Catholic')."

Anh tài xế mừng rỡ nói:

- "Thưa Sơ. Con vừa độc thân vừa là người Công giáo."

Bà Sơ liền nói:

- "OK! Vậy con cho xe đậu vào mé đường hẻm ('alley') này nhe."

Và Bà Sơ cho anh tài xế hôn môi say đắm để đời…(!)

Khi cho xe taxi chạy tiếp được một quãng, anh tài xế bỗng bật khóc làm Bà Sơ ngạc nhiên hỏi:

- "Sao vậy?"

- "Con đã nói dối. Con đã có gia đình và con là người theo đạo Do Thái, không phải là người Công giáo…"

Bà Sơ thản nhiên trả lời:

- "Anh cũng đừng có bận tâm làm quái gì. Tôi tên là Kevin. Tôi đang trên đường đi dự một "Halloween Party" đây."

Tài xế:

- ?!

GIỮA HOANG MẠC TINH THẦN
TÌM LẠI TÂM KINH

Mùa Nobel đang nở rộ với các giải thưởng danh giá nhất trong nhiều lĩnh vực chuyên môn như Vật Lý, Hóa Học, Y Khoa, Văn Chương, Hòa Bình đang lần lượt được công bố. Sự thú vị tuyệt vời trong mùa phát giải Nobel là hầu hết người trúng giải đều thật sự xứng đáng là những nhân vật tinh hoa thời đại. Giải Nobel Văn Chương năm nay đang xoáy vào đề tài "hoang mạc tinh thần" hay "sa mạc vô tâm"... nói đến thân phận con người giữa vòng xoáy của sự cô độc trong cơn tuyệt vọng gần như tận thế của tâm hồn. Trước nỗi tuyệt vọng đầy cuồng nộ của phương Tây và nhẹ nhàng hơn ở phương Đông mình thử làm người cưỡi ngựa xem hoa, đi tìm vài giọt sương Thu trong cơn khát cháy...

Khôi nguyên Nobel Văn chương 2025

Giải thưởng văn chương cao quý nhất thế giới – giải Nobel Văn học – năm 2025 đã được viện Hàn lâm Thụy Điển công bố. Người thắng giải là nhà văn Hungary László Krasznahorkai (LK). Anders Olsson, chủ tịch Ủy ban Nobel, đã đưa ra lời nhận định về tầm nhìn tiên tri của nghệ thuật:

"Vì sự nghiệp sáng tác đầy sức cuốn hút và mang tầm nhìn tiên tri của ông – ngay giữa cơn kinh hoàng tận thế, vẫn khẳng định sức mạnh cứu rỗi của nghệ thuật."

Và Olsson nhìn về khía cạnh văn chương:

László Krasznahorkai là một đại văn hào mang phong cách sử thi của truyền thống Trung Âu, nối dài từ Kafka đến Thomas Bernhard, đặc trưng bởi chủ nghĩa phi lý và sự phóng đại mang tính bi hài. Tuy nhiên, ông không chỉ dừng ở đó; ông còn hướng về phương Đông, tiếp thu một giọng văn tĩnh lặng, chiêm nghiệm và tinh tế hơn, thể hiện chiều sâu của tâm linh và suy tưởng trong thế giới hỗn loạn.

Tác phẩm xuất bản đầu tay của Krasznahorkai là The Melancholy of Resistance (phản kháng trầm luân). Tác phẩm này, ra đời năm 1989, là một ẩn dụ về xã hội Đông Âu tan rã, nơi niềm tin tập thể mất dần, người dân rơi vào một sự hoang vu tâm hồn với tinh thần trống vắng tột cùng như viễn khách trên chính quê hương của mình giữa cõi đi về không định hướng.

Khái niệm "hoang mạc tinh thần" (spiritual dessert) lan tỏa trong suốt cả bốn tác phẩm đưa tác giả lên đài danh vọng văn chương. Krasznahorkai viết nó như hành giả tụng kinh thiền hành giữa tận thế: ngôn từ dài, xoắn, tối, nhưng mang sức gợi về khả năng hồi sinh của tâm hồn – rất gần với tinh thần "vô minh dẫn tới giác ngộ" trong Phật học.

Tuy Krasznahorkai có lối hành văn rất khác thường so với văn chương truyền thống với câu văn có cấu trúc rắc rối, dài lê thê, dồn dập và nội dung diễn đạt đen tối, u sầu, nhưng Anders Olsson - Chủ tịch Ủy ban Nobel – đã ca ngợi " Văn xuôi của Krasznahorkai đã phát triển theo hướng cú pháp trôi chảy. Các câu dài, quanh co không có dấu chấm tạo nên thương hiệu của ông. Krasznahorkai là nhà văn sử thi vĩ đại..." Và cũng chính László Krasznahorkai từng nói với Guardian: *"Nếu có độc giả nào chưa đọc sách của tôi, tôi không thể gợi ý cho họ bất cứ điều gì để đọc. Thay vào đó, tôi khuyên họ hãy ra ngoài, ngồi xuống đâu đó, chỉ im lặng như đá. Rồi họ sẽ gặp được người đã đọc sách của tôi"*. Lời tự bạch "tâm vô sở trụ" nầy làm người ta nhớ thi hào Nguyễn Du với kinh Kim Cang trong lần đi sứ cuối đời: *Ngã độc Kim Cang thiên biến linh. Kim Cang vô tự thị chân kinh – (Kim Cang ta đọc nghìn lần. Kim Cang thật sự tự thân không lời.)*

Hoang mạc tinh thần và một thoáng Tâm Kinh

Sự "hoang mạc tinh thần" là hậu quả của văn minh lý trí bởi con người biết rất nhiều cách sống, nhưng quên mất ý nghĩa của sự sống. Sự tuyệt đối hóa lý trí khiến con người cô độc, hoài nghi và lạc hướng giữa vô vàn thông tin nhưng thiếu minh triết. Đây là bối cảnh mà Kafka, Beckett, Bernhard và nay Krasznahorkai đã diễn tả cái trống rỗng của hiện hữu trong thế giới mù Tâm. Khuynh hướng tìm về Phật lý là con đường trở lại "Tâm nguyên".

Khi con người ý thức rằng mọi nỗ lực bên ngoài không còn cứu rỗi được sự bế tắc bên trong, họ quay về tìm đạo lý nội tâm. Phật lý – với nguyên lý Duyên khởi, Vô ngã, Vô thường và Trung đạo – chính là phản đề của hoang mạc tinh thần:

Duyên khởi chỉ ra rằng mọi hiện tượng tương liên, phá vỡ cô đơn của "cái tôi biệt lập".

Vô ngã giúp ta thoát khỏi chấp thủ, cái gốc của khổ đau.

Trung đạo mở lối quân bình giữa hư vô và cực đoan, giữa cảm xúc và lý trí.

Từ đó, Phật lý trở thành "dòng suối mát" tưới tẩm hoang mạc tâm linh, giúp con người nhận ra rằng: cứu rỗi không đến từ bên ngoài mà từ sự tỉnh thức nội tâm.

Khi nghệ thuật trở thành con đường giác ngộ

Với Krasznahorkai, nghệ thuật không chỉ là phản ánh hiện thực mà là phương tiện để trở về với im lặng là gốc của chính mình, nơi con người chiêm nghiệm sự tan rã của thế giới và sự tồn sinh của Tâm. Giữa khi đó, trong "hoang mạc tinh thần", người nghệ sĩ đi tìm thể tánh – bản lai diện mục chính mình – là hành trình trở về với bản thể của sáng tạo, nơi chữ nghĩa chỉ còn là hơi thở và tư tưởng trở thành vắng lặng vô ngôn.

Để so sánh "sự chiêm nghiệm về tâm lý hoang mạc" và cách "giải quyết" (nếu có) bằng thiền định hay quan niệm nhân sinh giữa hai thế giới Đông Tây, trước hết ta cần làm rõ cách hiểu "tâm lý hoang mạc" (desert psychology / desert mind) trong ngữ cảnh triết học, tâm lý, rồi xem mỗi tác giả hoặc tư tưởng mà ta so sánh diễn đạt nó ra sao và họ có giải pháp hay hướng đi nào để tự mỗi người hướng tâm, khai trí.

1. "Tâm lý hoang mạc" – khái niệm và hình ảnh

Khái niệm "hoang mạc" (desert, emptiness, wasteland) thường mang tính biểu tượng: cô lập, khô cằn, mất chiều sâu gắn kết, nơi mọi cấu trúc quen thuộc bị bóc trần. Trong tâm lý học, nó cũng có thể ám chỉ trạng thái nội tâm rỗng không, hoang mang, tuyệt vọng, mất mát liên kết tinh thần, nơi "không có chỗ bám".

Nếu xem "tâm lý hoang mạc" là hình ảnh hay ẩn dụ cho trạng thái tinh thần nơi con người hoang mang đối diện với vô nghĩa, thì ta có thể xem thử có chăng một giải pháp để "cứu chữa" tâm lý bế tắc cùng cực này.

Thử tìm một nhân vật đối ứng với nhà văn Krasznahorkai trong hai thế giới Đông – Tây; có lẽ Thiền sư Thích Nhất Hạnh là một trong những hình ảnh tiêu biểu.

Trong văn chương hiện đại, László Krasznahorkai, là kẻ lữ hành lang thang giữa hoang mạc ấy.

Trong đời sống tâm linh hiện đại, Thiền sư Thích Nhất Hạnh là người gieo hạt trên cánh đồng khô cằn, chỉ ra con đường trở về.

2. Thích Nhất Hạnh: từ "hoang mạc" đến chánh niệm và giao cảm

Mặc dù Thầy Nhất Hạnh không dùng cụm từ "tâm lý hoang mạc" thường xuyên như một khái niệm chính thống, nhưng trong nhiều bài giảng và sách viết, ta thấy rõ Thầy nhìn thấy những vùng "cằn cỗi" nội tâm – những tâm lý sợ hãi, cô đơn, tổn thương – và dẫn dắt con người ra khỏi nó bằng chánh niệm, thiền định, lòng từ bi và "interbeing" (tương thuộc).

Thầy nhấn mạnh rằng, nhiều khổ đau nội tại không đến từ hoàn cảnh bên ngoài mà từ cách mình không lắng nghe, không hiểu mình là chính. Do vậy, nếu biết lắng nghe và hiểu được cảm xúc nội tại của chính mình sẽ làm vơi đi niềm đau nỗi khổ đang đè nặng trong ta (Listening to and understanding our inner sufferings will resolve most of the problems we encounter.)

Tức thị rằng vùng đất "hoang mạc" (nỗi khổ, sầu muộn, cảm giác bị bỏ rơi) cần được lắng nghe hơn là đàn áp, tự áp chế.

Thầy Nhất Hạnh nói về chánh niệm (mindfulness) như một năng lượng, một con đường, không chỉ một phương tiện: (Mindfulness is not a tool … True mindfulness is a path, an ethical way of living.)

Chánh niệm giúp người ta "ở với" khổ đau, nhìn rõ chúng mà không phản ứng tự động, từ đó có thể chuyển hóa.

Lắng nghe, nói lời thương yêu – ái ngữ – (deep listening, compassionate speech) là một phần của nghệ thuật chữa lành: vấn đề nội tâm không tách rời cộng đồng – để vượt hoang mạc, người ta cũng cần trà trộn, giao cảm, lắng nghe người khác.

Quan niệm "interbeing" (tương thuộc) là mấu chốt: mọi sự sống liên đới, không có cái tôi độc lập tuyệt đối. Khi ta cảm thấy "cô độc trong hoang mạc", Thầy Nhất Hạnh sẽ nhắc nhở rằng cái tôi cô độc đó vốn là ảo tưởng; trong khi ta thực sự "liên-hữu" với mọi người và mọi sự vật.

Và trong thực hành: tâm nằm trong hơi thở, bước đi, ăn uống – mọi hành động đời thường đều là dịp để thực tập chánh niệm – khơi lại tương thuộc và chữa lành những vùng "cằn cỗi" trong lòng.

Vậy, "giải quyết hoang mạc tâm linh" theo Thầy Nhất Hạnh không phải bằng việc thoát khỏi nó ngay lập tức, mà bằng cách bước vào nó trong chánh niệm, lắng nghe, mở rộng lòng từ bi để nhận ra rằng ta không thực sự đơn độc, đó là tiến trình dần hồi sinh mạch kết nối với mình, với người, với sự sống.

3. Krasznahorkai: cái hoang mạc nhân sinh và hư vô kéo dài bất tận

Khác với nhà thiền, Krasznahorkai là nhà văn hiện đại/ hậu hiện đại và cách "chiêm nghiệm" của ông là thông qua văn chương – mô tả trạng thái, giọng nói, cấu trúc câu – chứ không đề xuất một phương pháp giải quyết rõ ràng. Ở ông, ta dễ thấy "tâm lý hoang mạc" ở cấp độ nhân sinh: sự kiệt quệ của ý nghĩa, sự cạn kiệt của thời gian, sự căng thẳng giữa khát vọng và thực tại bất định.

Có thể nói: Thích Nhất Hạnh là người chữa lành hoang mạc; Krasznahorkai là người làm cho ta thấy nó rõ mồn một và để ta tự mang nó trong mình.

Thích Nhất Hạnh là tâm ảnh phương Đông – mở đường thoát khỏi "sa mạc" bằng việc buông bỏ, hòa tan, an trú.

Krasznahorkai là ảo ảnh của phương Tây – dấn thân vào "sa mạc" để nhìn tận cùng vô nghĩa, để nghệ thuật còn lại như "bằng chứng con người từng tồn tại".

Tuy hai hướng khác nhau, cả hai gặp nhau ở điểm cốt lõi:

"Không ai có thể thật sự thoát khỏi hoang mạc nếu chưa đi xuyên qua nó."

Thích Nhất Hạnh đi qua bằng hơi thở; Krasznahorkai đi qua bằng chữ nghĩa.
Một người "đem nước từ bi tưới mát", người kia "giữ lại tro than của nhân loại để soi vào đó ánh sáng."

Có chăng ánh sáng của Krasznahorkai là ánh sáng của trí tuệ và nghệ thuật phát ra từ bóng tối của tuyệt vọng. Sự giao thoa đầy lý tính của phương Tây về trí tuệ và nghệ thuật là một hứa hẹn "giải phóng hoang mạc tinh thần" thấp thoáng đâu đó cuối đường hầm. Mong rằng, thế hệ Trí tuệ Nhân tạo và khoa học công nghệ sẽ giúp phát ra tia sáng.

Sacramento mùa Thu 2025
Trần Kiêm Đoàn

HÁO DANH, DANH HÃO

Tô-Ngọc

Trước hết xin thưa ngay : cái tít của bài viết này là do nhà báo Binh Nhất Gàn cho mượn. Theo chỗ tôi biết Binh Nhất Gàn dự trù viết một bài về "nền háo danh hải ngoại", nhưng chưa kịp xuống bút, thì tôi đã phỗng tay trên của anh đề tài này...

Cách đây mấy năm, trên tạp chí "Chiến Sĩ Quốc Gia", ông bạn Chính Văn đã sửa lưng một cú về chuyện tôi góp ý trong việc xây dựng "Đền Hùng" tại Công Viên Văn Hóa San José, trong đó ông Chính Văn có viết : "Ông mới tới định cư ở Mỹ từ năm 1993, tức là khoảng hai năm nay... Vậy thì ông làm sao có được cái bề dầy về đời sống, mà ông lại ôm đồm sớ rớ đưa ý kiến này ý kiến nọ..."

Rút kinh nghiệm trên và cũng để "trả ơn" cho cử chỉ đẹp của nhà báo Binh Nhất Gàn, trong bài viết này tôi chỉ đề cập thoáng qua về "nền háo danh hải ngoại" cho có, như một nét đan thanh mờ nhạt... Còn thì "nền háo danh hải ngoại" nó thực sự như thế nào, thì xin quý vị độc giả chịu khó chờ nhà báo Binh Nhất Gàn diễn tả sau này, trong một bài báo khác.

Háo Danh Là Bệnh Của Trời ?

Có thể nói đã là con người bình thường, không nhiều thì ít, ai ai trong chúng ta đều có một tâm lý chung : ưa nịnh và háo danh ! Nếu chúng ta không ưa nịnh, không háo danh thì chúng ta đã là bậc tiên thánh giáng phàm, hoặc là người mắc bệnh khùng điên !

Thật thế, dù già cả dù ấu nhi, ai ai cũng thích được "uống nước đường"... Những lời khen tặng giúp đứa trẻ vâng lời làm những việc tốt lành mà phụ huynh mong muốn, còn đối với bậc trọng tuổi thì nó là toa thuốc "thập toàn đại bổ" giúp các cụ như một cây cổ thụ đang khô héo bỗng dưng đâm trồi nẩy lộc, tô bồi thêm cho cuộc sống những nét đẹp mà người ta không thể tìm thấy nơi những người trẻ tuổi.

Dở cuốn Kinh thánh Cựu ước, ta thấy khi con quỷ Sa tăng dụ dỗ ông A-dong và bà E-và - thủy tổ loài người - chắc chắn nó phải đánh trúng cái bệnh ưa nịnh và háo danh của cả hai ông bà mà Thượng đế không biết vô tình hay hữu ý đã nhồi nhét vào trong bộ óc của hai người, cho nên cả hai mới quên lời Thượng đế dặn, nghe quỷ xui dại để đến nỗi Thượng đế phải nổi sùng và sau đó thì con cháu ông A-dong và bà E-và hàng bao nhiêu đời bị vạ lây !

Tuy nhiên, nói đi thì cũng phải nói lại : chính nhờ loài người ưa thích lời khen tặng và háo danh đó, mà trên cõi đời này mới sản sinh ra nhiều tác phẩm về thi ca, văn học nghệ thuật để đời... Các họa sĩ như Van-gốc, Đờ Vanh-xi, Pi-cát-sô, các nhạc sĩ như Mô-gia, Bit-tô-ven, Bách, các thi sĩ như Gớt, Lý Bạch, Đỗ Phủ v.v... chẳng nhiều thì ít, các vị đều có máu ưa nịnh háo danh như tất cả mọi người, duy chỉ khác mọi người là các vị tuy có ưa nịnh và háo danh thật đấy, nhưng đó là cái ưa nịnh háo danh chân chính !

Đã là ưa nịnh háo danh mà lại phân biệt chính tà, thì nghe có vẻ kỳ cục. Nhưng sự thực vẫn là sự thực. Các bậc nêu trên là những người nhìn thấy rõ con người và tài năng thực sự của mình. Họ cũng thích được khen tặng, nhưng phải khenđúng cái mà họ có. Cái họ có một phần do trời phú, một phần khác là do họ dầy công học hỏi. Vừa đẻ ra không ai đã là nhà thơ lớn, nhạc sĩ lừng danh, hay nhà danh họa.

Họa sĩ Pi-cát-sô chuyên vẽ tranh lập thể, hình thù méo mó... Trước khi là người vẽ những bức tranh "khó hiểu" đó ông đã là một tay vẽ truyền thần có hạng. Nghĩa là cơ thể mặt mũi chân tay con người ông đã thuộc nằm lòng... Còn những anh tay mơ, vẽ người cho ra người không nên thân, muốn nổi tiếng được đời ca tụng như Pi-cát-sô, vội vàng bày đặt vẽ tranh lập thể thì đúng là thứ... danh hão danh huyền !

Hồ Chí Minh : Tuyệt Đỉnh Của Háo Danh !

Dù căm ghét Hồ Chí Minh tới mấy, chúng ta cũng phải công nhận Hồ Chí Minh là một lãnh tụ chính trị có tài. Không có tài - dù là tài bịp bợm - làm sao Hồ Chí Minh có thể sai khiến được bọn đàn em trong số đó có nhiều người xuất thân khoa bảng ? Không có tài làm sao Hồ Chí Minh leo lên được địa vị Chủ tịch, tức là làm vua cả nước ?

Nhưng dù lên đến nấc thang tuyệt đỉnh quyền lực, ăn ngon mặc đẹp, các "cháu" mơn mởn đào tơ muốn lúc nào "bác" có thể sơi tái ngay lúc đó. Hồ Chí Minh vẫn cảm thấy không thỏa mãn hài lòng... Vì sao vậy ? Bởi vì vua chúa chỉ có một thời, nhưng là nhà văn hóa thì là muôn đời !

Thật thế, người Việt Nam chúng ta thường nhắc đến Truyện Kiều của Nguyễn Du, nhắc đến Bình Ngô Đại Cáo của Nguyễn Trãi, nhắc đến thi ca của Bà Huyện Thanh Quan, Nguyễn Công Trứ, Tản Đà Nguyễn Khắc Hiếu, Chu Mạnh Trinh v.v... Còn những nhà chính trị, những vị vua chúa thì chỉ thoáng qua, có khi chẳng ai thèm biết tới.

Muốn người đời mãi mãi nhớ đến mình như đối với các vị tiền bối. Hồ Chí Minh không còn con đường nào khác là cũng phải tập toẹ làm thơ ! Dĩ nhiên với bộ não bị uế nhiễm, chứa chất toàn thứ xỏ lá ba que, ăn lường chơi quịt do chủ nghĩa Cộng sản hun đúc, thì dù cho thực sự Hồ Chí Minh có là cháu nội của Cử nhân Hồ Sĩ Tạo đi chẳng nữa, Hồ Chí Minh cũng không thể sáng tác một bài thơ cho ra thơ !

Không làm được thơ thì ta... thuổng thơ ! Khi nằm ép rệp ở Quảng Châu (Trung Hoa), Hồ Chí Minh "cầm nhầm" nguyên văn tập "NGỤC TRUNG TÙY BÚT" của một nhà cách mạng Trung Hoa. Ông này bị chính phủ Quốc Dân Đảng Trung Hoa cầm tù, và chết ở trong tù. Nhưng vải thưa làm sao che nổi mắt thánh, các học giả nghiên cứu, nhìn thấy ngay cái văn phong của người Hoa, chẳng dính dáng gì đến Hồ Chí Minh. Háo danh hơn nữa, Hồ Chí Minh còn tự tay viết một tập sách ký tên Trần Dân Tiên, tự ca tụng "tác phẩm cóc nhái " của mình, cái đó mới thật là khiếp đảm !

Phần đông các cụ thuộc thế hệ cũ, không nhiều thì ít, do hấp thụ Hán học đều có làm thơ, thường là thơ Đường, loại "trói voi bỏ rọ" rất khó làm, coi như một món giải trí thanh tao. Cụ Trần Văn Hương (sau này trở thành Tổng thống Việt Nam Cộng hòa trước khi trao quyền cho Tướng mặt nhoẹt Dương Văn Minh) cũng không tránh khỏi thông lệ đó. Nhưng cụ Hương không bao giờ vỗ ngực xưng tên là "nhà thơ" như đa số người đương thời. Cụ cũng chẳng hề in thơ cụ làm cho ai đọc.

Nhưng sau này, khi cụ ở vào địa vị quyền cao chức trọng, thì có một anh nhà binh chuyên nghiệp nghề lăng xăng xách cặp, cóp nhặt thơ của cụ đem in, rồi muốn tiến thân bằng con đường nịnh hót, đã viết cả một tập sách giới thiệu "Nhà thơ lớn Trần Văn Hương"...

Tôi có quen một người cháu họ xa với cụ Hương (cụ Hương gốc người Hải Dương), cho biết cụ Hương rất mắc cở về tập sách giới thiệu gọi cụ là "nhà thơ", cụ muốn cải chính mà cũng khó ăn khó nói. Tuy cụ không nhận mình là nhà thơ, nhưng nhiều người khi nhắc đến cụ đều không quên một câu cụ viết : "Ngồi buồn gãi háng, dái lăn tăn !"

Nhắc đến hai tiếng "nhà thơ", tôi liên tưởng tới thi sĩ Hoàng Ngọc Văn. Anh Văn ngoài tài làm thơ còn có tài kể chuyện vui rất có duyên, mà ngôn từ Sài Gòn hiện nay gọi là "tấu hài".

Trong một buổi ra mắt sách tại Thung Lũng Thuận Hòa, để góp vui anh Văn có kể câu chuyện sau đây...

Một thi sĩ nọ có sinh một đứa con trai tại Mỹ. Thằng bé lớn lên học trường Mỹ, nói tiếng Mỹ như gió, nhưng tiếng Việt thì lại dốt ơi là dốt. Thằng bé dạy cách nào nó cũng không phân biệt nổi năm dấu : sắc huyền hỏi ngã nặng... Thí dụ như : nhà thơ hay nhà thổ thì nó đều đọc là nha tho. Nghĩa là không có dấu diếc gì hết.

Vợ thi sĩ thấy vậy bực mình khôn cùng, nhất là ông chồng thi sĩ thì chỉ mơ màng với trăng sao chẳng chịu mần ăn kiếm cái "dốp" kha khá một tý cho bà đỡ cực

Bà bèn thay chồng dạy con :

- Này mày nghe đây ! Nhà thơ thì chữ o có cái móc tai như mấy thằng gay lại cái, còn nhà thổ thì chữ o có có thêm cái nón và cái gậy cong cong trên đầu !

Vừa nói vừa vẻ, thằng bé bỗng phân biệt ra ngay thế nào là nhà thơ, thế nào là nhà thổ.

Y như 50 năm trước một ông bà nào đó từng sáng tác ra câu thơ bất hủ sau đây :

***La me dông tê hát vòng tròn

Đầu đội nón lá tay cầm ba-toong (tức Nhà Thổ).

Vích-to Huy-gô Cũng... Háo Danh !

Hầu hết chúng ta đều nghe danh hoặc đã từng đọc các tác phẩm của nhà văn cỡ lớn này. "Những Kẻ Khốn Cùng", "Anh Gù Nhà Thờ Đức Bà" v.v... từng làm chúng ta say mê một thời. Nhưng khi chưa nổi tiếng, nghĩa là vào thời kỳ mà các tác phẩm của ông chưa được nhà phê bình văn học Xanh Bơ đưa lên đài vinh quang, thì Vích-to Huy-gô coi cái mà người ta gọi là Viện Hàn Lâm Pháp quốc không hơn mảnh giẻ rách. Huy-gô đã từng nhổ nước miếng trước các ông Hàn từng được nước Pháp tôn vinh như những người bất tử, được chôn trong điện Panthéon ở Ba-lê.

Nhưng sau khi tác phẩm của Huy-gô lên tới đỉnh cao chót vót, và sau khi bà vợ mà ông yêu thương lấy nhau khi còn ở tuổi thanh xuân đã ngả vào vòng tay của nhà phê bình văn học Xanh Bơ, thì ông bỗng nhận ra một điều : nổi danh bằng tác phẩm chưa đủ, mà còn phải nổi danh bằng cách được chôn trong điện Panthéon nữa mới thật mãn ý sướng lòng !

Vì thế cho nên cái viện hàn lâm mà ông từng phỉ nhổ khi xưa, nay lại là nơi mà ông cần hiện diện để trở thành bất tử ! Và, ông đã hiện diện ở đấy, như một chứng tích về bệnh háo danh của Huy-gô nói riêng và của loài người nói chung !

***Nã-phá-luân : Nhà Tâm Lý Tuyệt VờiNói chuyện "háo danh" mà không đề cập đến hoàng đế Nã-phá-luân nước Pháp e rằng có sự thiếu sót lớn. Nã-phá-luân ưa món "phó mát Ca-mem-be" do hoàng hậu Giô-giê-phin đích thân "bào chế", còn bất cứ ai làm hoàng đế đều không hài lòng. Tuy nhiên dù món phó mát này nặng mùi tới mấy cũng không hề có chút ảnh hưởng nào tới bộ óc siêu việt của Nã-phá-luân.

Thật vậy, chính Nã-phá-luân đã tự mình soạn thảo, hiệu đính, đặt nền tảng ngành luật học của nước Pháp và còn tồn tại đến bây giờ. Ngoài ra, Nã-phá-luân cũng là người rành cái tâm lý "háo danh" của đám thuộc hạ... Nếu tôi nhớ không lầm thì chính ông là người đầu tiên đã đặt ra các thứ mề đay gắõn cho đám thuộc hạ, khi mà các tước quý tộc như Công, Hầu, Bá, Tử, Nam đã đặc sệt trong điện Véc-xay, như trong một hộp cá mòi !

Ngoài mề đay, còn có những bằng tưởng lệ. Con cháu nhiều "công thần" của Nã-phá-luân được hưởng lộc cho tới ngày nay nhờ các bằng tưởng lệ và mề đay do ông ban. Mỗi năm chính phủ Pháp phải chi một khoản tiền khá lớn để trả cho con cháu những người này ! Dĩ nhiên hậu duệ của các công thần hết thờ

hiện đói dài, nhưng vẫn khư khư với cái danh hão, không thèm giao tiếp với đám bình dân, sợ bị đồng loại chê cười !

Nhiều cô cậu quý tộc đã trở thành gái già, trai già... Với cái danh hão quý tộc, họ không dám giao du chứ đừng nói chi đến việc kết hôn với những ông chồng hay bà vợ thuộc con nhà dân giả, dù là làm ăn lương thiện. Họ sống khép kín trong một khu nào đó gần như biệt lập với bên ngoài... Dù tiền trợ cấp ít ỏi, họ cũng cố gắng tạo cho mình, cho dòng họ mình cái phong cách quý tộc gia truyền : như thuê một người quản gia làm việc bán thời gian, hoặc một anh bồi hầu hạ hai bữa cơm, khi ăn cơm thì cổ cồn cà vạt, trang trọng như ngày đại lễ, hoặc trước bữa ăn có người kéo một hồi chuông như cả trăm năm trước khi cụ tổ dòng họ còn sống, ở vào thời kỳ hét ra lửa mửa ra khói... Lâu lâu cũng cố gắng dành dụm tổ chức một buổi họp mặt mời người này kẻ nọ...

Nếu bạn hay tôi - nghĩa là An-nam ta - may mắn có được một cái tên dài dài một chút như là Nguyễn Văn Đệ Thập Cẩm chẳng hạn (viết không dấu thành Nguyen Van De Thap Cam), hoặc Nguyễn Văn Độn Thập Cẩm (viết không dấu thành Nguyen Văn Don Thap Cam)... thì rất có thể bạn hay tôi sẽ trở thành "phren-tồ" với giới quý tộc ! Bởi lẽ có chữ "De", chữ "Don" là thuộc hàng quý tộc Pha-lang-sa hay Tây-ban-nha đấy ! Bạn hay tôi sẽ dễ dàng cưới một cô đầm quý tộc tóc xanh mắt vàng (đẹp xấu còn... tùy người đối diện, người viết không dám lạm bàn !)

Vào năm 1974-75, một nhà báo người Pháp nhìn thấy đám hậu duệ của các quý tộc bên Âu Châu - trừ một thiểu số giàu có - còn thì đều thuộc loại lỡ làng, trai đã to, gái đã bự mà vẫn chịu cảnh phòng không gối chiếc... Giới quý tộc này tiền bạc chẳng có bao nhiêu nếu không muốn nói là có họ hàng xa gần với "bà cả Đọi", đào đâu ra tiền đi đây đi đó hầu tìm người môn đăng hộ đối kết duyên ?

Nhà báo khôn lanh này bèn nghĩ ra một mẹo kiếm tiền : tổ chức một chuyến du hành trên Địa Trung Hải dành riêng cho các vương tôn công tử, các bà các cô thuộc giai cấp quý tộc các nước ! Lẽ dĩ nhiên với giá phải chăng mà các cô cậu quý tộc lỡ thời có thể chịu đựng hay vay mượn được !

Chuyến du hành thành công mĩ mãn, ông nhà báo có sáng kiến độc đáo vớ bở. Một số nhiều cô cậu quý tộc đã thành hôn với nhau trong dịp du hành trên chuyến "thuyền tình" này !

Thế mới biết trên đất nước tự do Âu Mỹ, các bằng tiến sĩ, thạc sĩ v.v... tuy quý thật đấy, nhưng nếu không chịu "động não" tìm sáng kiến như cái anh nhà báo nói trên thì suốt đời cũng chỉ đi làm công cho mấy tay tư bản. Dù có đỗ ở đại học Ha-vớt, ra làm giám đốc ngân hàng, thì cũng chỉ là anh làm thuê làm mướn thuộc loại cao cấp thôi !

Cho Nó Đỡ Thèm...

Từ nhiều thế kỷ, các bậc cha mẹ Việt Nam đều mong con cái đỗ đạt cao, làm ông Cử ông Nghè, mở mặt mở mày với làng nước. Đó là điều mong ước hướng thượng và chính đáng. Khi vua mở khoa thi, không ai phân biệt giàu nghèo, ai có tài sẽ được chiếu cố. Không thiếu ông Cử ông Nghè xuất thân con nhà dân giả, được vua ban chức tước. Cái mà ta gọi là "háo danh" đó rất chính đáng, nó do sự hiếu học, cố công dùi mài kinh sử, chứ không phải bỏ tiền mua mà có.

Tôi quen một gia đình, có người con trai lớn thấy trong nhà gọi là "anh Đốc", tôi tưởng anh ta là bác sĩ. Gặp anh, tôi hỏi anh mở phòng mạch ở đâu, làm tại bệnh viện nào... Anh ta ú ớ, sau nói thật : tên anh ta là Nguyễn Văn Đốc, thế thôi !

Trong giới âm nhạc Hoa Kỳ có Duke Ellington, một nhạc sĩ tài ba... Hồi còn ở Việt Nam ham mua đĩa hát nước ngoài, tôi cứ nghĩ nhạc sĩ này là dòng dõi một vị công tước nào đó. Nhưng sang đây mới biết Duke chỉ là "first name" như Xoài Mít Ổi của ta. Cũng như gần đây ở nước Hai-ti có một ông nhà binh tên Prince, mà có báo vội dịch ra ngày là "hoàng tử" ! Cả hai ông Duke và Prince nêu trên chẳng có dây mơ rễ má gì với công tước hay hoàng tử nào ráo trọi !

May mà bây giờ vua chúa đã hết thời, chứ cách đây lối hơn trăm năm, vương triều nhà Nguyễn An-nam ta còn hưng thịnh, có anh dân giả nào muốn hướng thượng háo danh theo kiểu đặt tên con là Nguyễn Phúc Ánh, trùng với tên cúng cơm của vua Gia Long, là có phen bỏ mạng sa trường sớm !

Một Vở Chèo Cổ Hơn 50 Năm Trước

Thời xưa Nho học được coi trọng, vì đạo tam cương ngũ thường giữ cho giềng mối quốc gia xã hội có kỷ cương, nên những thày đồ, anh khóa, học trò v.v... dù nghèo cũng vẫn được nể trọng. Cho nên như đoạn trên đã viết, người ta ai cũng muốn cho con ăn học để nếu không trở thành ông Cử ông Nghè ra làm quan mũ áo xênh xang, thì ít ra cũng có đôi ba chữ thánh hiền, khỏi bị đời khinh rẻ.

Về chuyện có liên quan đến "háo danh, danh hão" này, có một vở "chèo cổ" dân gian với đề tài tương tự, thường diễn trình trong những ngôi đình làng quê trong dịp Tết nhất cách nay trên nửa thế kỷ, mà người viết được xem nhiều lần khi còn tấm bé.

Tới đây, người viết xin được mở một dấu ngoặc, về hai chữ "chèo cổ". Đây là một bộ môn sân khấu dân gian có từ lâu đời thịnh hành tại miền Bắc. Sau này vào thập niên 1930, ông Nguyễn Đình Nghị tưcĩ Lý Nghị, có soạn một số vở chèo mới với nhiều cải cách theo sân khấu đương thời, tuy cũng lấy căn bản ở "chèo cổ" nhưng thêm một số làn điệu thuộc loại "hát vặt" dễ hát hơn, được gọi là "chèo cải lương". Nổi danh nhất là vở "Nặng Nghĩa Tớ Thày", viết về một thiên kim tiểu thư, lá ngọc cành vàng đã "ễnh bụng" với tên đầy tớ trong nhà !

Trở lại vở chèo cổ có liên quan đến "háo danh, danh hão" như nêu ở trên xin phép được tóm tắt như sau :

Ngày xưa có một anh học trò nghèo sống với bà mẹ tại một thôn xóm hẻo lánh nọ. Hàng xóm kế bên là nhà anh lái lợn, kiêm nghề thiến chó thiến gà. Bà mẹ anh học trò góa chồng từ khi con còn ẵm ngửa, nhưng quyết tâm ở vậy thờ chồng nuôi con. Bà thức khuya dậy sớm buôn gánh bán bưng lấy tiền lo cho con ăn học. Nhưng gặp thời buổi khó khăn, lại thêm mùa màng thất bát nên cảnh nhà rất bi đát, bữa đói bữa no.

Còn bên hàng xóm, anh lái lợn kiêm chuyên gia thiến chó thiến gà cũng chẳng hơn gì. Mà không biết tổ trác hay sao, cái nghề "thiến" của anh bỗng dưng đổ đốn, mặc dầu anh vẫn thường tự khoe mình học được "thiến khoa" chân truyền của danh y Hoa Đà đời Tam Quốc, hễ anh động thiến con nào là con ấy lăn quay ra chết, nên cảnh nhà cũng ngáp ngáp chẳng hơn ai !

Anh học trò thấy mẹ quá vất vả thì lòng đau như cắt. Nghe làng bên có một vị quan hồi hưu, lắm thóc giàu tiền, liền đánh bạo sang vay.

Anh thập thò ngoài cổng. Vị quan sai người lôi cổ vào hỏi :

- Này anh kia ! Anh làm gì mà nhớn nhơ nhớn nhác như thằng ăn trộm vậy ?

Anh học trò đáp :

- Bẩm cụ lớn... con là học trò ở làng Đoài kế bên... Nghe tiếng cụ lớn là người nhân đức, con mạn phép đến xin cụ lớn cho con vay ít gạo về rau cháo qua ngày, chờ khoa thi sắp tới... Con hứa sẽ xin hoàn trả đủ vốn lẫn lời...

Vốn xuất thân khoa bảng, nghe anh thanh niên xưng là "học trò", vị hưu quan liền hỏi :

- Anh là học trò ? Vậy anh học thày nào ?

- Dạ bẩm cụ lớn, con là môn sinh của thày Đồ Nghệ, bên Thôn Thượng...

- Ờ được... Anh là học trò, vậy anh có biết làm thơ không ?

- Dạ bẩm biết...

- Ta có con ngựa trắng buộc dưới gốc cây kia. Anh hãy làm một bài tức cảnh cho ta nghe ! Làm được ta thưởng cho thúng gạo, khỏi vay mượn gì hết ! Còn làm không được thì chịu khó nằm xuống ăn đòn nghe rõ chưa ?

- Bẩm vâng, nhưng con e lời thơ non nớt làm bẩn tai cụ lớn...

- Không sao ! Cứ làm đi...

Anh học trò nhìn con ngựa trắng, rồi nhìn vị quan hồi hưu, đọc :

Bạch mã mao như tuyết

Tứ túc cương như thiết

Tướng công kị bạch mã

Bạch mã tẩu như phi !

Tạm dịch :

Ngựa trắng lông như tuyết

Bốn chân cứng như sắt

Tướng công cưỡi ngựa trắng

Ngựa trắng chạy như bay !

Vị quan vuốt râu cười ha hả :

- Được lắm ! Anh đúng là học trò... Về cố gắng học đi, rồi ta sẽ giúp cho ! Hôm nay thì hãy tạm nhận thúng gạo ta tặng anh...

Nói xong vị quan bảo người nhà đem ra một thúng gạo ngon, đôi quang cùng với chiếc đòn gánh. Anh học trò đặt thúng gạo lên chiếc quang, còn chiếc bên kia không có thúng, nên không sao gánh đi được.

Anh bỗng buột miệng nói :

- Nhất bên trọng, nhất bên khinh !

Vị hưu quan một lần nữa lại vuốt râu cười ha hả :

- Khá lắm, khá lắm ! Một bên nặng một bên nhẹ, làm sao gánh ? Bay đâu ! Tặng thêm cho hàn sĩ một thúng gạo nữa nghe !

Anh học trò ì ạch gánh hai thúng gạo về nhà.

Nhìn hai thúng gạo trắng muốt anh học trò gánh qua ngõ, vợ anh lái lợn bên hàng xóm liền đay nghiến chồng :

- Anh thấy chưa ? Người ta có hơn gì anh, có nghề ngỗng gì đâu ! Thế mà đi buổi sáng, buổi trưa đã đem về hai thúng gạo thơm lừng như thế kia... Sức dài vai rộng như anh mà chẳng cơ đồ gì ! Ới chồng ơi là chồng ơi ! Ới con ơi là con ơi !

Anh lái lợn tối hôm đó sang bên nhà anh học trò hỏi :

- Này anh, anh làm sao mà vay được hai thúng gạo tám thơm thế ?

Anh học trò vốn thật thà, kể hết câu truyện không thiếu chi tiết nào. Nghĩ tình hàng xóm, anh học trò còn biếu vợ chồng anh lái lợn mấy đấu gạo nữa.

Anh lái lợn về nhà nói với vợ :

- Phen này tôi sang bên quan, cũng sẽ đem về cho bu nhà nó hai thúng gạo cho mà xem... Có khó khăn đếch gì mấy câu thơ "ngựa nghẽo" đó mà làm không được... Gì chứ cái thứ đó tôi làm cả ngàn câu cũng được, cần gì phải tri hồ giả dã cuốc kêu mùa hè như cái anh hàng xóm nhà mình mới làm được thơ !

Anh lái lợn ngay ngày hôm sau tới nhà vị quan hồi hưu. Tiến trình hỏi han cũng y hệt anh học trò hôm trước, nghĩa là anh cũng nhận là học trò nghèo, đang theo học thày Đồ Nghệ bên Thôn Thượng v.v...

Vị hưu quan trông mã người anh lái lợn, tuy không phải là nhà tướng mệnh học, nhưng cũng đoán ra phần nào cái gốc gác của anh.

Ông nói :

- Vậy thì... kia kìa ! Có bà cụ đang quét lá trong vườn, anh làm bài thơ tức cảnh cho ta nghe coi! Được thì ta sẽ thưởng cho thúng gạo, còn làm không được thì ăn đòn đó nghe không ?!

Anh lái lợn nghĩ bụng : "Gì chứ làm thơ vịnh bà lão thì dễ ợt !", anh liền đọc ngay :

- Bà lão mao như tuyết !

Vị hưu quan trợn mắt :

- Cái gì mà... "Bà lão mao như tuyết ?"

Vốn dân láu cá láu tôm, anh giải thích :

- Bẩm cụ lớn, vì bà lão tóc bạc trắng như tuyết ạ...

- Ừ, thôi cũng tạm cho là được đi, anh đọc tiếp cho ta nghe...

Anh lái lợn liền đọc thêm :

- Tứ túc cương như thiết !

Vị quan một lần nữa trợn mắt hỏi :

- Bà lão là người chứ có phải trâu bò đâu mà "Tứ túc cương như thiết ?"

Anh lái lợn giải thích :

- Bẩm cụ lớn, khi quét sân, bà lão lom khom mình xuống, nên trông như có bốn chân đấy ạ...

- Ờ, thôi cũng được...

Anh lái lợn mừng rơn, hý hửng phen này thế nào cũng đem về cho vợ hai thúng gạo, và câu chuyện anh làm thơ sẽ vang dội khắp vùng.

Anh hăng hái đọc liền hai câu kế tiếp :

- Tướng công kị bà lão,

Bà lão tẩu như phi !

Tới lúc này thì vị hưu quan kia không thể chịu được nữa. Ông liền sai người nọc anh lái lợn ra, cứ mông bên phải mà đét cho một chục hèo !

Đau quá, nhưng anh lái lợn nghĩ thầm còn nước còn tát, nếu không được hai thúng gạo thì may ra cũng vớt vát được chút nào chăng.

Anh bèn mếu máo nói :

- Dạ, bẩm cụ lớn... "Nhất bên trọng nhất bên khinh" ạ !

Vị quan trố mắt nhìn, rồi cười nói :

- À, thằng này khá đấy ! Vậy thì... chịu khó ăn thêm mười hèo nữa vào mông bên trái cho khỏi bên nặng bên nhẹ nhé !

Anh lái lợn lết về nhà, hai mông đít sưng vù.

Rõ thật là :

Ngu si là nghiệp lợn bò

Đít đau là bởi cái trò... thẩn thơ !

Luận Về Háo Danh Của Lâm Ngữ Đường

Học giả Lâm Ngữ Đường người Trung Hoa, trong một cuốn sách có đề cập đến bệnh háo danh, mà cụ Nguyễn Hiến Lê có dịch sang Việt ngữ. Người viết xin phép được chép ra đây để hải hội chư quân tử cùng đọc xem có bổ ích tý gì chăng.

Ở đời vô số cái bả nó phỉnh ta mà Phật giáo ở Trung Hoa chia nó ra làm hai loại chính : Danh và Lợi. Vua Càn Long khi du Giang Nam, một lần đứng trên ngọn núi nhìn ra biển thấy thuyền bè qua lại rất nhiều. Nhà vua liền hỏi vị đại thần đứng kế bên :

- Hàng trăm chiếc thuyền đó đi đâu vậy ?

Vị đại thần đáp :

- Thần chỉ thấy có hai chiếc : một chiếc tên Danh và một chiếc tên Lợi !

Nhiều người có học tránh được cái bả Lợi, nhưng chỉ có hạng vĩ nhân mới tránh được cái bả Danh. Một vị hòa thượng nói với đệ tử : "Tránh cái bả Lợi dễ hơn tránh cái bả Danh. Ngay những bậc ẩn sĩ, những bậc tu hành cũng mong được người ta biết đến mình. Họ muốn giảng kinh thuyết pháp trước đám đông, chứ không muốn ở ẩn trong cái am nhỏ mà đàm đạo với một đệ tử như chúng mình lúc này đây". Đệ tử đáp : "Bạch thày, quả thực thày là người duy nhất tuyệt được lòng ham danh ở đời !" Vị hòa thượng mỉm cười...

Vậy thì chúng ta nếu có mắc phải cái bệnh háo danh thì cũng chẳng đáng để cho người đời biếm nhẽ, bởi vì như học giả Lâm Ngữ Đường đã viết ở đoạn trên : "Chỉ có hạng vĩ nhân mới tránh được cái bả Danh".

Chúng ta đâu phải là vĩ nhân, thì chúng ta cứ thoải mái mà... háo danh, chẳng chết chóc thằng Tây nào hết ! Đừng sợ ! ***

Khiến người nghe phải suy nghĩ:

Vì vấn đề mọi người đi về Việt Nam nên cộng đồng có những câu " Tôi không làm chính trị " nhưng" khuynh huớng chính trị có nên rõ ràng ?

“Nếu không quan tâm chính trị, bạn có chắc mọi quyết định trong xã hội đều không ảnh hưởng đến bạn không?

“Thật ra, chính trị vẫn ảnh hưởng đến mọi người hàng ngày – từ giá cả, luật lệ, đến quyền lợi cá nhân. Không hiểu thì dễ bị bất ngờ.”

“Không làm chính trị không có nghĩa là đứng ngoài. Thường thì chính trị sẽ ‘làm việc’ vớibạn trước cả khi bạn nhận ra.”

“Không muốn làm chính trị giống như không muốn biết luật giao thông – bạn vẫn có thể bị phạt nếu không hiểu.”

“Mỗi chính sách, mỗi khuynh hướng chính trị đều ảnh hưởng đến cuộc sống chúng ta. Hiểu đểbảo vệ mình chẳng phải là chuyện thừa đâu.”

“Mình hiểu bạn không tham gia chính trị trực tiếp, nhưng thực ra tất cả chúng ta đều bị ảnh hưởng bởi chính sách và luật pháp. Việc hiểu các khuynh hướng chính trị giúp chúng ta biết quyền lợi của mình, tránh bị hiểu lầm hoặc bị lợi dụng, dù không muốn làm chính trị.”

“Ngay cả khi không muốn tham gia chính trị, mỗi người vẫn sống trong một xã hội có chính trị. Hiểu khuynh hướng chính trị giống như hiểu luật chơi, để không bị bất ngờ và đưa ra quyết định đúng.”

“Không làm chính trị không có nghĩa là không liên quan. Thông tin về khuynh hướng chính trị giúp mỗi người tự bảo vệ mình và góp phần vào xã hội theo cách tích cực.”

LÁ Ô LIU

Lá ô liu là thực phẩm chủ yếu trong chế độ ăn Địa Trung Hải, được các nhà khoa học nghiên cứu về khả năng ngăn ngừa các bệnh mãn tính.

Nghiên cứu chỉ ra rằng tỷ lệ mắc bệnh và tử vong do ung thư thấp hơn ở những người áp dụng chế độ ăn này. Hiệu quả tích cực này một phần là nhờ những lợi ích mạnh mẽ và tăng cường sức khỏe của lá ô liu.

Chiết xuất lá ô liu là một liều lượng cô đặc các chất dinh dưỡng có trong lá cây ô liu. Đây là nguồn chất chống oxy hóa mạnh mẽ hỗ trợ hệ miễn dịch của bạn. Bằng cách chống lại tổn thương tế bào gây ra bệnh tật, chất chống oxy hóa hoạt động để giảm nguy cơ mắc nhiều bệnh tật — nhưng nghiên cứu cho thấy hoạt động này trong chiết xuất lá ô liu có thể góp phần mang lại một loạt các lợi ích sức khỏe khác.

***** Lợi ích sức khỏe**

Các chất chống oxy hóa trong chiết xuất lá ô liu chủ **yếu là polyphenol.**

Các nhà khoa học tin rằng những chất dinh dưỡng có nguồn gốc thực vật này đóng vai trò trong việc ngăn ngừa các tình trạng như suy giảm **nhận thức, ung thư và loãng xương.**

Lá ô liu cũng chứa một polyphenol mạnh mẽ độc đáo gọi là oleuropein. Các nghiên cứu cho thấy ngoài hoạt tính chống oxy hóa**, oleuropein còn có tác dụng chống viêm, kháng vi-rút và kháng** khuẩn.

Những đặc tính này chỉ ra những lợi ích sức khỏe đã được nghiên cứu chứng minh như: Cải thiện sức khỏe tim mạch Nghiên cứu cho thấy chiết xuất lá ô liu giúp ngăn ngừa cholesterol LDL (xấu) tích tụ trong động mạch. Tác dụng này giúp tăng lưu lượng máu và hạ huyết áp, giảm nguy cơ mắc bệnh tim.

Một nghiên cứu trên chuột cũng chỉ ra hiệu quả của chiết xuất lá ô liu trong việc giúp khôi phục nhịp tim bình thường ở những người bị loạn nhịp tim, mặc dù các nghiên cứu sâu hơn trên người sẽ mang tính thuyết phục hơn.

Giảm nguy cơ mắc bệnh tiểu *đường Các chất chống oxy hóa trong lá ô liu có thể làm giảm lượng đường trong máu và giúp ổn định lượng đường trong máu để duy trì mức khỏe mạnh.*

Các nhà nghiên cứu nhận thấy rằng tác dụng này giúp điều trị bệnh nhân tiểu đường và có thể ngăn ngừa bệnh phát triển.

Các nghiên cứu cũng chỉ ra rằng chiết **xuất lá ô liu có thể làm giảm tình trạng kháng insulin của cơ thể, một trong những yếu tố nguy cơ lớn nhất gây ra bệnh tiểu đường**. Hệ miễn dịch mạnh mẽ hơn Chế độ ăn Địa Trung Hải có liên quan đến tỷ lệ mắc các bệnh mãn tính thấp hơn — **bao gồm ung thư, bệnh tim, Parkinson và Alzheimer.**

Chiết xuất lá ô liu hỗ trợ xu hướng này nhờ khả năng tấn công và vô hiệu hóa vi-rút và vi khuẩn của oleuropein.

Liên quan:

Các Chiến lược Hiệu quả để Điều trị Béo phì Một số nghiên cứu chỉ ra rằng oleuropein có thể ngăn chặn sự phát triển của tế bào ung thư

. Chiết xuất lá ô liu cũng có thể làm giảm mức độ nghiêm trọng và thời gian mắc các bệnh nhiễm trùng đường hô hấp trên.

Quản lý Cân nặng Cần thêm nhiều nghiên cứu trên người, nhưng các nghiên cứu ban đầu cho thấy **oleuropein trong chiết xuất lá ô liu ngăn ngừa tăng cân không mong muốn và giảm nguy cơ béo phì**.

Trong các thử nghiệm trong phòng thí nghiệm**, oleuropein làm giảm mỡ** cơ thể và tăng cân ở động vật được nuôi bằng chế độ ăn nhiều cholesterol và chất béo.

Nó cũng làm giảm lượng thức ăn nạp vào, cho thấy chiết xuất lá ô liu cũng có thể giúp kiểm soát sự thèm ăn và tình trạng ăn quá nhiều.

Nguy cơ Sức khỏe Các cơ quan như Cục Quản lý Thực phẩm và Dược phẩm Hoa Kỳ (FDA) không quản lý các chất bổ sung dinh dưỡng như chiết xuất lá ô liu.

Tuy nhiên, vì lá ô liu đã là một phần quan trọng của chế độ ăn Địa Trung Hải trong nhiều thế kỷ, nên chiết xuất này được coi là an toàn cho hầu hết mọi người.

Nếu bạn đang kiểm soát tình trạng sức khỏe hoặc đang dùng thuốc theo toa, hãy đảm bảo trao đổi với bác sĩ trước khi dùng chiết xuất lá ô liu.

Các vấn đề mà chiết xuất lá ô liu có thể gây ra bao gồm:

****Tác dụng phụ nhẹ** Một số nghiên cứu báo cáo tác dụng phụ — bao gồm ho, chóng mặt, đau bụng và đau đầu.

**** **Phản ứng dị ứng Một** số người bị dị ứng với phấn hoa do cây ô liu tạo ra và có thể bị phản ứng dị ứng khi dùng chiết xuất lá ô liu.

****Tương tác thuốc Chiết xuất lá ô liu có thể làm giảm huyết áp và lượng đường trong máu. Nếu bạn bị tiểu đường** hoặc đang dùng thuốc để kiểm soát lượng đường trong máu hoặc huyết áp, hãy nói chuyện với bác sĩ trước khi dùng chiết xuất lá ô liu.

Những người mắc bệnh thận cũng nên tham khảo ý kiến bác sĩ trước khi dùng.

Tương tác có thể xảy ra với phụ nữ mang th

****Liều lượng và Liều dùng Bạn có thể mua chiết xuất lá ô liu dưới dạng thực phẩm bổ sung, cồn thuốc hoặc trà. Không có khuyến nghị chính thức về liều dùng, nhưng các nghiên cứu cho *thấy tác dụng tăng cường sức khỏe của nó xảy ra khi dùng từ 500 đến 1.000 miligam mỗi ngày. Vì công thức và sản phẩm có thể khác nhau, hãy làm theo khuyến nghị của bác sĩ và hướng dẫn của nhà sản xuất để đảm bảo bạn dùng đúng liều lượng an toàn nhưng hiệu quả*

Chiết xuất lá ô liu chứa hợp chất oleuropein , có đặc tính chống oxy hóa và chống viêm

.1- Chiết xuất lá ô liu có thể giúp kiểm soát bệnh tiểu đường tuýp 2, hỗ trợ sức khỏe tim mạch và bảo vệ chống lại nhiễm trùng do virus.

Mặc dù chiết xuất lá ô liu thường được coi là an toàn, nhưng nó có thể tương tác với một số loại thuốc. Những người đang dùng thuốc điều trị huyết áp hoặc tiểu đường nên trao đổi với bác sĩ trước khi dùng thực phẩm bổ sung này

Tại Hoa Kỳ, Cục Quản lý Thực phẩm và Dược phẩm (FDA) không quản lý thực phẩm bổ sung như thuốc kê đơn. Điều đó có nghĩa là một số sản phẩm thực phẩm bổ sung có thể không chứa những gì ghi trên nhãn. Khi lựa chọn thực phẩm bổ sung, hãy tìm kiếm các sản phẩm được kiểm nghiệm độc lập và tham khảo ý kiến bác sĩ, chuyên gia dinh dưỡng đã đăng ký (RD hoặc RDN) hoặc dược sĩ.

Lợi ích của Chiết xuất lá ô liu Chiết xuất lá ô liu từ lâu đã là một phần của y học cổ truyền. Hầu hết các lợi ích tiềm năng của chiết xuất lá ô liu được cho là đến từ một trong những thành phần **của nó, oleuropein**.

Ngoài tác dụng chống oxy hóa và chống viêm, oleuropein còn được cho là có tác dụng chống ung thư, kháng khuẩn và kháng vi-rút.

2- Dưới đây là một số nghiên cứu đáng tin cậy về chiết xuất lá ô liu và công dụng của nó.

***Hỗ trợ Kiểm soát Bệnh Tiểu đường Loại 2** Chiết xuất lá ô liu có thể mang lại lợi ích tiềm năng trong việc kiểm soát bệnh tiểu đường loại 2. Trong một nghiên cứu, 79 người trưởng thành mắc bệnh tiểu đường loại 2 đã sử dụng chiết xuất lá ô liu hoặc giả dược mỗi ngày trong 14 tuần. Vào cuối nghiên cứu, những người sử dụng chiết xuất lá ô liu đã kiểm soát lượng đường trong máu tốt hơn, có thể là do giảm hấp thụ tinh bột.

3 -Mặc dù nghiên cứu này còn ở quy mô nhỏ, nhưng nó ủng hộ các kết quả nghiên cứu khác trên động vật và ống nghiệm. Một nghiên cứu trong phòng thí nghiệm được công bố vào năm 2019 nhằm tìm hiểu cách chiết xuất lá ô liu có thể giúp kiểm soát bệnh tiểu đường.

Các nhà nghiên cứu từ nghiên cứu này cho rằng oleuropein và các chất chống oxy hóa khác trong chiết xuất lá ô liu có thể là nguyên nhân của bất kỳ lợi ích nào.

Họ kết luận rằng chiết xuất ***lá ô liu có thể tăng cường tiết insulin và tăng hấp thu glucose (đường) của tế bào, giúp glucose không lưu lại trong máu và làm thay đổi lượng đường trong máu.4***

Tuy nhiên, chiết xuất lá ô liu không thể thay thế phương pháp điều trị y tế tiêu chuẩn cho bệnh tiểu đường.

Hãy luôn tuân thủ hướng dẫn của bác sĩ về cách quản lý và điều trị đúng cách bất kỳ tình trạng sức khỏe nào.

Hỗ trợ Sức khỏe Tim mạch Nghiên cứu đã chỉ ra rằng chiết xuất lá ô liu có thể mang lại lợi **ích cho sức khỏe tim mạch ở những người có nguy cơ mắc bệnh tim.** Một tổng quan hệ thống và phân tích tổng hợp gần đây đã xem xét tác dụng của chiết xuất lá ô liu ở người lớn bị tiền tăng huyết áp và tăng huyết áp (huyết áp cao).

Tổng quan này đã xem xét năm thử nghiệm lâm sàng bao gồm 325 người từ 18–80 tuổi. Kết quả cho thấy chiết xuất lá ô liu có thể giúp giảm huyết áp tâm thu, **lipoprotein** mật độ thấp và các dấu ấn sinh học gây viêm.

Tuy nhiên, nghiên cứu chỉ có số lượng người tham gia hạn chế.

5 -Một nghiên cứu nhỏ khác trên người so sánh chiết xuất lá ô liu với giả dược cho thấy những người sử dụng chiết xuất lá **ô liu đã giảm huyết áp, cholesterol toàn phần, cholesterol LDL ("xấu") và tình trạng viêm.**

6 -Mặc dù có những kết quả này, nghiên cứu này vẫn cần được tiến hành trên quy mô lớn hơn. Giúp bảo vệ chống lại nhiễm trùng do vi-rút Chiết xuất lá ô liu cũng được cho là có đặc tính kháng vi-rút. **Các xét nghiệm trong phòng thí nghiệm cho thấy chiết xuất lá ô liu có thể được sử dụng để giúp chống lại các loại vi-rút như herpes, bệnh bạch cầu đơn nhân, viêm gan, HIV, cúm và rotavirus.**

7- **Oleuropein** được cho là chịu trách nhiệm cho đặc tính kháng vi-rút của chiết xuất lá ô liu. Tuy nhiên, nghiên cứu này chỉ giới hạn ở nuôi cấy tế bào và chỉ thử nghiệm trên người quy mô nhỏ. Trong một thử nghiệm trên người như vậy, 32 vận động viên trung học được phân ngẫu nhiên để dùng giả dược hoặc chiết xuất lá ô liu hàng ngày. Các vận động viên trẻ đặc biệt dễ bị nhiễm trùng đường hô hấp trên. **Sau chín tuần, các vận động viên sử dụng chiết xuất lá** ô liu có thời gian mắc bệnh đường hô hấp trên ngắn hơn so với những người dùng giả dược.

8 -**Trong bối cảnh đại dịch COVID-19**, các nhà nghiên cứu đã xem xét vai trò tiềm năng của chiết xuất lá ô liu trong việc chống lại vi-rút. Một đánh giá nhỏ về dữ liệu phòng thí nghiệm cho thấy oleuropein trong chiết xuất lá ô liu, cùng với các hoạt chất và chất chống oxy hóa khác, thể hiện hoạt tính **kháng vi-rút đối với SARS-CoV-2, hay còn gọi là vi-rút corona.**

9 -Tuy nhiên, cần có các nghiên cứu trên người để xác nhận liệu nó có thực sự hữu ích cho mục đích này hay không. Viên nang chiết xuất lá ô liu Verywell / Anastasia Tretiak Tác dụng phụ của chiết xuất lá ô liu là gì? Mặc dù hiếm gặp, nhưng việc sử dụng chiết xuất lá ô liu có thể gặp phải các tác dụng phụ. Những tác dụng phụ này có thể phổ biến hoặc nghiêm trọng.

*******Tác dụng phụ thường gặp***

Các tác dụng phụ liên quan đến chiết xuất lá ô liu chưa được ghi nhận đầy đủ. Tuy nhiên, có một số lo ngại rằng chiết xuất lá ô liu có thể gây ra phản ứng dị ứng.

(Amy tong hop web-med –heath –phytodoc.de)

CALI CÓ GÌ LẠ KHÔNG EM ?

BS Trần quý Trâm

1 – Cái lạ thứ nhất - ĐHYKHHN chọn Hội nghị tại Long Beach CA Vào một ngày trời rất đẹp.Lần đầu tiên thấy Long Beach tâm hồn tôi ngẫn ngơ với bải biển cát vàng óng ả chạy tuốt tận trời xanh , làn sóng vỗ rì rào . Chao ơi là đẹp !

Bải biển Long Beach

Khách mời đến từ phương xa

Những cái đẹp của hội nghị YKHHN

5 năm rồi không gặp nhau tưởng như hội y khoa của mình quên lảng qua thời gian hú hồn hú vía lần nầy ACE mình họp mặt vui như tết :

Khen BS Lê đình Thương yk1 sao tôi thấy 5 năm qua không già chút nào vẫn đứng ra tổ chức đại hội YKHHN quá tuyệt vời , xin cho hỏi : Bạn có thuốc cải lảo hoàn đồng nào bật mí cho các bạn bè biết với !

Khen BS Vĩnh Chánh yk7 cùng các bạn trong ban chấp hành hội YK H đứng ra tổ chức đại hội rất thành công ! năm nay vắng bóng mấy bạn bên Canada , nghe Vĩnh Chánh nói có mời mà không thấy tới , ỏ Floria thiếu vợ chồng Bách già ,vợ chồng BS tài hoa Hoàng thế Đinh …ở Úc thiếu BS đẹp trai Nguyễ Diêu ….thiếu rất nhiều…nhưng rất vui có một số đông bạn trẻ nhập hội có nhiều tài năng tương lai sẽ gánh vác hội YKH của mình..

Khách mời danh dự Bà Almuth Krainick con gái của giáo sư Kranick .Bà giống giáo sư như tạc , thầy dạy về môn Pediatrics , lúc đó tôi đang học năm thứ 2 có cái mộng học hết năm thứ 5 sẽ qua Đức tiếp tục học nên tôi cố học thêm tiếng Đức với giáo sư Ferkinghoff , để rồi " Deutchland uber alles"

Có biết chút ít tiếng Đức lỏm bỏm gọi thầy và cô bằng Mein Vater , Mutter (cha , mẹ), hay bon Papa ,belle mère .. thầy thuong tôi có cho tôi và Tinh Châu quyễn " Handbook of Pediatrics " có chữ ký của thầy , tôi còn cất giữ .Những ngày nghĩ tôi cũng theo vợ chồng giáo sư và thầy cô Discher về cư xá đại học để tập nói tiếng Đức , để nghe nhạc cổ điển ,tôi thích nhất là bản sérenade "eine kleine Nachmusik " của Mozart do Bà Discher biể diễn.

Cám ơn BS Thương đã cho tôi gặp cô Almuth Krainick , tôi đã khóc , cho tôi nhớ lại sự hy sinh cao đẹp cuả các thầy cô Đức cho trường YKH ! Tôi nói với cô Almuth là cha mẹ cô suốt đời đối với tôi là cha “ Vater “ là mẹ “ Mutter “ là người anh hùng “ Mein Held “ của tôi . Ich halte ihn fur ausserordentlich fahrich ! I have the highest respect for his ability ! Tôi không hiểu vì sao HPNP sinh viên y khoa năm thứ 2 ,có học với các thầy Đức lại nhẫn tâm để cho các thầy cô chết quá oan ức !

Đại hội YKHHN có gì lạ không em ?

- Số người tham dự khoảng 250 , số lảo niên như tụi tui trên dưới vài chục , anh em trẻ rất đông , nhảy đầm fantasie tuyệt vời ,tuyên dương đồng môn Vỏ đại Lợi . Hồ dăng Thuận.... ca sỉ tuyệt vời BS Lê văn Danh , BS Đoàn Yến... hát hay chi lạ !

Đại hội năm ni thật tuyệt vời
Người đông vui lắm các bạn ơi
Y khoa hải ngoại sang năm tới
Nghe nói vui hơn anh em nờ !
Muốn đi cứ nói Doctor Chánh
Hay Zelle Đốc Đức chút tiền thôi !

- Món ăn lạ lùng (đăc biệt dành cho các bạn YKHHN)

-

Lobster tập gym . lobster tập gym dùng 2 càng chỗng ngược đầu thế vỏ cuả Âu dương Phong { cô gái đồ long } món ăn chính của nhà hàng ! có lẻ chủ nhân nhà hàng muốn anh chị em y khoa hải ngoại mình ăn vào thì sức lực dẻo dai đi dự ĐHYKHN mệt nghĩ !

- Nhà hàng iTango với chén cơm niêu ngon tuyệt

Trứng lộn mới ra lò bà con ơi ! ăn vào nhớ Huế !

- !

- Các bạn ơi! Xung quanh khách sạn Ramada Garden Grove món ăn rất ngon đi đâu xa cho mệt !

Những món ăn đậm đà tình Huế , bạn bè tra trẽ vui ơi là vui ,hát hò không thua ca sỉ , vũ điệu thiên hạ lác mắt, hỏi răng mà mình không đi dự ĐHYKHHN cho được !

Cụ NGÔ THUẬT

(Thân sinh của anh TÔ NGỌC)

Năm 1930 tại Hà Nội**, kịch tác gia Văn Thuật** sáng tác vở **"Kén Chồng"**. Ban kịch Đông Thanh của ông đi lưu diễn tại hầu hết các tỉnh như Nam Định, Hải Dương, Hải Phòng, Hưng Yên, Thái Bình, Phú Thọ v.v... "Kén Chồng" có nội dung : Kiều Oanh, một thiếu nữ mới lớn thuộc loại "Phi cao đẳng bất thành phu phụ". Người cầu hôn không thuộc thành phần trên cô đều chê dốt nát. Sau có một ông phán đầu tòa (công chức người Việt "xếp lớn" tại toà công sứ Pháp trong tỉnh) vì bị Kiều Oanh cho de nên tìm cách trả thù. Phán đầu tòa toa rập với bạn cho thằng đầy tớ vốn là lính chào mào hồi thế chiến 1914-1918, giả sinh viên tốt nghiệp bên Tây về, rồi thuê người mai mối, tìm đủ cách tô điểm. Kết cuộc Kiều Oanh mắc lừa...

"Kén Chồng" phơi bày tất cả bề trong nhớp nhúa của cả đàng gái lẫn đàng trai, gây dự luận xôn xao kéo dài trong nhiều tháng đi lưu diễn. Ông Văn Thuật còn bị ông phán đầu tòa Nhật Nha**m Trịnh Như Tấu kiện về chuyện nhại bài thơ "Vịnh Cái** Quạt" của ông, phang trong kịch bản. Nội vụ ra tòa, ông Văn Thuật phải chạy thầy cãi gần hết nghiệp mới trắng án. **Sau đó ông tức mình học luật và trở thành một luật gia, cùng thời với Lê Tài Triển, Nguyễn Huy Đẩu v.v...**

Cụ Ngô Thuật là người đỗ đầu ở trường Bưởi vào thập niên 30.

Cụ Ngô Thuật dù đã trở thành Luật Gia, là Thẩm Phán ở HÀ NỘI nhưng sự yêu thích văn nghệ vẫn tiếp tục, cụ đã từng dành hẳn một gian nhà để sinh hoạt văn nghệ với các cụ cùng thời như cụ Ả nắm Trần tuấn Khải, cụ Lê tràng Kiều, Vũ Hoàng chương , Cụ Thế Lữ vv**..**

Cụ lập ban kịch ,vừa đạo diễn vừa biên kịch nói lên những hủ tục của xã hội thời bây giờ và dĩ nhiên là không bỏ qua các màn hát Ả đầu.

Bà Hồ Điệp cũng là một trong những bạn trẻ của ông như **Ông Hồ anh Nguyễn thanh Hoàng(Van Nghe Tien Phong**) người đã hướng dẫn/rủ rê anh Tô ngọc vào làng báo

Theo lời anh Tô Ngoc „,,nhờ thỉnh thoảng được Hầu trà các cụ ...anh đã nghe được nhiều chuyện từ các cụ ...tự đó anh đã biết rất nhiều chuyện ...trong giới văn chương thi phú thời đó ..cũng như học được nhiều điều từ các cụ .

Rất tiếc anh đã không còn để… kể cho chúng ta nghe nữa ....

Ngọn Lửa và Ánh Trăng:

Di sản tinh thần Thích Tuệ Sỹ giữa khổ đau và giải thoát

"Đường xưa vẫn gió, trăng chưa từng tắt,
Người đi rồi, mà nắng vẫn trong veo."
TUỆ SỸ

Tháng 11 - 2025, đại tường Hòa thượng Thích Tuệ Sỹ. Lễ đại tường là ngày giỗ năm thứ hai hai sau khi một người qua đời. Đại tường không chỉ là một nghi thức tang lễ nối dài mà là một triết luận sinh diệt siêu vượt những tín lý từng được cho là siêu việt của văn hóa và tôn giáo Á Đông, đặc biệt trong Phật giáo; nhất là khi nói đến một bậc danh tăng như Thầy Tuệ Sỹ lại càng mang nhiều ý nghĩa:

Trước hết là ý nghĩa nhân sinh: Là sự tiếp nối của tình người và đạo nghĩa. Đây là cột mốc chuyển hóa nỗi đau thành tri ân. Sau hai năm, tang thân (có cả tăng thân) và đồ chúng đã lắng dịu tiếc thương, thay vào đó là niềm biết ơn, kính trọng cũng như khát vọng tiếp nối đạo lý "uống nước nhớ nguồn". Người ra đi không mất, mà hiện hữu trong tâm tưởng tu, trong hành động thiện, trong hạnh nguyện lành của người ở lại.

Đặc biệt là theo tinh thần triết học Phật giáo mà Thầy Tuệ Sỹ đã suốt đời hoằng hóa, Đại Tường là biểu tượng của vô thường và duyên sinh. Chết không phải là hết, mà là một chuyển động trong chuỗi tương tục của nhân duyên: *"Sinh diệt diệt dĩ, tịch diệt vi lạc"*, khi mọi sinh diệt đều tắt, thì tịch diệt (Niết bàn) mới là an lạc đích thực. Cái chấm dứt hình tướng của bậc trí tuệ là sự trở về thể tánh, không còn bị ràng buộc bởi thân xác hay danh vọng mà chỉ còn lại ánh sáng của trí tuệ - tâm từ.

Với đạo Phật, Đại Tường là dịp thực hành hồi hướng công đức cho bậc chân nhân đã viên tịch, giúp hương linh (và chính mình) tiến gần hơn tới giải thoát. Đồng thời, giúp thức tỉnh tâm người sống để biết rằng mọi pháp hữu vi đều vô thường và con đường tu tập là cách duy nhất vượt thoát sinh tử. Sự tịch diệt của một bậc chân tu không phải là mất mát, mà là sự trở về với pháp giới. Do vậy, đối với một nhân vật như Thầy Tuệ Sỹ, lễ Đại Tường không chỉ là lễ tưởng niệm, mà là một tuyên ngôn của trí huệ cũng như trí tuệ và đạo đức Phật giáo Việt Nam trong thời đại mới: Biết buông bỏ vô minh, sống an nhiên giữa vô thường và tiếp nối ánh sáng lương tri bằng chính đời sống tỉnh thức của mình.

Ánh lửa Đại Tường trong tâm ảnh người đi

Một sớm mai có nắng mùa Đông ở Huế, Sài Gòn, Hà Nội; Paris hay California... khói nhang trầm quyện vào tiếng chuông chùa trầm lắng, người mường tượng từ tâm ảnh và hiện ảnh về lễ đại tường tưởng nhớ Thầy Tuệ Sỹ tỏa lên như ngọn lửa và ánh trăng nhắc về một kiếp người tròn đầy trong vô thường.

Giữa không gian ấy, ta không chỉ tưởng niệm một vị cao tăng, mà còn tưởng niệm một ngọn lửa đã cháy trọn trong đêm dài của dân tộc và đạo pháp: một ngọn lửa từng soi đường cho bao thế hệ học Phật, viết Phật và sống Phật. Kỳ lạ thay, ngọn lửa ấy không thiêu đốt mà lại tỏa sáng bằng ánh trăng – ánh trăng rằm miên du của Tuệ giác. Ánh sáng lung linh ấy không chỉ chiếu soi một tấm thân đã hóa cát bụi, mà còn tiếp tục soi đường cho bao tâm thức đang đi trong đêm dài của thời đại.

Biểu tượng Thích Tuệ Sỹ là dòng sống giữa hai cõi: hiện sinh và siêu việt.

Một cuộc đời biểu hiện của hiện sinh khổ đau: tù ngục, khốn khó, bệnh tật, hoàn cảnh đầy thách thức... Nhưng trong cái khổ ấy lại là một tâm thức siêu việt an nhiên: *"Tự do không phải là trạng thái, mà là tâm thái."*

Ở đây, triết học Phật giáo gặp gỡ triết học hiện sinh, tuy cùng đại lộ mà trên hai nẻo phân tâm – Sartre và Kierkegaard tìm tự do trong phi lý – Thích Tuệ Sỹ tìm tự do trong chân lý vô ngã. Lộ trình Tuệ Sỹ không chống lại khổ đau, mà xuyên thông qua nó; không phủ nhận đời, mà sống giữa đời như một bài Tâm Kinh vô tự để từ đó đi vào "Tam Tâm Pháp Ấn": Từ bi - Trí tuệ - Tự do.

Từ bi trong hành động: dấn thân vì tỉnh thức, vì con người, vì lý tưởng giác ngộ để hoằng dương chánh pháp. Từ bi, không chỉ là lòng thương mà là dấn thân. Thầy không rút lui vào cõi thiền am tĩnh mịch, mà bước ra giảng dạy, viết, dịch, tranh luận, hoằng pháp – để ngọn đèn Phật học Việt Nam không tắt giữa thế kỷ đầy biến động.

Trí tuệ trong ngôn ngữ: triết luận hàn lâm mà gần gũi, dịch thuật uyên bác mà tỏa sáng, thi ca bay nhẹ vào đời như mây trắng chân không. Trí tuệ, là cốt tủy trong từng trang kinh, từng luận thuyết. Từ Triết học về Tánh Không đến Đạo Phật và Con Người hiện đại, Thầy luôn đi tìm một lối vào Phật pháp bằng con đường khai phóng, nơi tri thức không đối nghịch với đức tin, mà nâng đỡ đức tin.

Tự do trong tâm thức: vượt mọi áp bức, không vướng vào danh lợi, hình tướng hay quyền uy. Tự do, là hơi thở cuối cùng của một đời người tu. Không tự do, thì đạo chỉ là khuôn phép; có tự do, mới có giác ngộ. Thầy từng nói:

"Không ai có thể hoằng pháp nếu chưa từng giải thoát khỏi chính mình."

Câu ấy, giờ đọc lại, như một lời gửi cho tất cả những người đi sau; những ai đang hoằng pháp trong kỷ nguyên hỗn mang của thông tin và ảo tưởng; rằng, điều quan trọng nhất không phải là nói về đạo, mà là sống được trong đạo.

Trong tác phẩm Triết học về Tánh Không, Thầy Tuệ Sỹ viết: *"Không có cái Ta nào bị giam cầm, chỉ có vô minh tưởng rằng mình bị giam."* Tư tưởng này vẫn được xem là "dấu ấn triết học" của Phật học Việt Nam thời hiện đại: tự do như là tự tri; an trú trong chánh niệm. Bởi vậy, ánh trăng thiền vị trong thơ Tuệ Sỹ đã là một trời thơ. Đẹp quá!

Tuệ Sỹ không là một thi sĩ làm ra thơ mà thơ đã chính là tâm hồn thi sĩ nên thơ Thầy là một thiền khúc tâm ca vượt lối mòn và ước lệ thời đại.

"Một ngày nào đó / Trên vết chân người / Cỏ sẽ mọc xanh / Và mưa sẽ rơi."

Đó là lời của một người không tuyệt vọng, dù thân bị giam trong trần lao, tâm vẫn hòa vào hư không, như trăng soi qua song sắt.

Thơ Tuệ Sỹ là "thiền ca hiện sinh"; không nói vô ngã bằng triết, mà bằng hơi thở, bằng chữ nghĩa mềm mại, thong dong siêu vượt như hương khói nhang trầm.

Và ánh trăng vằng vặc trong tâm thức người ở lại

Đại Tường không phải là khép lại một kiếp người, mà là mở ra một kiếp sáng. Cuộc đời Thầy Tuệ Sỹ là minh chứng hùng hồn cho chân lý ấy. Thầy đã sống giữa hai cõi hiện sinh và siêu việt:

Ở cõi hiện sinh, Thầy từng chịu giam cầm, thiếu ăn, bệnh tật và cô đơn. Thân phận ấy, nếu nhìn bằng con mắt thế gian, là một bi kịch. Nhưng ở cõi siêu việt, chính trong khổ đau, Thầy tìm thấy con đường giải thoát như Thầy từng viết:

"Không có cái Ta nào bị giam cầm, chỉ có vô minh tưởng rằng mình bị giam."

Đó không chỉ là một phát biểu triết học, mà là một tuyên ngôn của tự do nội tâm – thứ tự do không thể bị còng trói bởi quyền lực hay xiềng xích.
Nếu Sartre nói: *"Con người bị kết án phải tự do,"* thì Thích Tuệ Sỹ lại cho rằng: *"Con người giải thoát khi thấy rõ không có cái Ta nào để bị kết án."*

Thầy đã đi xa, nhưng Tuệ vẫn còn ở lại. Ở lại trong từng hơi thở của người học đạo, trong từng dòng chữ của thiền lâm Phật học, nơi Thầy đã góp phần gieo hạt giống tư tưởng, đối thoại và tự do. Ở lại trong những ai từng tin rằng Phật pháp không chỉ là giáo lý để tụng niệm, mà là ánh sáng soi đường trong những khúc quanh tối nhất của đời người.

Ngọn lửa Tuệ Sỹ đã cháy trọn một đời và chính vì cháy trọn, nên đã hóa thành ánh trăng. Ánh trăng ấy không bốc cháy dữ dội, mà soi đường cho từng bước chân hậu học trên con đường dài của Phật pháp và nhân sinh.

Những người ở lại, dù không đủ để nối gót, vẫn có thể giữ được ánh sáng khi vẫn khiêm cung lắng lòng trầm tư trong tịch lặng để chắt lọc pháp ngôn, xiển dương pháp thoại, sáng tác pháp tuệ, cung dưỡng pháp hành... trong tương quan nghệ thuật với nhân sinh cho Đạo và cho Đời.

"Ta về trong bóng nguyệt xưa,
Nghe hoa vẫn nở như chưa hề tàn."
(Hồi quang)

Thầy ơi!
Ánh trăng vẫn đó.

Và trong mỗi người còn lại, ngọn lửa của Thầy chưa bao giờ tắt.

Sacramento, thủ phủ Cali. Quý Thu 2025
Nguyên Thọ Trần Kiêm Đoàn

NGƯỜI GIÀ

" Hôm nay, tôi vô tình nghe được một đoạn đối thoại giản dị, mà lòng chùng lại:

– Tại sao trẻ con tè dầm thì mọi người thấy bình thường, còn người già tè dầm lại bị coi là phiền phức?

Vì người già... không còn mẹ nữa.

Chỉ một câu thôi, mà như có ai bóp nhẹ tim mình.

Phải rồi...

Em bé thì có mẹ lau khô, vỗ về, dỗ ngọt: "Không sao đâu, có mẹ ở đây."

Còn người già dù cũng lấm lem, yếu ớt, run rẩy lại chẳng còn ai để dịu dàng nói với họ như thế.

Người ta thường nói: “Già như trẻ con."

Nhưng khác biệt lớn nhất là:

Trẻ con được sinh ra giữa vòng tay.

– Người già dần rời đi giữa khoảng lặng.

Trẻ con vụng về, ai cũng tha thứ.

Còn người già lẩm cẩm, vụng về... lại dễ bị coi là phiền.

Một cái thở dài cũng đủ khiến họ thu mình lại.

Một ánh mắt thiếu kiên nhẫn cũng có thể khiến họ tự thấy mình trở thành gánh nặng.

Bạn có từng nghĩ, cha mẹ mình những người từng gánh cả một đời mưa nắng sẽ thấy xấu hổ đến nhường nào, khi chẳng còn đủ sức tự mặc quần áo, tự cầm muỗng ăn, hay tự đi đứng như trước?

Có chứ.

Bởi họ từng mạnh mẽ.

Từng dành miếng ngon nhất cho con.

Từng là người đứng chắn gió sương cho ta.

Nhưng rồi thời gian cũng khiến những bàn tay ấy run rẩy, những bước chân chậm dần lại, và ánh mắt cũng không còn rõ như ngày xưa.

Ta yêu con trẻ bằng tất cả bao dung.

Vậy sao lại khó lòng mềm mỏng khi cha mẹ già yếu dần đi?

Có phải vì ta đã quá quen thấy họ kiên cường, nên khi họ yếu đi, ta lại bối rối, thiếu nhẫn nại, quên mất rằng họ cũng cần được chở che như họ từng che chở ta?

Không ai muốn trở thành gánh nặng.

Và càng không ai muốn thấy mình trở thành nỗi phiền trong chính ngôi nhà của mình.

Thế nên, nếu một ngày mẹ cha bạn trở nên lẩm cẩm, nói mãi một câu chuyện cũ, hay thậm chí tè dầm, xin đừng thở dài, đừng khó chịu.

Hãy nhớ lại:

Ngày bạn còn nhỏ, ai đã thay tã cho bạn? Ai đã lau từng giọt nước mắt không một lời than phiền?

Người già... cũng từng là đứa trẻ có mẹ. Nhưng giờ đây, họ chỉ còn bạn.

Làm thế nào để trở thành một người tử tế?”

Hãy bắt đầu bằng cách thương một người già, như thể bạn đang ôm lấy một đứa trẻ không còn ai dỗ dành."

Slimpatch

Chúc Mừng Năm Mới

sản phẩm mới nổi bật 100% chiết xuất từ thảo dược tự nhiên.

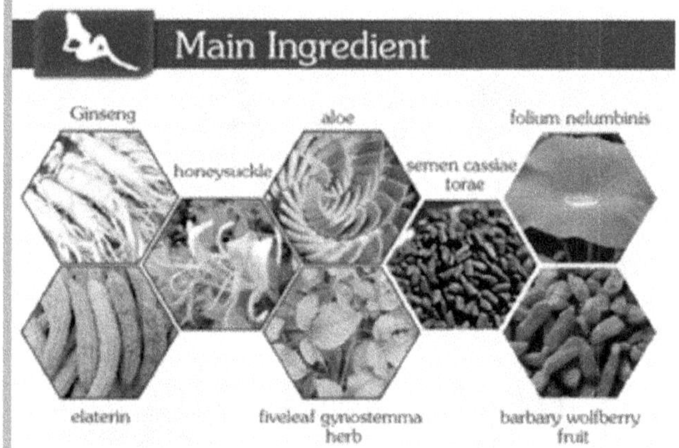

Miếng dán mỏng giúp ngăn chặn hiệu quả sự hấp thụ dầu mỡ, đường và tinh bột và giúp cân bằng cảm giác thèm ăn dư thừa của cơ thể. Nó cũng giúp đào thải chất béo và chất độc trong cơ thể đồng thời làm săn chắc da. Với tác dụng của chất cấp tốc thẩm thấu qua da tự nhiên, thảo dược thiên nhiên có thể nhanh chóng đi qua da vào hệ thống tuần hoàn của con người thông **qua vùng rốn**. Vì miếng dán được chiết xuất từ các loại ***thảo mộc tự nhiên nên không gây tiêu chảy, hơn nữa, tỷ lệ hiệu quả thon gọn khi sử dụng miếng dán cao hơn so với dùng viên uống vì nó bỏ qua hệ tiêu hóa, gan và thận***. Các thành phần hiệu quả của nó cũng được bảo quản tương tự như vậy. Chỉ cần dán miếng dán mỏng lên vùng rốn và hoàn thành một đợt điều trị, bạn sẽ thấy hiệu quả của nó.

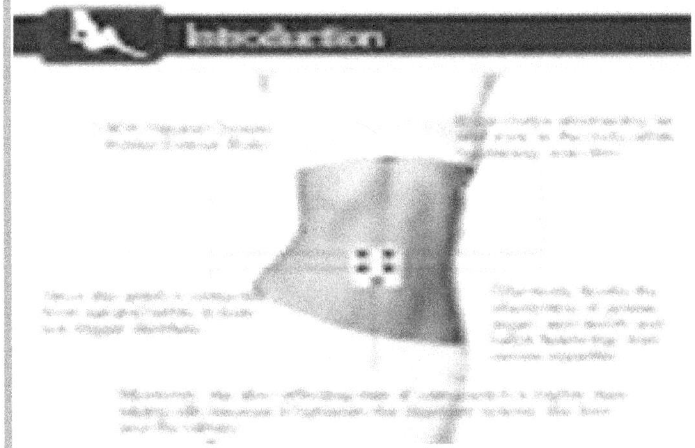

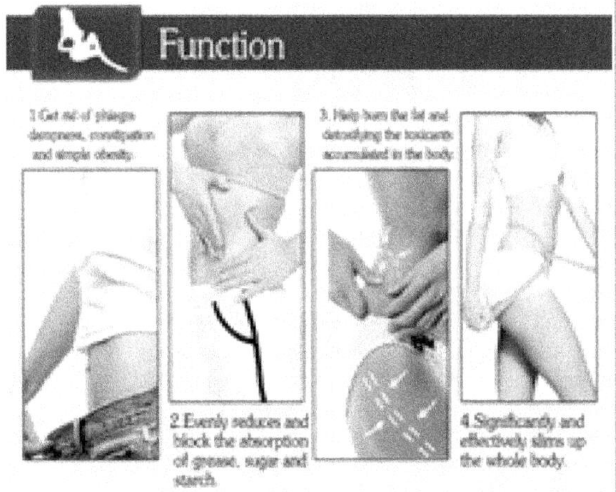

Notice:

1. For external use only.
2. The lean and those with skin allergies should consult a physicianexpert before use.
3. Individuals with eating disorders should consult a doctor before use
4. Pregnant women, breast-feeding women and Children under 12years old are prohibited to use.
5. Women who is in menstrual period can not use.
6. Sensitive skin people are prohibited to use.
7. Do not stick the patch onto the broken or ulceration skin.
8. This product can only be a one-time use.

Ảnh hưởng của Phật giáo, Lão giáo và Khổng giáo trong văn hóa, nếp sống và tư tưởng của người Việt Nam

Trong tiến trình lịch sử, văn hóa Việt Nam đã tiếp thu nhiều dòng tư tưởng, tôn giáo và triết học khác nhau, nhưng nổi bật và bền vững nhất là ba hệ thống lớn: Phật giáo, Lão giáo và Khổng giáo. Ba luồng tư tưởng này du nhập từ Trung Hoa và Ấn Độ, rồi hòa quyện với tín ngưỡng bản địa để tạo nên diện mạo văn hóa, nếp sống và tư tưởng đặc trưng của người Việt. Có thể nói, chúng không chỉ định hình thế giới quan, nhân sinh quan, mà còn chi phối từ lối ứng xử hằng ngày cho đến các thiết chế xã hội, đạo đức và thẩm mỹ.

1. Phật giáo: Từ bi và bao dung trong tâm thức Việt

Phật giáo du nhập vào Việt Nam khoảng thế kỷ II sau Công nguyên, chính yếu qua con đường Ấn Độ và Trung Hoa. Trong suốt chiều dài lịch sử, đặc biệt là thời Lý – Trần, Phật giáo giữ vị trí quốc giáo và ảnh hưởng sâu rộng đến đời sống tinh thần của người dân.

Về tư tưởng, Phật giáo đem đến quan niệm về vô thường, vô ngã và nhân quả nghiệp báo, khuyến khích con người sống thiện lành, từ bi, vị tha. Người Việt tiếp nhận những giáo lý ấy và chuyển hóa thành những chuẩn mực đạo đức gần gũi: "Ở hiền gặp lành", "Gieo gió gặt bão", hay "Ăn ở có đức mặc sức mà ăn". Đây không chỉ là niềm tin tôn giáo mà còn là nguyên tắc ứng xử xã hội.

Quan niệm "vô ngã" giúp con người hướng đến sự buông bỏ, giảm tham sân si – những yếu tố gây khổ đau.

Về nếp sống, Phật giáo tạo dựng thói quen ăn chay, phóng sinh, đi chùa lễ Phật, đặc biệt trong những dịp lễ hội như rằm tháng Giêng, rằm tháng Bảy, lễ Vu Lan. Chùa chiền trở thành trung tâm sinh hoạt cộng đồng, không chỉ để thờ cúng mà còn là nơi giáo dục, chữa bệnh và hội họp.

Phật giáo cũng góp phần định hình lối sống thanh tịnh, hướng nội, đặc biệt trong các vùng nông thôn và cộng đồng Phật tử.

Người Việt quen với câu nói: "Đi chùa cầu phúc, cầu bình an", cho thấy tính chất an ủi và chở che mà Phật giáo đem lại.

Về văn hóa – nghệ thuật, Phật giáo để lại dấu ấn trong kiến trúc chùa tháp, tượng Phật, tranh thờ, văn học Thiền tông.

Những tác phẩm như "Cư trần lạc đạo" của Trần Nhân Tông thể hiện tinh thần nhập thế, dung hòa đời và đạo, phản ánh tinh hoa Phật giáo Việt Nam.

2. Lão giáo: Tự nhiên, huyền bí và niềm tin dân gian

Lão giáo (Đạo giáo) du nhập vào Việt Nam từ Trung Hoa thời Bắc thuộc với triết lý của Lão Tử và Trang Tử, nhấn mạnh sự hòa hợp với tự nhiên, sống thuận theo Đạo – tức quy luật vũ trụ gắn liền với tín ngưỡng thần tiên, bói toán, thuật số.

Dù không phát triển thành tôn giáo chính thống như Phật giáo, nhưng Lão giáo lại hòa quyện với tín ngưỡng dân gian, tạo nên một lớp văn hóa tâm linh rất đậm nét.

Về tư tưởng, Lão giáo khuyến khích con người sống thuận theo tự nhiên (Đạo pháp tự nhiên), đề cao sự an tĩnh, vô vi, không bon chen danh lợi, biết chấp nhận và sống an nhiên. Quan niệm này tác động đến nếp sống giản dị, khiêm nhường, "biết đủ là vui" của nhiều thế hệ người Việt.

Quan niệm về âm dương, ngũ hành trong Lão giáo trở thành nền tảng cho phong thủy, y học cổ truyền và kiến trúc truyền thống Việt.

Trong văn học, hình ảnh ẩn sĩ lánh đời, "ngao du sơn thủy" cũng bắt nguồn từ ảnh hưởng Lão giáo.

Về tín ngưỡng, Lão giáo góp phần hình thành hệ thống thờ thần linh, thổ công, thổ địa, táo quân, tứ phủ, cũng như các nghi thức bói quẻ, cúng sao giải hạn. Người dân Việt tin vào sự hiện diện của các vị thần cai quản tự nhiên, từ ông Công, ông Táo cho đến thần cây, thần núi. Chính nhờ sự dung hợp này, tín ngưỡng dân gian Việt Nam trở nên phong phú, đậm chất huyền bí.

Ảnh hưởng trong đời sống:

- Người Việt thường có xu hướng sống hòa hợp với thiên nhiên, coi trọng sự cân bằng trong mọi mặt – từ ăn uống, nghỉ ngơi, chữa bệnh đến xây dựng nhà cửa (phong thủy).
- Tư duy "thuận thiên" – sống thuận theo trời đất – là biểu hiện rõ nét của ảnh hưởng Lão giáo.

Về nghệ thuật, dấu ấn Lão giáo thể hiện qua những hình tượng rồng, hạc, tiên ông, hay những truyền thuyết về tu tiên, trường sinh bất tử, tranh thủy mặc, điêu khắc dân gian.
Hình ảnh "Tam đa" (Phúc – Lộc – Thọ) cũng phản ánh ảnh hưởng rõ nét của Đạo giáo đến thẩm mỹ Việt.

3. Khổng giáo: Trật tự, lễ nghĩa và đạo lý xã hội

Khổng giáo, hay Nho giáo, là hệ tư tưởng chính trị – đạo đức do Khổng Tử sáng lập, nhấn mạnh vai trò của lễ nghi, trật tự xã hội và đạo làm người.

Khổng giáo du nhập vào Việt Nam qua hệ thống giáo dục và thi cử Nho học từ thời Bắc thuộc, rồi trở thành tư tưởng chính thống của nhà nước phong kiến, đặc biệt từ thời Lê sơ. Đây là học thuyết có ảnh hưởng mạnh mẽ nhất đến tổ chức xã hội, đạo đức và chính trị của người Việt.

Về tư tưởng xã hội, Khổng giáo đề cao tam cương ngũ thường (quân – thần, phụ – tử, phu – thê; nhân, nghĩa, lễ, trí, tín), coi đó là nền tảng để duy trì trật tự và ổn định xã hội.

Ảnh hưởng này in sâu trong nếp sống Việt Nam, thể hiện sự coi trọng gia đình, lòng trung thành với tổ quốc, sự hiếu thảo, sự hiếu học, tôn trọng tôn ti trật tự.

Người Việt thường nói: “Tiên học lễ, hậu học văn” – phản ánh tinh thần Khổng giáo về giáo dục đạo đức trước tri thức.

Về nếp sống, Khổng giáo ảnh hưởng đến cách tổ chức gia đình và làng xã. Gia đình Việt mang tính phụ hệ, coi trọng quyền uy của người cha, người chồng. Tinh thần “tôn ti trật tự”, “kính trên nhường dưới” vẫn còn hiện diện trong nhiều gia đình Việt Nam hiện đại.

Làng xã cũng được điều hành dựa trên sự tôn trọng người lớn tuổi, uy tín của bô lão. Phong tục thờ cúng tổ tiên – tuy vốn có từ trước – nhưng dưới ảnh hưởng Khổng giáo càng được củng cố, trở thành nét đặc trưng sâu đậm của văn hóa Việt.

Về giáo dục và chính trị, Khổng giáo đặt nền móng cho hệ thống thi cử Nho học, đào tạo tầng lớp trí thức, quan lại.

Những giá trị như “yêu nước, kính thầy, có hiếu với cha mẹ”, “tu thân, tề gia, trị quốc, bình thiên hạ” trở thành chuẩn mực lý tưởng cho nhiều thế hệ sĩ phu Việt Nam.

4. Sự dung hợp Tam giáo trong văn hóa Việt

Điểm đặc sắc của văn hóa Việt Nam không nằm ở sự độc tôn của một học thuyết nào, mà ở khả năng dung hợp Tam giáo. Người Việt không xem Phật giáo, Lão giáo hay Khổng giáo đối nghịch với nhau, mà chắt lọc và hòa quyện những yếu tố phù hợp để phục vụ đời sống.

Trong tín ngưỡng, một ngôi đình, ngôi chùa hay đền miếu có thể đồng thời thờ Phật, thờ Thánh, thờ thần linh và thờ Khổng Tử.

Trong một gia đình, có thể vừa thờ Phật, vừa thờ tổ tiên theo Nho giáo, vừa cúng thần linh, thần tài theo Đạo giáo.

Trong lễ Tết cổ truyền, người Việt vừa đi chùa cầu an (Phật giáo), vừa cúng tổ tiên (Khổng giáo), vừa xem ngày giờ tốt xấu để xuất hành (Lão giáo).

Trong đời sống, người Việt vừa tin vào nhân quả (Phật giáo), vừa kính trọng tổ tiên, lễ nghĩa (Khổng giáo), lại vừa sống theo ý trời, thực hành cúng sao, cầu an (Lão giáo). Sự dung hợp này thể hiện rõ trong câu nói: "Phật – Thánh – Tiên – Nho cùng ngự trong một mái đình".

Trong tư tưởng, người Việt học từ Phật giáo lòng từ bi; học từ Lão giáo tinh thần tự do, gần gũi thiên nhiên, sống theo ý trời; học từ Khổng giáo ý thức trách nhiệm, kỷ cương.

Nhờ đó, tâm hồn và nhân cách người Việt vừa có chiều sâu đạo lý, vừa giàu tính linh hoạt, mềm dẻo.

5. Kết luận

Phật giáo, Lão giáo và Khổng giáo đã in đậm dấu ấn trong mọi phương diện đời sống văn hóa, nếp sống và tư tưởng người Việt Nam. Nếu Phật giáo gieo mầm từ bi và niềm tin nhân quả, Lão giáo thổi vào tâm hồn sự tôn trọng môi trường, thiên nhiên, thì Khổng giáo xây dựng khuôn khổ đạo lý và trật tự xã hội.

Tuy nhiên, niềm tin và nếp sống của người Việt thay đổi theo tiến bộ của nền văn minh hiện đại:

- **Về Phật giáo**: Phật tử hiểu giáo lý sâu sắc hơn nhờ internet. Chùa chiền ngày nay chủ yếu là nơi lễ bái vào các dịp lớn như Tết, Phật Đản, Vu Lan… hoặc trở thành thắng cảnh cho du khách.
- **Về Lão giáo**: người dân ít mê tín dị đoan, giảm đốt vàng mã, hạn chế lập miếu thờ, không còn quá lệ thuộc vào ngày giờ tốt cho cưới hỏi, xây cất…
- **Về Khổng giáo**: địa vị phụ nữ được tôn trọng, bình đẳng hơn; quan niệm trung quân được thay bằng lòng yêu nước, thương người.

Sự dung hợp Tam giáo đã tạo nên một nền văn hóa Việt Nam vừa phong phú, vừa uyển chuyển, vừa bền vững.

Đó cũng là minh chứng cho tinh thần cởi mở, linh động và sáng tạo của dân tộc Việt trong việc tiếp thu, dung hòa và bản địa hóa các giá trị ngoại lai để đáp ứng nhu cầu của chính mình và theo kịp sự phát triển của nhân loại.

Khi nào chúng ta gần với Đạo nhất?

Tam giáo thấm sâu vào tâm trí chúng ta nhưng có những lúc chúng ta cảm thấy gần gũi với Đạo hơn bao giờ hết:

- **Khi làm việc**, chúng ta cảm thấy gần với Khổng giáo, vì Khổng học nhắc nhở chúng ta trọng chữ tín, kính trên nhường dưới, nhân từ, hòa đồng với mọi người chung quanh.
- **Khi nghỉ cuối tuần**, chúng ta cảm thấy gần gũi với Lão tử, vì dù có nắng, mưa – chúng ta vẫn vui với thiên nhiên, luôn hài lòng với những gì trời cho.
- **Khi lâm chung**, chúng ta gần với Phật, vì Phật dạy rằng thân xác chúng ta là vay mượn, sự chết chỉ là sự chấm dứt của kiếp này và khởi đầu của một kiếp khác. Nếu kiếp này có tu nhân, tích đức thì kiếp sau sẽ có một cuộc sống tốt đẹp hơn.

Nguyễn Lam-Sơn

BÁC SĨ MARY EDWARDS WALKER

STORIES OF SACRIFICE

Mary Edwards Walker | U.S. Civil War | U.S. Army | Medal of Honor Recipient

https://www.bing.com/search?qs=AS&pq=Mary+Edwards+Walker&sk=CSYN1LS1&sc=16-19&pglt=299&q=mary+edwards+walker+medal+of+honor&cvid=e81c142c051d4b5bbccf0b8b7eb9c6b6&gs_lcrp

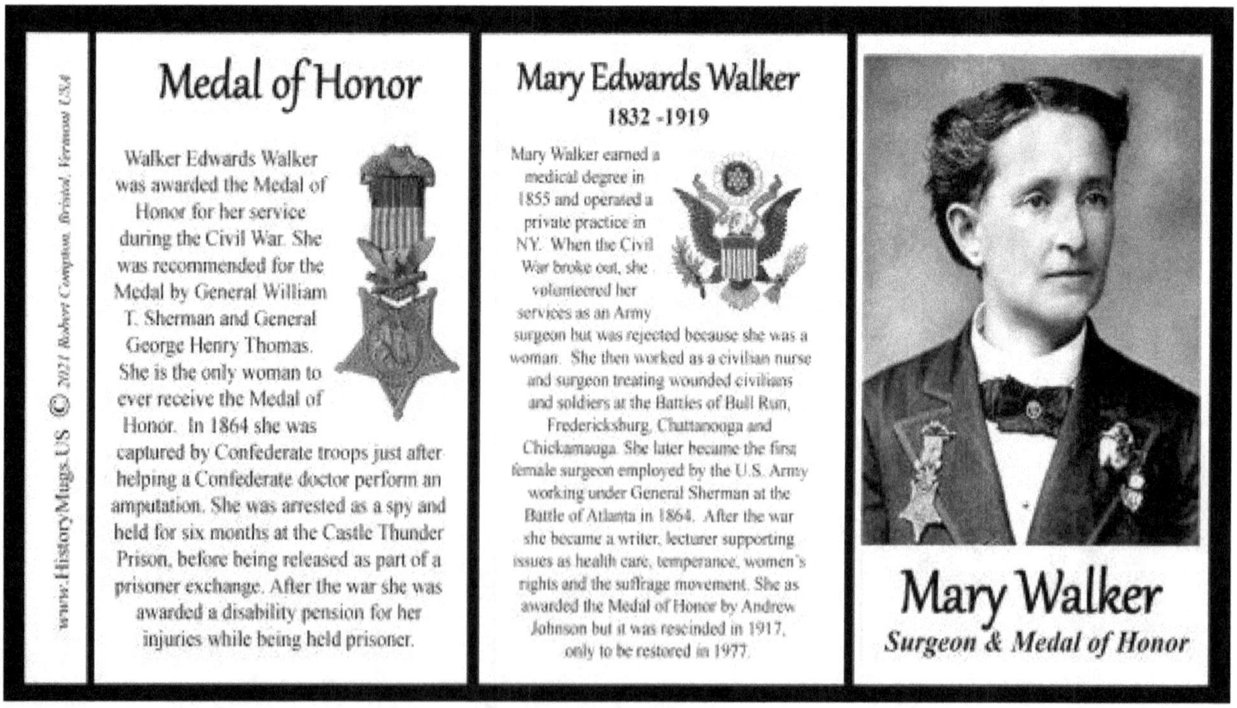

Năm mươi tám năm sau, người ta trả lại vinh dự ấy cho bà.

Ngay từ đầu, bà đã đúng.

Bác sĩ Mary Edwards Walker là người phụ nữ duy nhất từng được trao Huân chương Danh dự.

Chính phủ Mỹ từng tìm cách lấy lại.

Bà "bảo họ đi chỗ khác chơi!" — không phải bằng lời, mà bằng mọi hành động của bà cho đến hết đời.

Bà sinh ngày 26/11/1832 tại một nông trại ở Oswego, bang New York.

Cha mẹ bà là những người theo chủ trương bãi nô và cải cách giáo dục; họ tin con gái xứng đáng có cơ hội như con trai — một ý tưởng táo bạo vào năm 1832.

Cha dạy bà mộc, cơ khí và y khoa.

Mẹ dạy bà rằng áo nịt ngực chỉ là công cụ để giữ phụ nữ yếu đuối.

Mười lăm tuổi, Mary ném áo nịt đi và không bao giờ mặc lại.

Bà chọn "trang phục cải cách" — váy ngắn mặc với quần, lấy cảm hứng từ trang phục phụ nữ Thổ Nhĩ Kỳ.

Người ta chê cười không ngớt. Bà mặc kệ.

Với bà, thời trang nào ngăn phụ nữ cử động là thời trang ngăn họ sống.

Hai mươi mốt tuổi, bà vào Trường Y Syracuse, là một trong số rất ít phụ nữ Mỹ học y lúc bấy giờ.

Bạn nam trêu chọc, thầy cô nghi ngờ phụ nữ có đủ năng lực trí tuệ để làm bác sĩ.

Bà vẫn tốt nghiệp năm 1855 — một trong những nữ bác sĩ đầu tiên của Hoa Kỳ.

Nhưng có bằng chưa đủ, nếu không ai thuê bạn.

Bà mở phòng khám chung với chồng, bác sĩ Albert Miller.

Bệnh nhân không chịu để phụ nữ khám.

Cơ sở thất bại. Hôn nhân cũng vậy: Miller ngoại tình, Mary ly hôn năm 1869.

Tai tiếng với thời đó.

Bà giữ họ cha. Càng tai tiếng hơn.

Năm 1861, 28 tuổi, đã ly hôn và không tiền, thì Nội chiến bùng nổ.

Bà thấy đây là cơ hội.

Bà tới Washington D.C. xin tình nguyện làm bác sĩ phẫu thuật cho quân Liên bang.

Quân đội từ chối: phụ nữ chỉ được làm y tá — dọn dẹp, nấu nướng, an ủi — không phẫu thuật, không sĩ quan, không bình đẳng.

Mary vẫn ra tiền tuyến. Không lương. Không chức danh.

Bà tự dựng trạm y tế gần chiến trường và chữa cho bất cứ ai cần.

Sau trận Bull Run thứ nhất (7/1861), bà làm việc trong bệnh viện dã chiến đặt trong tòa nhà Cục Sáng chế, chữa hàng trăm thương binh.

Tài năng của bà không thể phủ nhận.

Năm 1862, quân đội rốt cuộc nhận bà — với vị trí y tá.

Bà chấp nhận để được gần thương binh.

Nhưng bà làm nhiều hơn thế: chẩn đoán, kê thuốc, mổ xẻ.

Những bác sĩ từng khinh thường dần dần nhờ bà hỗ trợ.

Bà mặc thứ mình muốn: một bộ quân phục sĩ quan chỉnh sửa kèm quần.

Các sĩ quan nam phàn nàn.

Bà đáp: "Tôi không mặc đồ đàn ông. Tôi mặc đồ của tôi."

Hai năm liền, bà làm ở các bệnh viện dã chiến, nhiều khi giữa làn đạn.

Bà mổ khi đàn ông gào thét, các chi bị cưa không có gây mê.

Bà băng qua chiến trường kéo thương binh ra khỏi làn địch.

Bà mắc thương hàn, suýt chết.

Khỏi bệnh, bà quay lại công tác.

Tháng 9/1863, bà được bổ nhiệm bác sĩ phẫu thuật theo hợp đồng dân sự, được công nhận chính thức.

Về Trung đoàn 52 Ohio, bà trở thành nữ bác sĩ phẫu thuật đầu tiên của Quân đội Hoa Kỳ.

Mary còn muốn làm thêm.

Bà vượt tuyến địch chữa cho dân thường: phụ nữ, trẻ em, người già — cực kỳ nguy hiểm.

Ngày 10/4/1864, gần Chattanooga (Tennessee), bà bị bắt bởi phe Liên minh miền Nam, bị cáo buộc làm gián điệp — oan.

Nhưng vì mặc quân phục Liên bang trên đất địch, bà bị giam.

Bà chịu 4 tháng ở nhà giam Castle Thunder (Richmond, Virginia) — đói khát, bệnh tật, dơ bẩn.

Được trao đổi tù binh tháng 8/1864, bà ra tù gầy yếu, bệnh tật, nhưng lập tức trở lại phục vụ.

Ngày 11/11/1865, Tổng thống Andrew Johnson trao cho bà Huân chương Danh dự vì lòng dũng cảm và tận tụy.

Bà là phụ nữ đầu tiên và duy nhất nhận phần thưởng này.

Bà đeo nó hằng ngày cho tới lúc mất.

Sau chiến tranh, Mary làm nhà văn, diễn giả, nhà hoạt động.

Bà đấu tranh cho:

- Quyền bầu cử của phụ nữ (được công nhận năm 1920),
- Cải cách trang phục (chống áo nịt, ủng hộ đồ tiện dụng),
- Quyền tài sản của phụ nữ đã kết hôn,
- Và phong trào tiết độ (chống tác hại của rượu).người ta gọi bà là điên rồ, cực đoan, khó chịu.

Bà mặc vest nam, đội mũ chóp.

Bà nhiều lần bị bắt vì tội "giả trang" — lúc đó là tội.

Mỗi lần ra tòa, bà đeo Huân chương trên ngực và giảng bài về quyền công dân cho thẩm phán.

Báo chí vẽ tranh biếm họa.

Bà không bao giờ lùi.

Rồi đến năm 1917.

Quốc hội đổi tiêu chí Huân chương Danh dự: chỉ dành cho trận chiến trực tiếp.

Họ rà soát lại hồ sơ cũ.

911 trường hợp bị rút, có cả bà.

Người ta yêu cầu trả lại.

Mary Edwards Walker, 84 tuổi, nói: Không.

Bà tiếp tục đeo mỗi ngày cho đến khi qua đời.

Bà mất ngày 21/02/1919, thọ 86 tuổi, sau một cú ngã trên bậc thềm Điện Capitol, nơi bà vẫn đang vận động cho quyền bầu cử của phụ nữ.

Bà được chôn trong bộ vest đen, Huân chương đặt trên tim.

Trong 58 năm, tên bà bị xóa khỏi danh sách được vinh danh.

Cho đến 1977, Tổng thống Jimmy Carter xem lại hồ sơ và khôi phục Huân chương cho bà.

Đến nay, bà vẫn là người phụ nữ duy nhất từng nhận phần thưởng này.

Sự thật mà câu chuyện của bà chứng minh là:

Bà không được công nhận vì "quá xuất sắc" — bà trở nên xuất sắc dù thiếu sự công nhận.

Bà phục vụ không chức danh.

Được trao huân chương, rồi bị tước, rồi được phục hồi sau khi mất.

Cả đời bà đòi một quyền rất đơn giản: được sống đúng là mình — một người phụ nữ tự do, có học, độc lập, kiên định.

Thế gian gọi bà là điên.

Lịch sử gọi bà là người cương trực.

Mỗi nữ bác sĩ phẫu thuật, mỗi người phụ nữ mặc đồng phục, mỗi chiếc quần hôm nay đều đi trong dấu chân của Mary Edwards Walker.

Bà chẳng cần ai cho phép.

Bà không đợi luật lệ thay đổi.

Bà sống như thể những luật lệ bất công ấy không áp vào mình.

Và nhiều thập kỷ sau, thế giới rốt cuộc thừa nhận là bà đã đúng.

Mary Edwards Walker qua đời với huân chương mà người ta từng muốn lấy lại.

Và khi thời gian bắt kịp sự thật, huân chương ấy vẫn ở trên ngực bà.

(ST)

Alice và Ellen Kessler

Hai vũ công và ca sĩ sinh đôi, khởi nghiệp từ những năm 1950 và từng biểu diễn cùng Fred Astaire, Frank Sinatra và Harry Belafonte, đã qua đời, cảnh sát Đức cho biết hôm thứ Ba. Họ hưởng thọ 89 tuổi.

Cái chết của hai chị em tại Grünwald, một vùng ngoại ô thịnh vượng của Munich, nơi họ sống chung một nhà, đã được tờ báo Đức Bild và hãng thông tấn dpa đưa tin hôm thứ Hai, mà không nêu rõ nguồn tin.

Cảnh sát Munich hôm thứ Ba đã xác nhận cái chết của họ, cho biết trong một tuyên bố qua email rằng đó là một vụ "tự tử chung".

Hai chị em sinh đôi Kessler học múa từ nhỏ và tham gia đoàn ballet thiếu nhi của Nhà hát Opera Leipzig. Năm 1952, khi họ 16 tuổi, gia đình họ chạy trốn sang Tây Đức, nơi họ biểu diễn tại một nhà hát tạp kỹ ở Düsseldorf.

Năm 1955, hai chị em được giám đốc nhà hát cabaret Lido ở Paris phát hiện, nơi sự nghiệp quốc tế của họ bắt đầu. Vào những năm 1960, cặp song sinh nhà Kessler đã lưu diễn khắp thế giới, chuyển đến Rome và biểu diễn **cùng Astaire, Sinatra và Belafonte**.

Họ đã từ chối lời mời xuất hiện cùng **Elvis Presley trong vở nhạc kịch "Viva Las Vegas"** vào năm 1964 vì sợ bị định hình bởi phim ca nhạc tại Mỹ, theo dpa đưa tin.

Bài viết liên quan Ca sĩ kiêm nhạc sĩ nổi tiếng người **Hy Lạp Dionysis Savvopoulos** qua đời ở tuổi 80 Ca sĩ kiêm nhạc sĩ nổi tiếng người Hy Lạp **Dionysis Savvopou**los qua đời ở tuổi 80

Jilly Cooper, tác giả người Anh của những tiểu thuyết khiêu dâm bán chạy nhất, bao gồm cả 'Rivals', qua đời ở tuổi 88

Jilly Cooper, tác giả người Anh của những tiểu thuyết khiêu dâm bán chạy nhất, bao gồm cả 'Rivals', qua đời ở tuổi 88

Pauline Collins, nữ diễn viên người Anh được đông đảo khán giả yêu mến qua vai diễn Shirley Valentine, qua đời ở tuổi 85 Pauline Collins, nữ diễn viên người Anh được đông đảo khán giả yêu mến qua vai diễn **Shirley Valentine**, qua đời ở tuổi 85

Ngay cả ở tuổi 80, hai chị em vẫn xuất hiện trên sân khấu trong một vở nhạc kịch. Alice nói ngay trước sinh nhật lần thứ 80 của họ rằng có lẽ họ sẽ không thể biểu diễn lâu như vậy nếu chỉ có hai người. Việc đi cùng nhau "chỉ có lợi thế", bà nói. "Cùng nhau, bạn sẽ mạnh mẽ hơn." Khi được hỏi về bí quyết thành công, bà chia sẻ: "Kỷ luật mỗi ngày. Lòng biết ơn, luôn luôn. Khiêm tốn, chứ không phải tự phụ. Và sự gắn kết.

Quà tặng trong Chiến tranh

Trần Mộng Tú

Em tặng anh hoa hồng
Chôn trong lòng huyệt mới
Em tặng anh áo cưới
Phủ trên nấm mồ xanh

Anh tặng em bội tinh
Kèm với ngôi sao bạc
Chiếc hoa mai mầu vàng
Chưa đeo còn sáng bóng
Em tặng anh tuổi ngọc
Của những ngày yêu nhau
Đã chết ngay từ lúc
Em nhận được tin sầu
Anh tặng em mùi máu
Trên áo trận sa trường
Máu anh và máu địch
Xin em cùng xót thương
Em tặng anh mây vương
Mắt em ngày tháng hạ
Em tặng anh đông giá
Giữa tuổi xuân cuộc đời
Anh tặng môi không cười
Anh tặng tay không nắm

The Gift in Wartime

Trần Mộng Tú

I offer you roses
Buried in your new grave
I offer you my wedding gown
To cover your tomb still green with grass

You give me medals
Together with silver stars
And the yellow pips* on your badge
Unused and still shining
I offer you my youth
The days we were still in love
My youth died away
When they told the bad news
You give me the smell of blood
From your war dress
Your blood and your enemy's
So that I may be moved
I offer you clouds
That linger on my eyes on summer days
I offer you cold winters
Amid my spring time of life
You give me your lips with no smile
You give me your arms without tenderness

Anh tặng mắt không nhìn
Một hình hài bất động
Anh muôn vàn tạ lỗi
Xin hẹn em kiếp sau
Mảnh đạn này em giữ
Làm di vật tìm nhau.

Tháng 7/ 1969

You give me your eyes with no sight
And your motionless body
Seriously, you apologize to me
And promise to meet me in our next life
I will hold this shrapnel as a token
By which we will recognize each other.

**Pips are military badges of rank worn on the shoulder.*

Translated by Van Pham

Nếu bài thơ là lời của người nam thì mình có bản dịch như sau

Quà tặng trong Chiến tranh

Trần Mộng Tú

Em tặng anh hoa hồng
Chôn trong lòng huyệt mới
Em tặng anh áo cưới
Phủ trên nấm mồ xanh
Anh tặng em bội tinh
Kèm với ngôi sao bạc
Chiếc hoa mai mầu vàng
Chưa đeo còn sáng bóng
Em tặng anh tuổi ngọc

The Gifts In Wartime

Trần Mộng Tú

You offer me some roses
To be buried in my fresh grave.
You offer your wedding gown
To blanket the greenish mound.
I give you silver star
Medal of valor and
Yellow insignia
Unworn and still shiny.
You offer blooms of youth

Của những ngày yêu nhau
Đã chết ngay từ lúc
Em nhận được tin sầu
Anh tặng em mùi máu
Trên áo trận sa trường
Máu anh và máu địch
Xin em cùng xót thương
Em tặng anh mây vương
Mắt em ngày tháng hạ
Em tặng anh đông giá
Giữa tuổi xuân cuộc đời
Anh tặng môi không cười
Anh tặng tay không nắm
Anh tặng mắt không nhìn
Một hình hài bất động
Anh muôn vàn tạ lỗi
Xin hẹn em kiếp sau
Mảnh đạn này em giữ
Làm di vật tìm nhau.

Tháng 7/ 1969

To all our loving days
Which fade and pass away
When sad news's told to you
I give you scent of blood
Of mine and of my foe's
In my combat uniform
So you can miss us both
You offer me white clouds
From summer sky - your eyes.
You offer chill winters
From your springtime of life
I give my lips with no smile
I give my arms with no hug
I give my eyes with no sight
And the motionless body of mine
Profusely, I apologize
And vow to be with you next life.
Please hold this bullet as a token
For us to identify each other some time.

Translated by Nguyen Quang

QUÊ TÔI

<u>Anh Phương</u> <u>Trần Văn Ngà</u>

H: Chùa Bà Bài (Bồng Lai Tự - Bên bờ kinh Vĩnh Tế - cách tỉnh lỵ Châu Đốc 10 km)

Tuổi thơ của tôi được rong chơi trên đồng ruộng bao la cò bay thẳng cánh và thường bơi lội hay ngồi trên ghe xuồng nổi trôi trên dòng kinh Vĩnh Tế nhiều cá tôm suốt 12 năm thời thơ ấu, cách đây hơn 78 năm. Nay chỉ còn lưu dấu nhớ thương, hoài niệm trong ký ức của một người con của của ấp Bà Bài năm xưa.

Quê Tôi - Ấp Bà Bài là nơi tiêu biểu, đầu sóng ngọn gió của lũ lụt ở toàn vùng nước ngập định kỳ ở miền Tây Việt Nam. Cứ sáu tháng mùa khô, sáu tháng mùa nước, một nơi nằm sát biên giới Miên-Việt.

Tôi có nhiều dịp viết về Quê Tôi sông nước hữu tình, người dân chất phát thật thà, có cuộc sống an nhiên tự tại được trời đất ưu đãi không lo cho cái ăn, chỗ nào có nước là có cá. Không có ruộng riêng chỉ đến mùa gặt, một người đi "mót lúa" chừng vài tuần cũng thừa nuôi sống gia đình về lúa gạo cả năm.

Quê tôi, ấp Bài Bài, cái ấp ít dân nhứt cũng là cái ấp ở xa, ấp cuối của xã Vĩnh Nguơn - giáp giới với xã Nhơn Hưng (quận Tịnh Biên) - thuộc quận Châu Phú, Châu Đốc. Cả xã Vĩnh Nguơn (dài gần 20 km) là vùng địa đầu biên giới với xứ Chùa Tháp Kampuchia.

Kinh Vĩnh Tế, từ nơi xuất phát, bờ Tây sông Châu Đốc (phụ lưu sông Hậu) là tỉnh lỵ Châu Đốc chạy đến quận Giang Thành (Hà Tiên - Kiên Giang) là điểm cuối cùng của con kinh (87 cây số). Thời xa xưa, hai bờ kinh, nhà cửa thưa thớt cũng lập thành được 5 xã đầu tiên: Vĩnh Nguơn, Vĩnh Tế (thuộc quận Châu Phú - Châu Đốc), Vĩnh Điều, Vĩnh Gia, Vĩnh Thông (thuộc quận Tịnh Biên - Châu Đốc).

Đầu kinh Vĩnh Tế, bên bờ phải, có trụ sở xã Vĩnh Nguơn và đình làng, trường học, một chợ nhỏ họp vào buổi sáng sớm. Xã Vĩnh Nguơn có hai hướng, một hướng chạy dọc bờ sông Hậu đi ngược lên đất nước Kamphuchia, chừng 5 cây số và một hướng chạy dọc bên phải bờ phải kinh Vĩnh Tế hướng về quận Tịnh Biên, dài 15 cây số. Ấp Bà Bài toạ lạc từ cây số 8 hay 9 - một vùng đất trống, chỉ có một cái nhà. Và một vùng đất cao rộng lớn sát vòng rào với chùa Bồng Lai là khu "đất cúng" (nghĩa địa) ở cây số thứ 10.

Từ xa xưa và mãi sau này đến năm 1947, Ấp Bà Bài dân cư vẫn thưa thớt chỉ có trên dưới một trăm "nóc gia" được dựng lên trên một khoảng đất, ở trên bờ kinh dài bốn năm cây số và giáp với biên giới Miên Việt, chỉ cách kinh Vĩnh Tế, trung bình một cây số rưỡi.

Con kinh Vĩnh Tế trước năm 1975 làm gì có cây xanh um tùm như trong hình trên đầu bài vì có đến 6 tháng nước dâng cao nhận chìm bờ kinh, nền nhà thường ngập trên 2 mét và đồng ruộng chìm sâu dưới nước trên dưới 4 mét, cây cối không "trụ" nổi, chỉ có chùa Bồng Lai là có nhiều cây cổ thụ và cây ăn trái vì ở trên thế đất cao nhất của ấp.

Trước năm 1975, ấp Bà Bài là vùng đất oanh kích tự do cho nên chùa Bồng Lai đẹp đẻ đồ sộ và nhiều cây to đều bị chiến tranh tàn phá. Từ xa xưa cho đến lúc tôi ra đời năm 1935, bấy giờ, dân làng chỉ có biết làm ruộng mỗi năm có một vụ mùa vì chuyên canh lúa sạ có tên là "Nàng Tây", sau này có lúa Thần Nông. Vì vậy, đời sống dân chúng không quá sung túc, thiếu tiện nghi sinh hoạt công cộng. Nhưng, người dân lại khá nhàn hạ vì lúa sạ không phải luôn chăm sóc, bón phân làm cỏ như lúa cấy. Dù năng xuất thu hoạch thấp, nhưng lại canh tác nhiều nên không bao giờ lo thiếu lúa gạo, thực phẩm cá tôm, rùa rắn lươn, chim, chuột... có quanh năm thừa nuôi sống gia đình.

Người dân trong ấp, có nhiều thì giờ vui chơi giải trí, cờ bạc, nhậu nhẹt lu bù và bộ môn văn hoá miệt vườn "Đờn Ca Tài Tử" có cơ may phát triển mạnh suốt chiều dài của con kinh Vĩnh Tế và lan toả các làng xã lân cận.

Quê tôi còn có đặc điểm là tất cả mọi nhà của cư dân không có hàng rào bao quanh và nhà này cách nhà kia cả trăm mét, nhà không có cửa, không cần đề phòng rủi ro mất trộm. Cả ấp Bà Bài, hồi còn bé, tôi biết rõ chỉ có ba nhà có cửa, tối cửa cũng đóng mà lại không có cài then khoá lại. Ngôi nhà thứ nhứt cạnh nhà tôi cách một khoảng đất trống khá rộng gần trăm mét là nhà Ông Chín, thầy thuốc Bắc, ông là em ruột của Bà Nội tôi. Cái nhà thứ hai là nhà của Bác bảy Trực (dòng họ Kha) cũng đồ sộ như nhà ông Chín, ở vùng trên cách xa nhà tôi cả cây số, Bác là thầy giáo của trường tiểu học Nhà Bàn (xã Thới Sơn). Cái nhà thứ ba là nhà sàn có cửa nẽo chắc chắn, có cài then cẩn thận ban đêm vì là quán chạp phô duy nhứt của ấp nên phòng xa. Đó là quán của cô Hai, con gái đầu lòng của ông bà Chín, gần sát nhà cha mẹ. Còn gia đình tôi có nhiều anh em, nên nhà cũng khá to, rộng trên dưới 8 mét, dài gần 20 mét (thuộc loại nhà ba gian hai chái), nền đất, được đắp cao hơn mặt ruộng gần 2 mét. Nội thất, vào nhà thấy có ba tủ thờ đều có trưng bày lư, bình cắm nhang, đèn dùng dầu dừa. Tủ lớn nhứt ở giữa nhà có cẩn "xa cừ", hai bên tủ thờ nhỏ hơn. Trước ba tủ thờ, có hai bộ ván gõ, chiều dày hơn một tấc, luôn láng bóng dành cho ông Bà Nội. Phần sau tủ thờ, có hai buồng ngủ cửa buồng chỉ dùng màng, không cửa, vách xung quanh cũng có che chắn bằng những "tấm phên" tre dành cho ba má tôi, hai chị và cô em gái tôi ở chung một buồng. Ở giữa hai buồng ngủ cũng có một bộ ván gỗ tạp dành cho anh Bảy và tôi, hai chàng đực rựa. Phía sau cùng, một nhà bếp rất rộng cao, còn dùng làm chỗ ăn cả gia đình. Nhà bếp cao vì ba bốn bếp đều dùng củi cũng tránh được "tàn lửa" dễ gây cháy vì nhà toàn lợp lá và vách lá. Mỗi năm, Ba tôi ra kiểu cho mấy người làm công đóng hai cái bàn vuông bằng gỗ tạp chỉ dùng mấy tháng ở Bà Bài, ở trại ruộng cũng có bàn ăn y chang như vậy. Một bàn dài có thể ngồi dùng bữa cả hai chục người và một cái bàn vuông dài nhỏ dành cho những người trưởng thượng như Ông Bà Nội, Ba Má tôi hay có thêm khách... Hai bàn nối tiếp nhau. Mọi người kể cả các người giúp việc, làm công ăn cùng lúc với gia đình rất bình đẳng, không phân chia giai cấp chủ tớ.

Sở dĩ Ba tôi không cất nhà kiên cố, tránh ngập nước chỉ thêm tốn kém vì gia đình chúng tôi thường ở trên "trại ruộng" (trên đất Miên) khoảng 6 tháng, nhà ở Bà Bài chỉ có ông bà Nội tôi ở quanh năm.

Đến mùa khô, vách lá chỗ nào hư, mất được thay thế hàng năm vì mùa nước nổi, cả nền nhà cũng đều bị ngập trên dưới 2 mét. Tất cả mọi đồ dùng trong nhà phải kê lên cao, còn đồng ruộng bị nhận chìm sâu đến ba bốn thước nước và lúa sạ là giống chịu nước, sống theo nước lên xuống (tiếng Pháp gọi le riz flottant - lúa nổi)

Theo truyền thuyết, tổ tiên lưu truyền lại cho các thế hệ kế thừa, một đại gia đình (Bà Bài) có trên dưới hai ba mươi người từ vùng quê của Tướng Quân Nguyễn Văn Thoại (vùng Sơn Trà - Đà Nẵng), theo chân đoàn quân của Ngài sau khi đào xong con kinh Vĩnh Tế (1819-1824), rộng trung bình 30 mét và chiều dài 87 cây số, sâu 2 mét 55. Gia đình Bà Bài vào vùng đất mới tha hồ mà khai thác mở mang diện tích thâm canh lúa cũng như chăn nuôi với đồng cỏ bạt ngàn và ao đìa, bàu, rạch chỗ nào có nước là có cá và tha hồ nuôi vịt, heo, bò... Thức ăn cho người và gia súc có thiên nhiên lo hết. Thế là ấp Bà Bài là một Thiên đàng nho nhỏ ở hạ giới. Ấp Bà Bài chỉ thiếu hạ tầng phục vụ cộng đồng như trường học, bịnh xá, chợ...

May Mắn cho ấp Bà Bài lại có một ngôi chùa, khi xưa dù nhỏ không đồ sộ "hoành tráng" như nhiều ngôi chùa trong tỉnh mà lại là ngôi chùa nổi tiếng về mặt tâm linh đạo giáo của tín hữu Bửu Sơn Kỳ Hương. Tên chùa "Bà Bài" và có tên khác là chùa Bồng Lai (Bồng Lai tự) do ông Đạo Lập (Phạm Thái Chung - một trong 12 đại đồ đệ của Đức Phật Thầy Tây An) dựng xây từ năm 1861. Mục đích chính của việc xây chùa là chỗ tu tập của tín hữu Bửu Sơn Kỳ Hương và dân làng cũng là nơi "độ bệnh" (trị bịnh) và truyền bá tư tưởng, tinh thần yêu nước của người công dân chống giặc ngoại xâm.

Chùa Bà Bài cũng là nơi đặt Dinh Ông Thẻ số 3 trong 5 Dinh Ông Thẻ mà có tin loan truyền là nơi trấn yếm của Tổ Tiên ta chống lại quân xâm lược cướp nước (ý nói là quân Tàu trước, quân Tây đô hộ sau). Chùa Bà Bài (Bồng Lai Tự) nổi tiếng cả miền Tây.

Ấp Bà Bài được thiên nhiên ưu đãi cho cuộc sống, dân tình không tham lam, trộm cắp. Nếu nhà nào lở thiếu gạo hay thức ăn thì lại các nhà khá giả hơn xin mà không mua hay mượn gì cả. Đó là tình nghĩa đồng bào, sự giúp đở cao đẹp của người dân ấp Bà Bài thời xa xưa.

Hàng năm, Ba tôi thường có tổ chức các cuộc đua xe bò vào mùa khô nắng ráo giữa bum sóc Miên ở quận Gòi Tà Lập thuộc tỉnh Tà Keo, với người dân của ấp, cách Bà bài chừng bảy tám cây số. Ngoài ra, vào mùa xuân có hàng chục cuộc đá gà do Ba tôi tổ chức có đãi cơm miễn phí cho người tham dự. Những phái đoàn Miên của nhiều phum sóc ở tỉnh Tà Keo đem gà xuống ấp Bà Bài đấu, đều có chỗ ở đàng hoàng, Ba tôi còn lo luôn khâu ẩm thực của khách phương xa. Ba tôi thông báo các lò gà cách xa hai ba mươi cây số, từ Tân Châu, Mỹ Đức, Núi Sam, Nhà Bàn, Tịnh Biên hay xa hơn nữa mang gà đến đấu những trận "Đá Gà Quốc Tế". Người Việt tìm chỗ nghỉ ngơi ăn uống dễ dàng, vì thế Ba tôi để các chủ gà Việt tự lo lấy. Mỗi lần có cuộc đá gà quốc tế thường kéo dài bốn ngày. Ngày khai mạc có vợ chồng ông Quận Trưởng Gòi Tà Lập - Tà Keo và quan chức của quận hoặc của tỉnh đến tham dự. Phái đoàn quốc tế Miên thường sử dụng ba bốn thớt voi và hàng chục xe bò chở người và gà đi băng qua cánh ruộng khô khốc chừng bảy tám cây số. Chỉ riêng ông bà Quận Trưởng có mang theo cả một phòng ngủ được lắp ráp sát cạnh nhà tôi, còn những người khác thì vào ở chung một nhà dài có sạp bằng tre và ai cũng phải mang theo mùng, còn các cái khác Ban Tổ Chức lo hết.

Ngày đầu, Ba tôi làm một con bò và một con heo và mấy chục ký cá lóc nướng trui đãi khách. Ba ngày sau mỗi ngày làm một con bò hoặc một con heo làm thức ăn. Ban ngày chơi đá gà nhiều lắm có bốn năm hay đến 6 "độ". Ban đêm còn chơi cờ bạc, lô tô đến 11 giờ khuya phải nghỉ ăn cháo và ngủ dưỡng sức dành cho ngày hôm sau.

Ba tôi nói tiếng Miên như người Miên nên ông Quận Trưởng Gòi Tà Lập lại càng quý mến thường xuống trại ruộng của Ba tôi trên đất Miên ăn nhậu cả ngày chủ nhựt. Lần đầu tiên đến ấp Bà Bài, ông dự lễ khai mạc xong ở lại qua đêm, sau bữa ăn trưa hôm sau, ông bà Quận Trưởng và đoàn tuỳ tùng ra về với hai thớt voi và vài chiếc xe bò. Hai thớt voi, số xe bò còn lại mãi trưa ngày thứ tư mới rời ấp Bà Bài. Ngày khai mạc trận "Đá Gà Lịch Sử" Ba tôi rất tinh tế mời thêm nhiều vị Thông phán của tỉnh và hai ông Quận Trưởng Châu Phú Tịnh Biên và nhiều vị hương chức Hội Tề cùng đến tham dự và vui chơi với dân ấp Bà Bài.

Ngoài những trò vui chơi trên đất liền khô ráo, Ba tôi còn hào sản "chịu chơi", ông có đóng vài chiếc ghe đua (8 hay 12 chèo) xuồng đua (6 dầm hay 10 dầm). Thỉnh thoảng vào dịp Tết, lúc thợ cày bừa ngơi nghỉ hay những ngày lễ lớn của Chùa Bồng Lai, ông tổ chức xuồng ghe đua biểu diễn suốt dọc hai bờ kinh của ấp Bà Bài. Đó cũng là hình thức ông giúp cư dân ấp Bà Bài và khách vãng lai có thêm giải trí môn đua ghe xuồng độc đáo, cả tỉnh Châu Đốc không nơi nào có (đặc biệt ngày 30.9 âm lịch hàng năm là ngày Giỗ ông Đạo Lập, người khai mở xây dựng Chùa Bà Bài. Ngày huý kỵ này được tổ chức vô cùng "hoành tráng" hơn các ngày Lễ khác).

Quê hương, chỗ chôn nhau cắt rốn, mỗi người chỉ có một, là "chùm khế ngọt" ôm ấp cả cuộc đời tuổi thơ, bé bỏng. Tôi theo gia đình lìa xa ấp Bà Bài từ năm 1947, lúc bấy giờ tôi vừa tròn 12 tuổi. Khi tản cư "chạy giặc" ra sống ở châu vi đạo Cao Đài, gần trường Nam Tiểu học tỉnh lỵ Châu Đốc. Tôi chưa học lớp một lớp hai vì vùng quê tôi không có trường học, trạm y tế, chợ búa hay bất cứ tiện nghì phục vụ cho cộng đồng dân quê. Tôi học chữ nho trước do ông Nội dạy và học tại chùa Bồng Lai do ông đạo Ba, trụ trì, cùng trang lứa với Ba tôi mà tôi gọi là Bác Ba, chỉ dạy. Còn học chữ quốc ngữ, Ba tôi có nhờ một gia sư, vợ của một ông hoạt động chánh trị ở tỉnh Sa Đéc bị mật thám Pháp tìm bắt. Hai ông bà trốn tránh "tá túc" nhà Ba tôi và anh em chúng tôi bốn người mới có cơ may học chữ quốc ngữ hơn một năm.

Ấp Bà Bài vô cùng may mắn có ông đạo Lập, tu tại vùng Thất Sơn, về ấp Bà Bài, thấy có vùng đất cao, cạnh bên là "đất cúng" (nghĩa địa của ấp), dân không dám cất nhà ở gần, đầu ấp. Thế là ông đạo Lập ra sức vận động kêu gọi thập phương bá tánh ở làng ấp gần Bà Bài cùng xây dựng một ngôi chùa lá trên một nền đất được đắp cao hơn mực nước dâng cao mùa nước nổi. Ban đầu, có năm nước ngập cả nền nhà chùa, chánh điện. Vì vậy cứ mỗi năm phải đắp thêm đất, ban đầu chỉ lo đắp cho cao thêm chánh điện. Từ từ đắp đất cho cho thêm cao cả sân chùa. Lúc này có nhiều tín hữu thập phương xuôi người dòng kinh Vĩnh Tế buôn bán từ Châu Đốc đến quận Giang Thành thuộc tỉnh Hà Tiên (sau này thuộc tỉnh Kiên Giang) thường ghé chiêm bái cúng dường.

Năm 2005, cũng có thể nói lần chót của tôi trong cuộc đời này còn trên thế gian, bốn anh chị em cuối cùng của dòng họ Trần về thăm quê Bà Bài. Bốn anh chị em chúng tôi, anh Bảy, em gái út ở Thành phố Châu Đốc, chị Chín từ Tây Ninh và tôi từ Mỹ mới về vài ngày. Chúng tôi vô cùng hân hoan và có nhiều cảm xúc về thăm lại quê Bà Bài thân thương sau mấy chục năm xa quê, từ năm 1947. Đến nay, bốn anh chị em cuối của dòng Trần ấp Bà Bài, bây giờ chỉ còn mình tôi và cũng có thể nói, tôi là người cao tuổi nhứt của dòng họ gia tộc Trần sanh trưởng tại ấp Bà Bài còn sống sót sau bao thăng trầm khổ luỵ của cuộc đời.

Chiều rộng Kinh Vĩnh Tế đã trải qua thời gian dài trên 200 năm, giòng nước chảy siết khi đến mùa nước nổi, làm sói mòn và sạt lở hai bờ kinh, có nơi rộng gần gấp đôi và độ sâu có nơi có thể nong hay sâu hơn nhiều so với lúc ban đầu kinh Vĩnh Tế được sử dụng.

***H: Từ trái sang phải: chị Chín, em út, tôi (thứ 10) và anh Bảy*.**

Nói về quê Bà Bài, tới mùa nước nổi (từ giữa tháng 5 đến hết tháng 10 âm lịch) ấn tượng thấm sâu mãi mãi vào tâm trí tôi là nơi có nhiều cá tôm rùa rắn lươn, chim trời và cả chuột đồng mập ú...

Tôi được sanh trong một gia đình đông con, sau tôi còn có hai em đều sanh trưởng tại ấp Bà Bài. Anh chị và hai em tôi đã ra đi về quê ấp Bà Bài từ lâu gặp lại ông bà cha mẹ, chỉ còn mình tôi và gia đình ở xa hơn nửa vòng trái đất. Ngày trở về cố hương của tôi chắc chắn sẽ không còn xa như một bản nhạc "Hỏi ai có bao giờ không trở về cát bụi đâu"?

Nhắc đến quê tôi - Ấp Bà Bài là phải đề cập đến ba thứ đặc trưng là có nhiều cá tôm, chuyên canh lúa sạ và cái đặc trưng thứ ba, dù người dân còn nghèo không có trường học mà luôn yêu thương giúp đỡ coi như cùng một gia đình và đặc biệt là không gian tham trộm cắp...

Về cá tôm, đến cuối mùa nước nổi sắp "giựt" xuống, nước đứng không còn lưu thông chảy mạnh, chừng một hai tuần, trong đồng ruộng nước có màu nâu chảy, đổ ra kinh, sông lớn gọi là "nước thúi". Thời gian đó, cá khờ, lừ đừ từ đồng tràn ra kinh

Vĩnh Tế, các loại "cá trắng" như cá linh, lòng tong, thiểu, mại, cá chốt ... nổi trên mặt nước đầy kinh Vĩnh Tế vài tuần, cũng là thời điểm bắt cá dễ dàng và nhiều vô số kể. Lúc bấy giờ, các nền nhà, đường làng cũng đã khô ráo báo hiệu mùa cá tôm chính thức bắt đầu, dân chúng tha hồ mà bắt cá làm mắm làm khô, nước mắm... Bắt cá có thể không dùng dụng cụ như đặt lờ, lọp, đáy, vó càng vó gạt... có dụng cụ phương tiện sẽ bắt được nhiều cá kể cả cá lớn, tôm... Còn không có dụng cụ chỉ dùng một bàn tay với cá linh nướng trong lòng bàn tay cũng bắt được cả thùng thiếc cá chốt mất chừng trên dưới hai tiếng.

Một đứa nhỏ như tôi lúc bảy tám tuổi, bắt cá chốt bằng tay cũng bắt được nhiều cá mà phải ngồi trên xuồng và xuồng có chứa nhiều nước làm cho xuồng chìm xuống, be xuồng cách mặt nước chừng 2 tấc để dễ đưa cá vào xuồng. Dùng mồi cá linh nướng dụ cá chốt, chúng bu quanh đưa râu lên, tôi chỉ nắm râu cho vào xuồng, râu cá rất trơn nhớt và tay lại có mỡ cá nướng nên nắm râu không chặt phải có động tác thật nhanh mới đưa được cá vào xuồng. Tay phải nhanh thoăng thoắt như cái máy hoạt động liên tục, mỗi lần nắm râu thường chỉ một con, thỉnh thoảng hai hoặc ba con cũng bị nắm râu cùng một lúc. Bắt cá chốt bằng cách nắm râu cũng khá vất vả, mỏi lưng, mỏi tay và bị muỗi tha hồ đốt vì bắt cá chốt bằng tay lúc trời nhá nhem tối có trăng non hay dùng đèn dầu cá để trong xuồng chỉ có luồng ánh sáng yếu lờ mờ mới bắt được cá, sáng quá cá cũng không dám lại ăn mồi cá nướng. Với tuổi trẻ thơ, trên dưới nửa tiếng ngồi bắt cá chốt đã mệt nhoài, tôi lên bờ nghỉ, mang cá cho người nhà làm liền.

Các chị hay người giúp việc dùng đầu và ruột cá chốt nấu cho sôi khuấy tan để nguội, tôi dùng nước nấu này cũng bắt cá chốt bằng cách khác. Dưới bờ kinh trước nhà đã có sẵn hàng chục lỗ đào dài chừng bảy tám tấc, ngang chừng hơn ba tấc, nước lớn ngập hố chừng hai ba tấc là lúc thích hợp nhứt, tôi múc nước nấu đầu ruột cá cho vào các hố đào, nhử cá vào ăn mồi. Khi thấy râu cá chốt ngo ngoe trên mặt nước là lúc tôi dùng cái rổ miệng rộng đủ chận kín miệng hố và hạ thấp xuống gần ngang mặt nước, tay dùng một cây que khua nước trong hố cho cá chạy ra và thật nhanh đưa rổ lên có hàng mấy chục con cá chốt và vài loại cá nhỏ khác. Hết hố này sang hố khác, cách nhau chục thước, đi qua một vòng chừng năm bảy hố và trở lại tua thứ hai cũng bắt được nhiều cá chốt cỏ cả cá linh, lòng tong và nhiều cá trắng nhỏ khác, chỉ mất trên dưới một giờ cũng bắt cá cả thùng thiếc (20 lít tương đương 20 kg).

Có nhiều cách bắt cá khác của người lớn dùng lưới, chài, vó càng, vó gạc, xây rọ, tát đìa, giở chà... bắt đủ loại cá lớn nhỏ kể cả tôm. Các ông "sa viên" làm ăn lớn bắt cá bằng cách dùng vó gạc, đáy hay xây rọ bắt cá tính bằng tấn hàng chục, trăm tấn nếu trúng mùa. Có năm cá linh nhiều quá, người ta kéo đáy lên, không có ghe mua làm nước mắm ở các nơi xa đến hay trong nhà không còn đồ dùng chứa cá linh làm mắm, đành phải đổ cá lên bờ kinh phơi làm phân để bón cây trồng, hoa màu nhứt là cây thuốc lá rất thích hợp với phân cá.

Còn cách bắt cá he bằng cách ngâm hột bông gòn cả đêm cho nó thấm nước không còn nhẹ dễ trôi. Chị dâu tôi dùng hột bông gòn đã ngâm nước, bơi xuồng ra ruộng lúa hay đồng cỏ sum suê gần nhà, vạch lúa hay cỏ tạo thành một lổ trống chừng 6 tấc vuông, thả hột bông gòn làm mồi nhử cá he, mỗi lỗ cách nhau chừng hơn 10 mét. Chỗ nào hết hột bông gòn là chỗ đó có cá he, xuồng bơi lại đậu gần, thả tiếp hột bông gòn, cá he lại tiếp tục ăn là lúc câu cá he cũng bằng mồi hột bông gòn. Mỗi lổ, câu được chừng năm bảy con hay câu cá bị sẩy, cá sợ chỗ đó cá he không còn. Bơi xuồng đến chỗ khác với cách câu đó cũng được năm bảy con. Một buổi trưa nắng mất vài tiếng chị dâu tôi cũng câu đươc vài chục con cá he to béo ngậy.

Bọn trẻ chúng tôi có cách câu cá rô bằng trứng kiến vàng, mỗi đứa ngồi trên cành cây cà na, rung cây cho kiến rớt xuống nước là mồi nhử cá rô. Đến mùa cá rô nhiều vô số kể, cá bu lại đớp mồi, chúng tôi thả câu xuống có mồi kiến vàng, cá rô rất thích, đớp mồi liền. Chúng tôi câu cá rô giựt mỏi tay chừng hơn nửa tiếng cũng có vài chục con.

Tôi còn nhớ mãi, năm 9 tuổi, một trưa nắng gắt, mấy người làm công còn say ngủ, tôi lấy cây "xà búp" ba mũi có ngạnh, xuống xuồng bơi ra cái tum gần sau nhà, cách chừng ba bốn chục mét. Tôi leo lên tum cũng nằm tum đâm cá bông như người lớn. Cái tum diện tích chừng hơn 4 mét vuông, chung quanh và trên mặt tum có cây buộc làm khung và trên bề mặt phủ cỏ, giữa tum có chừa một lổ trống chừng 4 tấc vuông, trên cao có tấm bạt bằng chiếu hay đệm che nắng và che lổ tum. Người nằm tum sẽ thấy tõ từ mặt nước đến nền đất, những thuỷ sản di chuyển thường "ghé" vào tum để "nghỉ dưỡng", vui chơi, tránh nắng... Thế là người nằm tum mới có cơ hội đâm được cá bông vì cá bông có thói quen vào bóng mát của cái tum lạng lách vui chơi các buổi trưa nắng gắt. Lần đầu tiên tôi nằm tum có "Tổ đãi", một bầy cá bông có hàng mấy chục con cỡ bắp tay và chỉ có hai con cá quá to, có thể là cá mẹ cha của bầy cá. Tôi chọn lựa con cá lớn nhứt và may mắn nó đến gần lổ tum, cách mặt nước chừng hơn một tấc, tôi "bặm gan" phóng mũi chĩa xuống nghe một cái bựt, máu cá lan toả ra tùm lum vì nó dãy dụa dữ quá, tôi la to:

- Réo gọi chú Búp ra tiếp tôi bắt cá bông to sù (chú Búp theo Việt Minh từ năm 1947, sau năm 1975 chú là Huyện uỷ viên của quận Châu Phú). Chú bảo tôi ấn con cá xuống mặt đất đừng để sẩy, chờ chú ra bắt. Tôi giữ chặt cái chĩa, chú thấy con cá bông quá to, chú không dám kéo chĩa lên sợ sẩy và cũng khó bắt cá qua lổ tum vì cá to quá mà lỗ tum lại nhỏ. Chú cởi quần đùi lặn xuống, đem con cá ra khỏi tum, chú ngoi lên thở và bảo tôi:

- Hãy giữ chặt cây chĩa, chú kéo xuồng lại gần chỗ cá, chú ra hiệu kéo cá lên vì chú đã dùng một khúc tầm vông nhỏ ngắn, lặn mang xuống đập đầu cá cho chết mới dám cho tôi kéo chĩa lên. Thế là chú giúp tôi đưa cá lại gần xuồng, Chú lên xuồng dùng sức cật lực kéo cá lên xuồng, xong xuôi, chú mới mặc quần lại. Cả nhà và bà con ở gần xung quanh biết tin tôi đâm được một con cá bông to quá cở, nặng trên 12 kí lô, chạy lại xem.

Cái chuyện bắt cá mùa nước lên tại ấp Bà Bài khi ngoài trời mưa dông, mọi người đều ở trong nhà, người lớn uống trà bàn chuyện làm ăn. Bọn nhỏ chị em chúng tôi có thú vui chơi tiêu khiển khác, ngồi câu cá vừa giải trí vui mắt vừa có cá ăn cho bữa cơm chiều. Sát vách nhà, chúng tôi ngồi trên sạp ván kê cao hơn hai mét, gần chỗ ngủ. Tôi dùng cám rải nhử cá lại ăn, cá bu lại càng lúc càng nhiều có hàng chục loại cá trắng, cá chốt tranh dành thức ăn. Bốn chị em chúng tôi, mỗi người một cần cần câu, móc mồi bằng hột cơm nguội, hể thả câu xuống, cá ăn liền, giựt lên thường là cá lòng tong rất "háu" ăn. Chúng tôi ngồi câu trên dưới một giờ có hơn nửa thùng cá, cá lòng tong nhiều còn có cá thiểu cá mại, cá he cá chài con, cá chốt...Tôi nghiệp hai chị tám, chín của tôi ở tuổi 12, 14 phải lo làm cá ngay ướp nước mắm, tiêu hành chuẩn bị cho món kho tiêu ăn bữa cơm chiều.

Từ sáu bảy tuổi, tôi biết uốn lữ câu không có ngạnh để câu cá trong nhà, dùng những cây kim may vá "sứt đít" nướng cho đỏ, gắp bằng đũa sắt đưa vào cái "nõ" có sẵn uốn cây kim thành lưỡi câu và còn nướng lại phần cuối có lỗ xỏ chỉ, dùng cái búa con đập dẹp chỗ đó để buộc dây nhợ và buộc vào cần câu tre. Thế là chúng tôi có nhiều cần câu không ngạnh chỉ câu cá nhỏ, ngồi trên sạp trong nhà không ra đồng dùng cần câu loại này câu cá he, cá rô, vì lưỡi câu phải có ngạnh mới dính cá ít sẩy, mua lưỡi câu này có bán trên thị trường.

Thế mạnh thứ nhứt của quê tôi - Ấp Bà Bài có nhiều cá và có nhiều cách bắt cá mà con nít như tôi, từ sáu bảy tuổi một "mình ên" đi câu hay xúc cá, bắt cá bằng tay cũng có nhiều cá đóng góp với gia đình. Còn thế mạnh thứ hai, cách chuyên canh ruộng lúa sạ ít vất vả hơn canh tác lúa cấy. Đất ruộng hàng chục hay hàng trăm, hàng ngàn mẫu ta cũng chỉ có cách duy nhứt là đợi đến mùa khô nắng gắt, cỏ chết nhiều cùng phơi mình với rơm rạ, người chủ ruộng và người làm công lần lượt đốt từ thửa ruộng. Sáng hôm sau mang theo giỏ "lượm" cua, ốc, rắn, rùa, lươn dưới các vũng nước khô cạn. Đất ruộng nhiều phải "đốt đồng" diệt cỏ cả mấy tuần và dùng tro làm phân bón cho cây lúa mà chẳng cần bón phân hoá học như làm ruộng lúa cấy. Ruộng lúa sạ thường bạt ngàn không ai "hưởn" đi nhổ cỏ. Một mẫu lúa cấy năng xuất thu hoạch gấp ba gấp năm lần một mẫu lúa sạ. Nhưng canh tác lúa sạ thường tính hàng chục hàng trăm, ngàn mẫu, còn chuyên canh lúa cấy chừng 10 mẫu cũng đã "oải gân" rồi. Lúa cấy do con người chăm sóc như be bờ giữ nước, làm cỏ, bón phân. Còn làm lúa sạ chỉ cày và bừa lại một hai lượt, sạ lúa xuống là xong, giao phó cho trời đất thiên nhiên lo. Có nhiều vùng đất thấp lầy lội, còn ướt, không cần cày chỉ dùng trâu to khoẻ kéo bừa sắt xong rồi cũng đợi đến cuối tháng tư, đầu tháng năm có những trận mưa đầu mùa cùng sạ lúa như vùng đất có cày bừa.

Sau khi sạ lúa xong, nhà nông chuyên canh lúa sạ nghỉ ngơi gần 6 tháng, đợi nước giựt xuống khô mới thu hoạch gặt hái. Sáu tháng nước nổi cũng là 6 tháng vừa nghỉ ngơi vui chơi cũng là thời điểm đánh bắt cá và có thì giờ rảnh rỗi, người nông dân chỉ còn lo kiếm mồi nhậu hoặc chơi cờ bạc hay đờn ca tài tử...

Thế mạnh cốt lõi là cả ấp Bà Bài coi như bà con ruột thịt từ bao đời, nay xa lắc xa lơ mà trong ấp không ai dám cùng nhau cưới hỏi mà phải tìm bạn đời - dâu rể ở ấp, làng khác. Tình thân ái trợ giúp nhau tận tình và không có khổ nạn gian tham trộm cắp...

Tôi yêu Quê Tôi - Ấp Bà Bài với lòng tôn kính vô bờ, tôi nghĩ trên đất nước Việt Nam từ Bắc chí Nam khó mà có cái ấp thứ hai mà tình làng nghĩa xóm cao vời vợi như Ấp Bà Bài của Quê Tôi.

Bao giờ trở lại, Bà Bài quê cũ

Hẹn kiếp mai sau, nguyện với đất trời

Anh Phương Trần Văn Ngà (tháng 8.2025)

SINH HOẠT CỦA BINH CHỦNG BIỆT ĐỘNG QUÂN Ở HẢI NGOẠI

KIỀU MỸ DUYÊN

Huy hiệu Biệt Động Quân
Biệt Động Quân Việt Nam Cộng Hòa là đơn vị bộ binh cơ động của Quân Lực Việt Nam Cộng Hòa, là lực lượng tổng trừ bị thuộc Bộ Tổng Tham Mưu Quân Lực Việt Nam Cộng Hòa.

Viết về các chiến sĩ hào hùng của tất cả binh chủng viết hoài không bao giờ hết, là chiến sĩ thì người nào cũng can đảm, chịu khó, không gì khó hơn hy sinh mạng sống của mình, trong đó có binh chủng Biệt Động Quân.

Biệt Động Quân Vũ Đình Hiếu, Tiến Sĩ, giáo sư đại học của Mỹ gọi tôi:

- Chị Kiều Mỹ Duyên viết bài cho báo Xuân Biệt Động Quân.

- Trời đất, còn hơn nửa năm nữa mà đã đặt bài vở rồi?

Trong binh chủng Biệt Động Quân, nhiều người viết hay lắm, có những cây bút Biệt Động Quân viết xuất sắc lắm. Nhà văn Ngô Kim Thu, vợ của Thiếu Tá Trịnh Trân, đang ở San Jose, là cây bút xuất sắc lúc còn là học trò Trưng Vương, đã từng cộng tác với báo Biệt Động Quân và nhiều báo khác ở Việt Nam thập niên 60.

Biệt Động Quân Hiếu Vũ cùng với cựu Trung Tá Daniel- cố vấn trưởng Liên Đoàn 2 Biệt Động Quân.

Biệt Động Quân, nhà văn Vũ Đình Hiếu hoạt động hăng say cho Tổng Hội Biệt Động Quân, đang ở Houston. Ông làm trung đội trưởng trong tiểu đoàn 95 BĐQ, sau đó lên làm sĩ quan ban 3 Hành Quân, liên đoàn 22 BĐQ. Ông có bằng Tiến Sĩ về Management Information System (Quản Trị Công Nghệ Thông Tin), dạy học ở

University of North Texas (UNT), University of Texas at Dallas (UTD), American University of Bosnia & Herzigonina (AUBH), Sung Kyun Kwan University (South Korea), American University in Nigeria (AUN), Hubei University of Economic (China). Hiện ông đang giảng dạy cho Fort Hays State University (FHSU-Kansas). Chiến sĩ Biệt Động Quân hăng say sáng tác, đã xuất bản nhiều sách như: Về miền đất hứa, Chuyện tình, Câu chuyện Oliver, Đàn ông, đàn bà và đứa trẻ, v.v.

Khi nói chuyện với ông Tôn Thất Tuấn, tổng hội trưởng, ông cũng nói:

- Chị Kiều Mỹ Duyên viết bài rồi gửi cho Hiếu dùm.

Làm việc mà chuẩn bị lâu dài một cách cẩn thận như thế làm sao mà không thành công được chứ?

Ngày 4 tháng 7/2026 tổng hội Biệt Động Quân sẽ tổ chức đại hội Biệt Động Quân ở Orange County. Còn 1 năm nữa vậy mà ạm em đã tổ chức bầu cử chọn ban tổ chức, lo địa điểm, lo văn nghệ, chuẩn bị đủ thứ. Rất tiếc, nếu không mất nước thì binh chủng Biệt Động Quân có nhiều người lên tướng.

Trong binh chủng Biệt Động Quân, có một chiến sĩ bố là Đại Úy, con là Đại Tá bác sĩ trong quân đội Hoa Kỳ.

Viết về Biệt Động Quân, tôi sẽ viết mãi không bao giờ hết chuyện vì tôi quen nhiều, quen anh em trong nước và khi sang Hoa Kỳ cũng tiếp tục quen người mình chưa gặp.

Tuần rồi, một chiến sĩ Biệt Động Quân viết email cho tôi sau khi đọc bài về tổng hội Biệt Động Quân chuẩn bị tổ chức đại hội ở Orange County năm 2026 và tự giới thiệu:

- Em là Biệt Động Quân, đọc báo thấy Biệt Động Quân sẽ tổ chức đại hội 2026. Em độc thân, không vướng bận gì hết, em muốn được tiếp tay làm việc trong đại hội này.

Thế rồi, tôi giới thiệu Bình Trần cho ông tổng hội trưởng Tôn Thất Tuấn, ông Nguyễn Hữu Mạnh, trưởng ban tổ chức đang ở Costa Mesa, tiến sĩ Vũ Đình Hiếu, ông Nguyễn Ngọc Chấn, gặp gỡ nhau và cùng nhau làm việc.

Hình Bình Trần (đứng bên trái), chụp tháng 2/75 khi về phép ở Nha Trang. Sau đó chiến sự xảy ra nên phải đi đường bộ về Sài Gòn và trình diện ở BCH/BDQ/TU và nhiệm vụ là tiếp tế cho TD82BDQ lúc đó ở Long Khánh.

Tôi nói Bình Trần đến thăm tôi, rồi đi tham gia sinh hoạt cộng đồng cuối tuần ở miền Nam California. Chúng tôi tham dự lễ Phật Đản ở công viên Mile Square Park, ngày thứ bảy và chủ nhật, và tham dự lễ Phật Đản ở chùa Phổ Đà, chùa Bảo Quang ở thành phố Orange County.

Bình Trần có nhiều khả năng làm việc, chuyên viên sửa computer miễn phí, chụp hình rất đẹp, ghi nhận sâu sắc. Cấp bậc cuối cùng của Bình Trần là Trung Úy. Trước khi về BCH/LD24BDQ/ ban truyền tin, Bình Trần phục vụ ở DD2/TD82. LD24 gồm có 3 tiểu đoàn gồm có: TD63, 81 và 82. Bình rất gầy. Bình giới thiệu với tôi: bố là Phật giáo, mẹ là Công giáo, cho nên Bình đi chùa, đi nhà thờ, không phân biệt tôn giáo.

Tôi với binh chủng Biệt Động Quân vui cũng nhiều, mà buồn cũng nhiều. Tôi hãnh diện vì thế hệ thứ hai rất thành công, và thế hệ thứ hai, người trẻ qua đời cũng nhiều, như con của Biệt Động Quân Nguyễn Thế Đính là con dâu của Đại Tá Nguyễn Văn Thiệt, chết trẻ quá, để lại con nhỏ. Biệt Động Quân Nguyễn Thế Đính có người chị tuyệt vời, là chị Tâm làm công quả ở chùa Liên Hoa, thành phố Garden Grove.

Mỗi lần Phật tử đến chùa Liên Hoa, chị Tâm thấy mặt mày xanh xao vì đói, chị bảo ngay:

- Phải ăn, đừng để đói.

Chị Tâm chăm sóc mọi người như thân trong gia đình cho nên khi chị qua đời, rất đông Phật tử đến nghĩa trang cầu nguyện cho chị sớm về Cõi Niết Bàn. Lúc đó, Biệt Động Quân Nguyễn Thế Định là em ruột của chị ngồi trên xe lăn, bình tĩnh nhưng mặt mày buồn thiu, các cháu đứng xung quanh quan tài. Anh em Biệt Động Quân đến rất đông từ nhiều nơi như Long Beach, Los Angeles, San Bernardino, Riverside, San Diego, San Jose đến chia buồn cùng gia đình chị Tâm và gia đình Biệt Động Quân Nguyễn Thế Đỉnh.

Binh chủng nào cũng thương yêu và giúp đỡ đồng bào của mình. Gia đình Biệt Động Quân ở trong trại gia binh, chồng miệt mài trong chiến trận, vợ ở nhà nuôi con, những người vợ dễ thương, những đứa trẻ ngoan ngoãn. Đến khi Việt Cộng vào, vợ xa chồng, những đứa trẻ thiếu tình thương của cha.

TĐ 34 BĐQ năm 1967 hành quân mật khu Bời Lời (Hình: Thiếu Tá Nguyễn Hữu Mạnh cung cấp)

Biệt Động Quân Nguyễn Đức Tân ở San Jose đề nghị:

- Chị ơi, nên viết về tuổi trẻ, thế hệ người già đã qua rồi.

Tôi cũng đồng ý với ông Nguyễn Đức Tân như thế. Biệt Động Quân Nguyễn Đức Tân đã từng phục vụ trong các tiểu đoàn 30 và tiểu đoàn 33, liên đoàn 5 Biệt Động Quân, đã từng hành quân ở Cambodia. Ông và gia đình định cư ở San Jose và rất thành công trong công ăn việc làm. Bằng hữu hay các vị chỉ huy đến San Jose ông và gia đình tiếp đãi một cách ân cần, niềm nở.

Chúng tôi đã gặp rất nhiều hậu duệ của Biệt Động Quân rất thành công trong mọi lãnh vực khác nhau như trong quân đội Hoa Kỳ, có người là bác sĩ, là Đại Tá quân y, là luật sư, giáo sư đại học, thương gia, và rất hiếu thảo với ông bà, cha mẹ của mình.

Tôi làm nghề buôn bán nhà cửa nên tôi biết nhiều về hậu duệ của Biệt Động Quân đi theo diện H.O đã mua nhà cho ông bà, cha mẹ của mình ở.

Vào mùa lễ Vu Lan báo hiếu, chúng tôi gặp nhiều con cháu của chiến sĩ Quân Lực Việt Nam Cộng Hòa đi chùa cầu nguyện cho ông bà cha mẹ của mình sống lâu trăm tuổi, trong đó có hậu duệ của binh chủng Biệt Động Quân.

Bác sĩ Lê Thành Ý (ngồi ngoài cùng bên trái)- tại buổi Hội Ngộ Quân Y- Nha- Dược ở Orange County ngày 9/11/2025. (Hình do thi sĩ Triều Lam cung cấp)

Đại hội y sĩ ở Orange County ngày 8 và 9/11/2025, nhiều bác sĩ về từ khắp nơi, trong đó có bác sĩ Lê Thành Ý, thuộc binh chủng Biệt Động Quân ở Kontum về từ Canada. Phu nhân của ông là bà Xuân Lan nói:

- Chị ơi, anh Ý mới vừa bệnh nên ở bệnh viện vừa ra khỏi nhà thương, nhất định phải đi dự đại hội ở Orange County, đi không nổi mà nhất định phải đi, em lo quá chị ạ.

Bác sĩ Lê Thành Ý là họa sĩ có tài, những ngày tị nạn ở Canada, nhờ nghề tay trái là họa sĩ, có tiền học lại thành bác sĩ nhưng vẫn hăng say vẽ. Vẽ xong bằng hữu tới nhà chộp những bức tranh đó ngay.

Người có tài, say mê ngành nào đó đâu có thể bỏ được. Mỗi lần hai vợ chồng bác sĩ Lê Thành Ý về thăm người anh chị ruột ở Orange County, mỗi lần đi dạo phố, là đi vào viện bảo tàng, hay những tiệm bán tranh gần biển, say mê ngắm tranh của những họa sĩ có tài. Cảm động nhất là tình bằng hữu, năm 1996, khi vợ chồng bác sĩ sang California vừa sang là ngày làm lễ 49 ngày của mẹ tôi. Hai vợ chồng bác sĩ thay vì ngắm tranh thì lại đi chùa, đến tịnh xá Minh Đăng Quang lúc đó Hòa Thượng Thích Tâm Châu làm lễ cầu nguyện cho mẹ tôi. Hai vợ chồng bác sĩ Lê Thành Ý đi du lịch, thăm người nhà chỉ có mấy ngày mà tham dự lễ cầu siêu cho mẹ tôi mất hết mấy giờ đồng hồ. Nghĩa cử đẹp này làm cho chúng tôi nhớ mãi và mang ơn cho đến bây giờ.

Phóng viên chiến trường Kiều Mỹ Duyên tại căn cứ Hỏa Lực 42, Pleiku. (Hình do Đại Úy Hồ Đắc Tùng, Tiểu Đoàn Trưởng Tiểu Đoàn 3/44 thuộc Sư Đoàn 23 Bộ Binh chụp ngày 18/05/1972.

Chúng tôi còn nhớ y sĩ Trung Úy Lê Thành Ý tính tình vui vẻ, phóng khoáng. Ông có dáng người cao lớn, giống như một lực sĩ hơn là một họa sĩ. Vậy mà bàn tay cầm dao mổ của ông cũng là bàn tay cầm cọ để sáng tác nhiều bức sơn dầu không thua gì những họa sĩ chuyên nghiệp. Nhưng nói đến Bác Sĩ Lê Thành Ý, những người quen biết không ai quên được một ca mổ gây cấn nổi tiếng của ông tại chiến trường Tây Nguyên này.

Độc giả còn nhớ trận Pleime của những người hùng biên trấn Biệt Động Quân Biên Phòng vào mùa hè năm 1971. Sau khi Cộng quân bị đẩy lui bởi sức kháng cự mãnh liệt của các chiến sĩ Tiểu Đoàn 82 Biệt Động Quân Biên Phòng dưới quyền chỉ huy của Đại Úy Giác, bên ta có một người lính trẻ mới 28 tuổi, gốc người thiểu số, bị một trái M79 ghim vào bắp chân. Tiểu đoàn không dám tản thương về Quân Y Viện Pleiku vì sợ trái đạn phát nổ bất cứ lúc nào trong khi di chuyển.

Được điện thoại cấp báo, Bác Sĩ Lê Thành Ý đang có mặt tại Pleiku, không một chút do dự, ông mời một bác sĩ Mỹ cùng đi, nhưng bác sĩ này từ chối. Bác sĩ Ý gọi cho các bác sĩ ở Quân Y Viện Pleiku là Bác Sĩ Bùi Thế Khải, Bác Sĩ Nguyễn Huy Đạt, Bác Sĩ Nguyễn Thúc Cường và Bác Sĩ Phong để nhờ các vị này sẵn sàng cấp cứu cho mình, nếu cuộc giải phẩu của ông không thành công. Các bác sĩ này sẽ túc trực tại Quân Y Viện Pleiku và chờ tin: bệnh nhân sống là bác sĩ sống, nếu trái đạn nổ, bệnh nhân chết đã đành, bác sĩ giải phẫu sẽ mất hai cánh tay và bị trọng thương tử cổ lên toàn mặt.

Vừa đến trại Pleime, Bác Sĩ Lê Thành Ý cho làm một phòng mổ dã chiến bằng bao cát vây chung quanh giường của thương binh, chỉ chừa một cửa sổ hình chữ L. Cùng đến Pleime với Bác Sĩ Ý, có Bác Sĩ Xuân thuộc Tiểu Đoàn 50 Chiến Tranh Chính Trị. Bác Sĩ Xuân đi theo để phòng cấp cứ Bác Sĩ Ý nếu cuộc giải phẫu thất bại và săn sóc cho Bác Sĩ Ý trên đường chuyển về Quân Y Viện Pleiku.

Phòng mổ dã chiến đã sửa soạn xong. Mấy chuyên viên đạn dược đang đứng chờ. Trực thăng thải thương đậu sẵn trên bãi đáp. Bác Sĩ Lê Thành Ý đi tới, đi lui ngoài sân, hút thuốc không ngừng. Một lát, ông dừng lại nói với một linh mục người Mỹ:

- Xin hãy cầu nguyện cho tôi.

Linh mục vỗ vai ông và nói:

- Tất cả mọi người ở đây sẽ cầu nguyện cho bác sĩ khi bác sĩ bắt đầu mổ.

Bác Sĩ Lê Thành Ý bước vào phòng, mặc áo giáp, đội nón sắt, đưa hai cánh tay qua khung cửa nhỏ của bức tường làm bằng bao cát. Nét mặt của Bác Sĩ Ý lúc này rất thản nhiên, tay cầm cây dao mổ, ông bắt đầu đùa với tử thần. Trong phòng yên lặng đến nghẹt thở. Ngoài hành lang, mọi người đều cầu nguyện theo tôn giáo của mình. Mười lăm phút sau, viên đạn M79 đã nằm gọn trong bàn tay khéo léo của Bác Sĩ Lê Thành Ý. Mấy chuyên viên đạn dược lập tức mang viên đạn ra ngoài. Một lát sau, những người đang chờ đợi đằng trước nghe một tiếng nổ lớn, cửa phòng mở và bác sĩ Ý bước ra. Đám đông ào tới, người bắt tay, người ôm vai… để bày tỏ sự vui mừng của mình cùng với sự cảm kích lòng can đảm và vị tha của một người y sĩ.

Sau ca mổ này, bác sĩ Lê Thành Ý được Đại Tướng William Westmoreland tặng bằng tưởng thưởng. Báo "Strike and Stars" của Mỹ đã ca ngợi ca mổ này.

Ngày 2/8/2025, phái đoàn Tổng Hội BĐQ từ San Jose xuống, trao Hiệu Kỳ Binh Chủng BĐQ cho ban tổ chức Đai Hội BĐQ tại Nam Cali 2026.

Đại hội Biệt Động Quân tháng 7/2026 sẽ tưng bừng lắm vì ban tổ chức của tổng hội chuẩn bị rất kỹ, chuẩn bị cả năm, chắc chắn sẽ thành công. Anh em sẽ về từ khắp nơi, từ bốn phương trời. Nhiều gia đình sẽ đến, con cái cùng đi, số người sẽ đông lắm. Hy vọng hậu vệ Biệt Động Quân sẽ tham gia rất đông, những người lớn tuổi từ từ sẽ đi, những người trẻ sẽ đứng ra tổ chức.

Ông tổng hội trưởng Biệt Động Quân, ông Tôn Thất Tuấn, ông Vũ Đình Hiếu, BĐQ Nguyễn Thanh Phong, BĐQ Ngô Dư, BĐQ Hồ Công Bình, BĐQ Nguyễn Ngọc Chấn, BĐQ Nguyễn Hữu Mạnh, BĐQ Phạm Quốc Thuần và BĐQ Huy Trung, v.v. Trưởng ban tổ chức sắp tới là Thiếu Tá Nguyễn Hữu Mạnh. Những anh em Biệt Động Quân sinh hoạt tích cực trong binh chủng sẽ chuẩn bị rất kỹ. Số người tham dự nhất định sẽ đông đảo. Hậu vệ Biệt Động Quân quân nhân người Mỹ gốc Việt chắc chắn sẽ có mặt.

Tổ chức nào cũng cần tiền. Theo như ông Nguyễn Hữu Mạnh, trưởng ban tổ chức, lúc nào cũng tươi cười và tự tin:

- Anh em sẽ đóng góp tích cực cho đại hội, cho nên ông không lo.

Ông có niềm tin mãnh liệt vào sự đoàn kết của anh em. Hơn nữa, miền Nam California nhân sự rất đông và anh em miền Bắc California yểm trợ mạnh mẽ cho ban tổ chức ở miền Nam California. Phái đoàn từ khắp nơi sẽ về tham dự như phái đoàn từ Houston, Dallas, Austin, Florida, Washington, Oregon, Neveda, Arizona, v.v.

TĐ31 BĐQ 9/1968 tại Phước Long. (Hình: Thiếu Tá Nguyễn Hữu Mạnh cung cấp)

Nhà binh không bỏ nhau, ngoài chiến trường không bỏ nhau giữa làn tên mũi đạn, còn gắn bó với nhau giữa sự sống và sự chết, huống hồ bây giờ đời sống của anh em tương đối bình yên, vững vàng về kinh tế.

Vì sự đoàn kết, thương yêu nhau như anh em ruột thịt, chắc chắn đại hội Biệt Động Quân kỷ niệm 51 năm lưu vong nơi xứ người sẽ thành công một cách mỹ mãn.

Xin hồn thiêng của các anh em đã hy sinh vì Tổ Quốc về đây chứng giám anh em Biệt Động Quân nói riêng, và tất cả các chiến sĩ VNCH nói chung thương yêu nhau, đùm bọc lẫn nhau. Những anh em may mắn sống Tự Do ở xứ người lúc nào cũng nghĩ đến anh em và gia đình còn đang ở Việt Nam sống vất vả, có người cụt tay, què chân đi bán vé số, bán kẹo bánh ở khắp nơi trong nước. Người ở hải ngoại giúp người trong nước, giúp gia đình anh em trong nước. Sau tháng 4/1975, nhiều anh em đem gia đình về tỉnh, về làng để sống với bà con, họ hàng của mình.

Nếu đồng hương nào về thăm Việt Nam đã thấy tận mắt những thương binh bán vé số, bán bánh kẹo ở bến phà sẽ rơi lệ. Nhiều anh em về thăm Việt Nam tìm đồng đội nhưng những người cùng đơn vị đã vĩnh viễn ra đi, còn lại vợ, con, cháu, v.v. Xin Trời Phật, xin Chúa, xin Đấng Tối Cao phù hộ cho gia đình người ở lại được bình yên, con cháu của họ được giúp đỡ được giúp đỡ một cách tận tình để có đời sống tương đối đầy đủ.

Mong mùa Xuân về với mọi người, mùa Xuân về trên mái tóc của người già, trên nụ cười của người trẻ. Mùa Xuân của yêu thương, mùa Xuân của sự đùm bọc lẫn nhau, mùa Xuân đến với những nạn nhân của bão lụt, của những thùng quà, của những bao gạo, thực phẩm, quần áo ấm, của đồng tiền tươi ấm áp, của những lời thăm hỏi ân cần, yêu thương và mùa Xuân với những lời cầu nguyện đầm ấm cho những người bất hạnh.

Xin mùa Xuân về với mọi người, với binh chủng Biệt Động Quân, với những chiến sĩ anh hùng khắp 4 miền đất nước.

Orange County, 12/2025

KIỀU MỸ DUYÊN

(kieumyduyen1@yahoo.com)

TẠI ANH ? TẠI Ả

Tô-Ngọc

Kể từ ngày 30-4-1975 đến nay, trong nước lẫn ngoài nước, việc thay chồng đổi vợ như thay áo sơ mi, mà đối với một số người đã là một biểu hiện của sự "văn minh tiến bộ" và "nam nữ bình quyền". Hôn lễ trước bàn thờ gia tiên hay trong giáo đường, trong chừng mực, giá trị đã không bằng mảnh giẻ rách !

Vậy thì... tại anh, tại ả ? Hay... tại cả đôi bên ?

Nhiều người thường cho rằng người Âu Mỹ không có đạo đức trong luyến ái hôn nhân, do đó vợ chồng bỏ nhau là chuyệûn xảy ra thông thường... Theo thiển ý, nhận định trên có phần võ đoán và không công bằng. Dù văn minh tiến bộ, nhưng những người Âu Mỹ con nhà đàng hoàng vẫn có đời sống hôn nhân rất đạo đức, chẳng khác gì các cụ người Á đông chúng ta trước đây : vợ chồng tương kính như tân, ăn ở với nhau tới khi răng long đầu bạc.

Mặc dầu chủ nghĩa cá nhân được đề cao trong xã hội Âu Mỹ, nhưng những nam nữ thanh niên con nhà gia giáo đến tuổi lập gia đình vẫn thường hỏi ý kiến cha mẹ hoặc những người bề trên, và vấn đề "môn đăng hộ đối" không phải không được đặt ra... Sự phá lệ thường đưa tới những đáng tiếc trong hôn nhân, mà kết quả là những vụ ly dị, hoặc tin tức xấu xa mà một số báo lá cải hay nhòm ngó vào, nhất là trong giới cung đình quyền quý : chẳng hạn như chuyện công chúa Margaret và ông chồng phó nhòm Tony Armstrong, chuyện thái tử Charles và hoàng tức Diana v.v...

Một hiện tượng thường thấy trong cộng đồng Việt Nam hải ngoại, là hầu hết các vụ ly dị đều do phía phụ nữ khởi tố, dù rằng vợ chồng lấy nhau đã có cháu nội cháu ngoại, và bà sở dĩ sang được tới Hoa Kỳ lãnh oen-phe với mê-đi-keo chữa bệnh cũng nhờ trên dưới 10 năm tù của chính đức ông chồng.

Trước 1975, ông là sĩ quan mai vàng mai bạc trên vai, có tà loọc theo hầu, đi đâu cũng được tiếp đón long trọng... Nay hết thời, ở vào tuổi trên 60 nhưng lại chưa đủ 65 để hưởng SSI, xin đi rửa chén cũng không ai thèm mướn. Trong khi đó những bạn hoặc thuộc hạ của ông mau chân hơn, sang Mỹ từ 1975, nay đã có cơ sở làm ăn khang trang, nhà cửa bề thế...

Bà không thấy sự khó khăn lúc ban đầu của những người tới trước này, họ cũng khốn khổ - có khi còn hơn vợ chồng bà ngày hôm nay - mà hiện thời c

hỉ thấy họ "ngon lành", còn chồng mình thì đúng là thứ vứt đi, nhất là sau những năm tù đầy đâm ra lẩm cẩm, và cái "khoản kia" xem chừng xìu xìu ển ển chẳng ra làm sao ! Cung cách trả bài của ông thật ra chỉ làm bà... "chua cả miệng", phải mất công đi tắm !

Nhìn vào gương, sau thời gian tẩm bổ với thực phẩm do foodstamps của Bộ Canh Nông Mỹ cung cấp, bà thấy mình trẻ hẳn ra... Da dẻ mỡ màng bóng bẩy, đôi môi mọng đỏ, đôi mắt mơ màng... So với ông thì thật là một trời một vực ! Mỗi lần có việc đi với ông, ông lõm cõm cái xe cà là tàng đời 1979-80, sao mà nó mất thể diện thế ! Trong khi đó bạn của bà phây phây bên vô-lăng chiếc Lexus, Mercedes hay tồi ra cũng Honda Acura 1990.

Không thể được, sang Mỹ tức là bắt đầu một cuộc đổi đời... Xung quanh bà biết bao nhiêu người mời đón, bà không chớp thời cơ, hội nhập ngay vào xã hội mới khi còn có người mến mộ, thì còn chờ đến bao giờ ?

Có bà vừa tới Mỹ chừng 2-3 tháng đã nạp đơn xin ly dị chồng... Trong khi chờ đợi tòa xử, bà bồ bịch tùm lum, hết ông Mercedes đến ông BMW, rồi tới ông Porches, ông Juagar... Ông nào cũng hứa bà ly dị xong là cưới liền. Chà, phụ nữ An-nam-ta bên Mỹ thật đắt giá như tôm càng xanh !

Nhưng ra tòa xong xuôi, một năm, hai năm rồi ba năm... Chẳng thấy có ai "xin bàn tay". Các ông Mercedes, BMW, Porches, Jaguar biến đâu mất... Bà phải tìm một công việc gì đó để làm... Nhưng chữ nghĩa có được bao lăm, mà cái tuổi trên 50 thì coi như về vườn. Làm cho Mỹ thì không được rồi, đành "gà què ăn quẩn cối xay" với cộng đồng người Việt vậy... Thôi thì liệu cơm gắp mắm, miễn sao đủ tiền share phòng và ngày hai bữa chỉnh tề là quý, còn ốm đau thì nhờ nhà nước !

Người viết nêu chuyện trên với một số bè bạn sang Mỹ từ 1975, mọi người đều nói :

- Bọn có tiền ở Mỹ chúng nó có thiếu gì chỗ đi chơi ! Các em sinh viên mắt xanh mũi lõ, túng tiền cho "xào khô" với giá 15-20 tỳ... Mát xa An-nam ta thì chi 35 tỳ hợp pháp cho chủ, còn khoản kia là năm chịch, nhưng dĩ nhiên phải kín đáo... Vào động Đại Hàn thì 120 tỳ, các em trẻ thơm như đào xi-nê, an ninh bảo đảm, kỹ thuật tuyệt vời... Nhưng tất cả đều phải xài ca-pốt, chán bỏ mẹ ! Mà không xài, lỡ aids một cái là bỏ mạng sa trường... Còn các bà từ Việt Nam mới qua, già một tý cũng được, nếu mau chóng chịu hội nhập vào giới enjoy, thì dĩ nhiên "ông đại sứ" sẽ được mời đi chỗ khác chơi, vì đã có cơ quan IOM lãnh việc bảo đảm an ninh trước khi lên máy bay, khỏi sợ aids hay tim la cà lồ gì ráo trọi !

Thì ra cái giá trị đích thực của sự đón mời hứa hẹn chính là con dấu IOM đóng trong hồ sơ bệnh lý xuất cảnh của bà, gửi từ Sài Gòn sang Bangkok rồi từ Bangkok chuyển về Mỹ ! Hay nói toạc móng heo ra là làm tình với các bà thuộc đối tượng này bọn chơi bời bên Mỹ khỏi phải xài tới công-đom, "không bao giờ ngăn cách đâu em", thế thôi !

Chồng chúa vợ tôi

Bà xã người viết có một bà bạn khá thân, vì là hàng xóm lâu năm... Hai người gặp lại nhau hôm đi chợ Đại Thành. Hỏi, mới biết bà bạn đã ly dị chồng từ ba bốn năm nay. Lý do : ông chồng cả ngày chỉ uống rượu, chửi vợ mắng con, chẳng chịu làm ăn gì hết.

Bà vợ và đứa con gái lớn nhận may "gia công" quần áo qua trung gian một nhà thầu. Ngoài ra, mẹ thì bán hàng cho một siêu thị, còn con gái thì làm hầu bàn cho một tiệm phở... Những đứa khác tuy còn đi học, nhưng cũng giúp đỡ mẹ và chị cắt chỉ, hoặc nhận và giao hàng. Còn ông chồng, thì rượu vào là chửi, kể công lao khó nhọc, vào tù ra khám, chạy đôn chạy đáo nuôi nấng vợ con : "Đù má, không có ông thì cả lò nhà chúng mày chỉ có đi mò cua bắt ốc, suốt đời không ngóc đầu lên được... Nay định dở trò hống hách làm tàng với ông hả ?"

Bà bạn kể chuyện, rơm rớm nước mắt... Cho tới khi gặp lại vợ chồng tôi, bà bạn - dù đã ly dị chồng - vẫn ở vậy nuôi các con. Bà nói : "Hạnh phúc của tôi bây giờ là nhìn thấy các cháu nên người !"

Vợ chồng tôi thực tình muốn hàn gắn lại cho hai người. Tôi tìm cách gặp lại ông hàng xóm cũ, lúc đó sống bằng tiền G.A., với 115 đô foodstamps. Qua vài lần tới chơi và nhậu nhẹt, tôi đưa ý kiến tái hợp lại cho hai người, thì ông đùng đùng nổi giận chửi luôn cả tôi... Lúc này tôi mới thấy bà bạn của cô vợ tôi đã có lý do chính đáng khi đưa chồng ra tòa.

Đúng là "thầy chạy, hết thuốc chữa" !

Chê Mít trẻ, lấy Mỹ già

Một anh bạn trẻ - gọi là trẻ, nhưng năm nay cũng trên 50 - tù chung với tôi một thời gian khá lâu. Anh bị CS bắt tại chiến trường Khe Sanh. Trong cuộc trao trả tù binh không thấy có tên anh... Người yêu của anh lấy chồng, sanh được hai con rồi cả gia đình vượt biên sang Mỹ hồi đầu năm 1980. Trong cuộc hải trình khi tới đảo thì người chồng chết. Người vợ sang Mỹ, sớm hôm tần tảo nuôi nấng hai con học hành đỗ đạt. Anh bạn ra tù, được tin người yêu đang ở Mỹ nhưng vì lòng tự trọng cũng không dám thư từ... Nhưng gia đình người yêu đã biên thư cho cô gái biết.

"Tình cũ không rủ cũng tới", người con gái biên thư cho người yêu cũ với lời lẽ thật mặn nồng. Anh bạn nhận thư lòng vui khôn tả. Anh không giận người

yêu đã bỏ anh đi lấy chồng trong khi anh đi tù. Tù CS thì biết ngày nào ra, trong khi đời người con gái chỉ có một thời... Anh nghĩ thế. Nhưng bây giờ ở hai thế giới khác biệt cách nhau cả một đại dương bát ngát liệu có còn gặp lại nhau ?

Trong thư, người bạn gái góa chồng động viên tinh thần anh, hứa hẹn : *"Anh và em đã mất mát quá nhiều... Chúng mình hãy làm lại từ đầu, gắng bù đắp lại tất cả những gì đã mất. Con em đã lớn, vài năm nữa chúng có thể tự lập... Còn lại là chúng mình, chỉ có chúng mình... Vợ chồng rau cháo có nhau, anh đừng suy nghĩ và mặc cảm gì hết, anh yêu quý !"*

Anh bạn hoàn toàn tin tưởng nơi lời lẽ trong thư. Người yêu của anh thuộc loại học thức, có tư cách và là con nhà gia đình đàng hoàng... Trong thời gian chờ ngày phỏng vấn đi Mỹ, anh vẫn lui tới thăm hỏi gia đình người yêu, và trong nhà thì mặc nhiên coi anh như là rể tương lai. Anh đã từ chối nhiều đám mai mối, những thiếu nữ trẻ đẹp con nhà giàu hoặc con gái chủ hàng vàng... Cái giá từ 5 đến 10 cây vàng và nuôi ăn cho tới ngày lên máy bay, nở rộ từ 1985 đến 1992 cho các ông sang Mỹ theo diện H.O.

Ngày anh tới Mỹ cùng với cha mẹ, ngoài người bạn bảo trợ còn có cả người yêu của anh tới phi trường đón gia đình anh. Đích thân người yêu anh lái xe đưa đi làm các thủ tục giấy tờ, khám bệnh, xin trợ cấp v.v...

Sau khi mọi việc xong xuôi, người yêu của anh đã nói với anh như thế này :

- Em luôn luôn kính trọng anh, chúng ta đã từng có thời yêu nhau... Nhưng bây giờ cuộc sống đã đổi khác, em không còn hợp với anh và anh không còn hợp với em nữa... Em đã khổ suốt bao nhiêu năm trời trên đồng đất xứ người, làm việc quần quật ngày cũng như đêm để nuôi mình và nuôi các con ăn học, nay em cần phải sống cho ra sống... Em cần có người offer cho em một đời sống thoải mái... Với ai em có thể che đậy hay nói dối, nhưng với anh thì không... Hiện có một kỹ sư hàng không người Mỹ sắp về hưu cầu hôn với em. Ông ta từng giúp đỡ mẹ con em trong những lúc khó khăn...

Anh bạn tôi chết lặng người... Nhưng vốn chai lỳ vì nhiều năm "nội trú" trong "Đại Học Máu" của CS, anh lấy hết bình tĩnh nói với người anh từng yêu thương và tin tưởng :

- Khi sang đây anh đã tiên liệu... Điều em nói không làm anh ngạc nhiên. Cuộc sống ở đây buộc chúng ta phải thực tế, phải nhìn vào sự thực. Anh quý em ở thành thực, nghĩ sao nói vậy như ngày xưa... Em nói đúng, trong xã hội mới này chúng ta hoàn toàn không còn thích hợp với nhau nữa... Anh cám ơn em đã nói ra điều đó trước anh... Nhưng dù trong tình huống nào, thì anh vẫn quý trọng em, như khi còn ở quê nhà...

Mới đây tôi gặp lại anh. Mời về nhà chơi, anh tâm sự với tôi :

- Bà bồ cũ của tôi bây giờ khổ lắm... Lúc mới lấy ông kỹ sư hàng không sắp về hưu bà tưởng mình sẽ được như Grace Kelly lấy ông hoàng Monaco... Ai dè sau tuần trăng mật (vé máy bay do hãng tặng cho nhân viên làm việc lâu năm) một tháng sau mới lòi ra tòa biệt thự tráng lệ với hai hồ bơi nước nóng nước lạnh ông kỹ sư mua còn phải trả lối 15-16 năm nữa mới hết nợ ngân hàng... Tiền hưu của ông sau khi trừ các khoản nợ, hóa đơn mua hàng trả góp v.v... cũng chẳng còn được bao nhiêu, nên bà phải hành nghề hớt tóc mới có tiền tiêu riêng và thỉnh thoảng gửi về giúp gia đình bên nhà... Ông kỹ sư tuy già nhưng còn tráng kiện lắm, hàng ngày ông uống vitamine E và C, lại chịu khó chạy bộ... nghĩa là còn lâu mới chết ! Nếu ông chết đi, không biết của chìm của nổi của ông có được bao nhiêu, hoặc ông đã sang tên cho mấy đứa con của vợ trước hay cho ai, thì bà cũng cóc biết. Nghe nói bà muốn ly dị nhưng ông kỹ sư không chịu... Bao nhiêu dự tính của bà đều trật lấc. Tôi tự hỏi không hiểu sao bà sang đây trước tôi cả chục năm mà lại không rút được chút kinh nghiệm nào của những người đi trước mình ?

Tôi hỏi anh bạn :

- Tại sao cậu biết rõi như vậy ?

Anh bạn đáp :

- Có gì đâu... Chả là vì gia đình bà bên Việt Nam nghe nói bà lấy chồng kỹ sư Mỹ, trăng mật nghênh ngang, nhà cửa thênh thang, mà lâu lâu mới thấy gửi tiền về, khi một trăm khi năm chục, liền biên thư bảo : *"Gửi cho vàii chục ngàn đô lấy vốn làm ăn, chứ gửi lắt nhắt tiêu bậy hết, không làm được việc gì"*. Bà đành phải biên thư nói thật với nhà về cuộc sống của bà hiện tại : hai đứa con với chồng cũ tuy làm ra tiền nhưng chúng đều có gia đình riêng, lại ăn tiêu theo kiểu Mỹ đủ sống là may, còn bà thì cũng phải đi cày... mà còn khổ vì mũi bị dị ứng với mùi thuốc hóa chất trong tiệm hớt tóc bà làm... Thằng em trai út của bà bên Việt Nam, vốn là học trò cũ của tôi khi cậu ta học lớp 6 lớp 7, liền photo nguyên con lá thư của bà gửi về nhà, rồi gửi sang cho tôi !

- Bà ấy có thường lại thăm cậu ?

- Thỉnh thoảng... Lúc nào tới chơi là quà cáp hậu hĩ biếu ông bà già tôi, mặt mũi lúc nào cũng cười vui tươi rói... Bà lái chiếc Lincoln láng coóng của ông chồng kỹ sư... Quần áo đắt tiền, phấn son lộng lẫy... Trông rõ là người giàu sang phú quý, ai thấy cũng đều thèm... Nếu không có bản photo thư của bà, đứa nào bảo bà khổ nhất định là tôi đánh vỡ mặt nó ra ! Nhưng cũng chính vì bản photo đó mà khổ, ông ạ !

- ?

- Tôi khổ vì... phải đóng kịch ! Phải vui vẻ, phải ngu ngốc nhìn nhận bà đang sống sung sướng hạnh phúc với ông chồng Mỹ kỹ sư hàng không mà bà lựa chọn, đang được chồng yêu quý offer thừa mứa tiện nghi như một bà hoàng ! Nếu bà biết rằng tôi đã biết tất cả sự thực về cuộc sống hiện nay của bà như thế nào, thì việc gì sẽ xảy ra cho bà ? Tôi cũng phải dối luôn cả ông già bà già nhà tôi, không cho biết chuyện này...

Nói đến đây thì anh bạn tôi hai mắt đỏ hoe...

Thì ra trên cõi đời này càng biết nhiều thì lại càng khổ lắm... Và, có biết bao nhiêu người đang phải gánh chịu cái trạng huống như người tình cũ của bạn tôi ? Y như chuyện xưa kể về cái "lều thơ" của ông Trạng Quỳnh, mà khách đi đò sang thăm khi trở về gặp ai hỏi thì đều trả lời đúng như ông Trạng ghi trong lều như vầy : "Đù mẹ thằng nào bảo thằng nào !"

Giai cấp mới

Sau 30-4-1975, một giai cấp mới nở rộ : giai cấp cán bộ. Nhiều bà vợ của các sĩ quan VNCH sau khi chồng đi tù, đã trở thành vợ, thành người tình của giai cấp mới này. Trong sách lược của CS có chương nói ráút kỹ về khoản này, mục đích phá nát kỷ cương xã hội theo luân thường đạo lý Á đông từ nghìn xưa để lại. Nhờ đó một thằng đi ở đợ mới dám lột truồng bà chủ ra mà làm cái công việc suốt bốn đời từ ông cố nội tới hắn chưa bao giờ dám nghĩ, chứ đừng nói đến dám làm !

Trong khi đó thì "cô Nhíp" Nguyễn Trung Kiên, "nữ chiến sĩ biệt động thành" dẫn xe tăng T.54 của bộ đội cách mạng vào dinh Độc Lập (rồi trở thành tài tử màn bạc đóng lại vai trò nằm vùng đi ở đợ của mình trong gia đình ông đại tá tên Hoàng nào đó), lấy ông chồng chính cống là Quan cách mạng, huy chương huân chương đầy ngực, bằng khen với lẵng hoa treo chật nhà, thì chỉ một thời gian không lâu, sau khi sanh đứa con, liền gút-bai cơm ai nấy ăn, giường ai nấy ngủ... Vì cô Nhíp đã ngửi ngay thấy cái mùi "cách mạng" của đức ông chồng nó chẳng thơm tho như báo Đảng đề cao !

Nhờ có công trạng, cô Nhíp được biên chế vào đơn vị hải quan ngay tại phi trường Tân Sơn Nhất... Bây giờ thì cô "làm kinh tế" với Việt-kiều, hoặûc với "lính Ngụy". "Lính Ngụy" tuy thất thế nhưng tư cách chắc chắn đàng hoàng hơn đám vô sản chuyên chính nhà cô rất nhiều.

Trong khi ở hải ngoại, thì anh tài-lọoc, anh tài xế lái xe cho ông tướng ông tá, nhờ chịu khó cày, chịu khó xông xáo việc gì cũng làm không ngại gian khổ... chẳng bao lâu đã có sự nghiệp... Còn lại một thiểu số tướng tá quen chỉ tay năm ngón, lúc nào cũng tưởng mình đương quyền cao chức trọng, tiền bạc đem theo thay vì lo làm ăn lập lại cuộc đời, thì vung tay cờ bạc đĩ điếm cho đã, hết tiền ỳ xác ra... Lúc còn thời, tự cho mình là "danh tướng" cần phải có "giai nhân", như Hạng Võ có Ngu Cơ... Quyền thế trong tay, tiền bạc đầy két làm gì mà chẳng được... Nay sang Mỹ hết tiền thì tình cũng hết, hiện nguyên hình là tướng Quảng Lạûc, bà vợ trẻ đẹp nhảy sang thuyền anh tà-lọoc hay tài xế cũ... Âu cũng là chuyện thường tình !

Nói vậy thôi chứ cái hào quang tướng tá của mấy ông cũng vẫn còn le lói như nắng quái chiều hôm... Bà chủ tiệm mát-xa ở San Francisco, bà chủ motel ở New York v.v... xưa kia là con bé bán vé sốú Kiến Thiết "mua số sổ liền" ở bến xe, lài con bé bán bia ôm hay "tả sủi quầy" trong Chợ Lớn, ra nước ngoài sau nhiều năm "quậy bạo" bỗng ăn nên làm ra... Nay nghiễm nhiên trở thành bà chủ đông bạc lắm tiền, thuộc giới cao cấp, thì cái thằng ma-cô "bồi gọi gà", hay anh lơ xe chồng cũ không thể nào tồn tại...

Các bà liền ra tay tế độ với người trầm luân, là những ông tướng ông tá Quảng Lạc bị đời đá đít ! Thế là bà chủ mát-xa bỗng trở thành bà trung tướng A, bà chủ motel nghiễm nhiên là bà đại tá B. Người ta tổ chức những buổi tiếp tân, xưng tụng gọi nhau bằng cái chức vụ khươm mươi đời cho đỡ thèm đỡ nhớ ! Chẳng cơm cháo bổ béo gì, nhưng đốúi với các ông Quảng Lạc ít ra cũng cảm thấy ấm lòng nơi đất khách !

Nhưng các bà chủ tiệm mát-xa, chủ motel này cũng khôn chán... Nhiều bà đã lấy tới bốn năm đời chồng tướng tá, người vài năm, người vài tháng... Nuốt miếng cơm của các bà cũng khó lắm... Nghĩa là, ông cũng phải làm một công việc gì đó cho bà. Chẳng hạn lái xe đưa bà đi thu tiền, trông coi cửa hàng, hoặc làm sổ sách, đi chợ nấu ăn, cắt cỏ đổ rác v.v... và bà mỗi tháng sẽ chi cho ông một số bạc mà lẽ ra bà mướn người khác làm ! Còn việc phục vụ ái tình - tức là đóng vai trò con heo nọc - thì với cái tuổi trên 60 của các ông, lại nữa khi còn trẻ rượu chè ăn chơi cho đẫy vào, bây giờ chắc chắn máy móc cũng "chẳng ra làm sao". Muốn tìm ông Lao Ái hay ông Chín Củi thì các bà nhờ tới "gigolo" (điếm đực) chuyên nghiệp, mà giới này thì là... nghề của nàng, rành sáu câu hơn ai, qua mặt các bà sao được !

"Sinh vi tướng, tử vi thần", sống làm tướng chết làm thần, sách xưa viết vậy. Nhưng trên cõi đời này có mấy người được như Hoàng Diệu, Võ Tánh, Ngô Tùng Châu, Phan Thanh Giản và gần đây nhất là Nguyễùn Khoa Nam, Lê Văn Hưng, Trần Văn Hai v.v… ?

Nghĩ mà buồn thay cho cuộc đổi đời !

***

Thanh Thương Hoàng

Từ trái: Nhà văn Tô Ngọc, Thiếu tướng Lê Minh Đảo, Nhà văn Thanh Thương Hoàng, Nhà văn trần Văn Ngà. Ảnh chụp tại Sacramento. Tài liệu của VHO.

Kẻ Sĩ

Thế là nhà văn Trọng Nhân về hưu đã được hơn một năm. Chức vụ sau chót của ông khi về hưu là đại tá. Làm "quan văn" khỏi phải đi B đánh nhau mà được lên tới chức đại tá, tuy chưa đạt như ý muốn ông cũng hài lòng rồi. Nhưng những ngày tháng nhàn rỗi sống nơi Thủ đô đầy ồn ào náo nhiệt bức bối khiến ông cảm thấy mệt mỏi hơn khi còn làm việc. Phải chăng lúc trước vì mê mải ngụp lặn trong vòng bon chen danh lợi nên ông không có thì giờ nhìn thẳng, nhìn sâu vào cõi nhân gian? Hay ông chỉ nhìn đời qua tưởng tượng với sự tô son vẽ phấn mầu hồng phụng sự cho đám cung đình? Đồng thời cộng với những eo sèo mè nheo đời thường của vợ con đã làm ông bức bối khó chịu. Ông chỉ muốn quên đi tất cả để được sống yên thân. Để khuây khỏa và nhất là để giết thời giờ - cái thời giờ trống rỗng vô vị của kẻ không biết làm gì mỗi buổi sáng thức dậy, nhà văn Trọng Nhân đáp xe đò lên miệt núi rừng vùng cao chơi với gia đình người bạn thân một thời gian thư giãn tâm thần. Ông cũng muốn nhân dịp này viết một cuốn tiểu thuyết mà ông đã "thai nghén" hàng chục năm. Ông bạn của ông nhà văn làm nghề dạy học và cũng đã về hưu. Ông không viết văn, viết báo hay làm thơ nhưng ông là người sính văn chương và quý trọng văn nghệ sĩ. Trong nhà ông có rất nhiều tác phẩm giá trị từ cổ chí kim, từ đông sang tây như một thư viện nhỏ.

Ngày ngày chủ khách quanh ấm trà đàm đạo chuyện đời, chuyện thế sự thăng trầm, chuyện bãi biển nương dâu, chuyện kiếp người mong manh ngắn ngủi. Thỉnh thoảng họ dẫn nhau vào rừng sâu nghe ngàn thông reo vi vút nhớ tới câu thơ của cụ Nguyễn Công Trứ: "Kiếp sau xin chớ làm người, làm cây thông đứng giữa trời mà reo". Ông nhà giáo cười nói: "Bây giờ muốn làm cây thông đứng giữa trời mà reo cũng không được đâu ông bạn ạ. Bọn "tiều phu thời đại" hễ cứ thấy cây nào hơi lớn là đốn liền đem xuất khẩu lấy đô la". Ông nhà văn chỉ giòng suối nước trong vắt có những tảng mây trắng lững lờ trôi dưới đáy, nói: "Vậy thì kiếp sau ta làm con suối kia vậy. Quanh năm êm đềm hòa tấu khúc nhạc tươi vui muôn thủa cùng trời đất chẳng còn sợ kẻ nào hại". Ông nhà giáo lắc đầu: "Ông lại chủ quan nữa rồi. Nhìn giòng suối kia thấy nó trong xanh như vậy nhưng chứa biết bao độc tố, biết bao hiểm nguy, nhất là thuốc khai quang mấy chục năm nay chắc gì đã trôi sạch!". Nhà văn Trọng Nhân buồn rầu thở dài không nói gì thêm. Đêm đó thao thức không ngủ được, ông sang phòng khách kiếm cuốn sách đọc giết thời giờ. Ông tình cờ cầm một cuốn sách cũ bìa đã ngả mầu vàng. Đó là cuốn sử thời chiến quốc bên Trung Hoa. Nhà văn Trọng Nhân đã đọc luôn một mạch tới sáng...

Tề Trang vương thời chiến quốc nổi tiếng một ông vua háo sắc đa dâm. Gặp bất cứ người đẹp nào ông cũng tìm cách chiếm đoạt, bất kể vợ con ai, nhất là với các quan trong triều đình. Ai có vợ đẹp con xinh đều không thoát khỏi vòng tay dâm dục của Tề Trang vương. Các quan trong triều đình muốn thăng quan tiến chức phải đem vợ hiến cho dâm chúa. Tề Trang vương được bọn gia nô bẩm báo là quan Tể tướng Thôi Trữ có người vợ đẹp tuyệt trần. Nàng tên Khương thị. Tề Trang vương tìm cách chiếm đoạt. Hai người thông dâm một thời gian thì Thôi Trữ biết. Thôi Trữ nặng lời trách mắng vợ dâm loàn. Khương thị chẳng những không nhận lỗi còn trách lại chồng: "Chàng làm quan đại thần đầy quyền uy trong triều mà còn không dám can ngăn vua một tiếng, huống chi thiếp là thường dân sao dám trái lệnh vua?". Nghe vợ nói thế Thôi Trữ giận lắm âm mưu tính kế trừ khử vua. Một hôm Thôi Trữ bầy đại tiệc tại tư thất rước vua chủ tọa. Tề Trang vương trong lúc ngà ngà say nổi máu dâm bắt Khương thị vào phòng ngủ "hầu chăn gối". Thôi Trữ chỉ đợi có thế ra hiệu cho phục binh giết Tề Trang vương liền. Giết vua xong bước ra đại sảnh, trước mặt văn võ bá quan, Thôi Trữ tuyên bố Tề Trang vương bất thần bị bạo bệnh qua đời và ủy cho Thôi Trữ kế vị ngai vàng. Trước sự kiện kẻ bề tôi giết vua cướp ngôi như vậy mà các quan lớn nhỏ trong triều đều khiếp sợ đến độ hèn hạ cúi đầu răm rắp nghe theo, không một lời phản đối. Nhằm khuất phục nhân tâm Thôi Trữ áp dụng chính sách tàn bạo để trị người. Kẻ nào ho he bất tuân lệnh vua giết liền. Cả nước hoang mang sống trong lo âu sợ hãi. Chỉ có một người không sợ, đó là Thái sử Bá, một quan chức trong triều không quyền thế không vây cánh chỉ chuyên làm công việc viết sử triều đình.

Thái sử Bá viết vào pho quốc sử rằng ngày đó, tháng đó, năm đó Tề Trang vương gian dâm với vợ Thôi Trữ bị Thôi Trữ giết và đoạt ngôi vua. Thôi Trữ cho triệu Thái sử Bá vào cung hỏi: "Ta có phải là vua không?". "Hiện nay là như vậy nhưng ngài vẫn là kẻ tiếm vị". "Ta ra lệnh ngươi có tuân không?". "Phải thì tuân, trái thì không". Thôi Trữ ngưng chút nói: "Vì Tề Trang vương là hôn quân nên ta phải trừ khử. Nay ta ra lệnh cho ngươi phải viết lại trang quốc sử như thế này: Tề Trang vương bị bạo bệnh đột ngột từ trần, các quan văn võ trong triều thấy tể tướng Thôi Trữ là người tài đức bèn suy tôn làm vua".

Thôi Trữ cho Thái sử Bá một tuần lễ suy nghĩ rồi viết lại sử trình cho vua. Thôi Trữ cũng không quên hứa hẹn sẽ thăng quan tiến chức cho Thái sử Bá, đồng thời cũng kèm theo lời đe dọa trừng phạt nếu làm trái ý vua. Một tuần sau Thái sử Bá đem trình Thôi Trữ bản văn viết sử như cũ và có thêm một đoạn như sau: "Việc viết sử là việc trọng đại của quốc gia truyền lại cho các đời sau. Vì vậy người viết sử phải tôn trọng sự thật, dù có sấm sét búa rìu đánh xuống đầu cũng không thể đổi trắng thay đen, cũng không thể viết xấu thành tốt, trái thành phải. Đầu ta có thể chặt nhưng chữ của ta không thể sửa". Trước sự cương quyết của Thái sử Bá, Thôi Trữ giận lắm truyền đem trói lại chặt tay trái nhà viết sử để khi nào đổi ý sẽ tha. Mặc cho máu chảy ròng và đau đớn tột cùng Thái sử Bá vẫn nghiến răng chịu đựng, không một tiếng rên la kêu xin. Mấy ngày sau thấy thái độ Thái sử Bá vẫn không đổi, Thôi Trữ truyền chặt tiếp bàn tay phải. Thái sử Bá vẫn nghiến răng chịu đựng. Trước khi nhắm mắt lìa đời Thái sử Bá nói: "Bạo chúa chỉ giết chết được thân xác ta thôi, còn chữ của ta vẫn tồn tại mãi với non sông". Thái sử Bá chết, Thôi Trữ cho người em Thái sử Bá là Trọng lên thay và ra lệnh viết lại sử. Hạn trong một tháng phải viết xong. Nếu không chịu tuân theo ý vua sẽ đầu rơi máu chảy, chết thê thảm như người anh. Thái sử Trọng không hề nao núng sợ hãi vẫn viết như người anh và còn "phụ chú" thêm: "Người viết sử phải tôn trọng sự thật, phải viết lên sự thật, không sẽ bị các thế hệ mai sau chê cười khinh bỉ, lưu xú ngàn năm! Con người ta chỉ có một lần chết nhưng không thể để cái tên mình bị chết mãi trong sử sách! Ta có thể làm ma không đầu chứ không thể sống mang cái đầu trên thân thể hèn hạ nói sằng viết bậy nịnh hót kẻ cường quyền!". Thái sử Trọng bị cắt lưỡi khoét hai mắt trước khi bị chặt đầu bêu giữa chợ. Tới lượt người em thứ ba của Thái sử Bá là Quý được phong chức và bắt phải viết lại sử theo ý của Thôi Trữ. Bà mẹ Thái sử Quý thấy hai người con lớn của mình đã bị giết nên quá sợ hãi hết lời khuyên can con đổi ý thay lòng viết theo lệnh vua để bảo tồn sự sống. Vợ của Thái sử Quý cũng khóc lóc van lơn chồng. Một số quan đã đến tận nhà khuyên răn Thái sử Quý. Tới ngày hẹn Thái sử Quý vào triều đưa lên vua bản viết sử. Tất cả các quan trong triều lo âu hồi hộp sợ cho mạng sống của Thái sử Quý. Họ thầm mong lần này Thái sử Quý sẽ đổi dọng ca ngợi vua. Nhưng Thái sử Quý vẫn viết y hệt hai người anh mình và thêm: "Viết sử phải viết đúng sự thật không được xuyên tạc lịch sử. Công tội, phải quấy của người làm lịch sử phải được ghi chép rõ ràng, không thể vì chút bã danh lợi mà đổi trắng thay đen, nhắm mắt viết theo lệnh kẻ bạo quyền. Tay ta có thể bị chặt, hai mắt ta có thể bị khoét, lưỡi ta có thể bị cắt, đầu ta có thể bị lià khỏi cổ nhưng chữ của ta sẽ tồn tại mãi cùng thời gian. Bây giờ ta đã sẵn sàng chờ cái chết, hãy đem ta ra pháp trường!". Thôi Trữ lần này bỗng rùng mình khi đọc xong những giòng chữ đầy chính khí, đầy hùng khí "uy vũ bất năng khuất" của người viết sử trước cái chết vẫn hiên ngang vẫn oanh liệt ngửng cao đầu không hề sợ hãi. Lão nhìn Thái sử Quý một lúc lâu, trong khi cả triều đình run rẩy sợ hãi, rồi sau cái thở dài, đưa trả lại pho quốc sử và nói: "Thôi, ta tha cho ngươi. Ngươi hãy cầm pho quốc sử này trở về nhà đi. Từ nay sự thể tốt xấu ra sao ngươi cứ việc viết cho đúng sự thật. Ôi, nếu ta cứ tiếp tục chém giết mãi thì đến bao giờ mới hết. Hễ cái đầu này rụng xuống lại có cái đầu khác mọc lên. Máu liên tiếp chảy nơi pháp trường đã làm lưỡi gươm ta chùn lại! Sĩ khí ngút trời của bọn ngươi đã làm trái tim ta run rẩy sắt se buốt nhói. Đàn áp tàn bạo rõ ràng là phi chánh nghĩa, không thành công!". Sau đó Thôi Trữ truyền lệnh cho Quý tiếp tục giữ chức quan viết sử của triều đình và phục hồi danh dự địa vị cho hai người anh. Cả triều đình - một lũ quan lại thuộc phường giá áo túi cơm tham sống sợ chết - bấy giờ mới dám thở phào nhẹ nhõm. Thái sử Quý ôm tập quốc sử hân hoan phơi phới ra về. Chân lý sáng ngời đã thắng! Giữa đường gặp người bạn chí thiết là Nam sử Thị, hỏi đi đâu? Nam sử Thị đáp: "Tôi đem sẵn giấy bút mực theo đây. Nếu anh bị giết thì tôi tình nguyện nối tiếp theo anh làm công việc viết sử". "Anh không sợ chết sao trong khi còn mẹ già con thơ?". Nam sử Thị hỏi lại: "Thế còn anh không sợ chết sao? Ôi, kẻ sĩ phu trong lúc nước loạn nhân dân đau khổ lầm than mà lại tiếp tay với kẻ cường quyền dùng cây bút tâng bốc nịnh bợ bọn chúng và xuyên tạc lịch sử hòng kiếm chút danh vị lợi lộc thì đâu còn xứng đáng sống trên đời!". Hai người ôm chầm lấy nhau cất tiếng cười ha hả vang cả trời đất.

Nhà văn Trọng Nhân đọc xong những trang sử viết về anh em Thái sử Bá thời chiến quốc thì gà rừng đã cất tiếng gáy rộn rã chào bình minh từ trong rừng vọng ra. Ông thở dài. Bất ngờ những giọt nước mắt hiếm hoi – cả đời ông chưa hề xẩy ra - tuôn trên khuôn mặt héo hắt già nua. Cả một đời người ông đã bịt mắt bịt tai, đã cúi đầu chạy theo kẻ cường quyền kiếm chác chút bã cung đình để có danh vọng địa vị, cơm no áo ấm. Ông dùng cây bút của mình đổi trắng thay đen tấn tuồng lịch sử. Tệ hại nhất là ông đã nịnh hót, tâng bốc, ca tụng những kẻ tội đồ của dân tộc thành anh hùng cứu nước vĩ đại! Ông đã đánh mất sĩ khí của kẻ sĩ từ lâu và sống một cuộc đời hèn hạ. Bây giờ thì ông già rồi, tất cả mọi việc đều muộn đều lỡ hết rồi? Ông nghĩ tới cuốn tiểu thuyết ôm ấp bao năm trời chưa viết. Ông quyết chống lại cái già. Ông quyết giành lại thời gian đã mất. Lần này ông sẽ thay đổi hết từ tâm trạng nhân vật tới hoàn cảnh đất nước, nhất là sự khốn cùng của đại đa số tầng lớp nhân dân nghèo khổ, sự sa đọa của tầng lớp lãnh đạo và sự thoái hóa tụt hậu của đất nước. Ông sẽ nhìn thẳng nhìn sâu vào cõi nhân gian và viết ra tất cả sự thật. Đời ông bây giờ còn gì để mất nữa đâu? Nhìn tấm gương sĩ khí của người xưa ông thấy ngượng ngùng nhức nhối. Ông thực sự đau khổ, thực sự hối hận. Ông đang bị con người thực của ông dầy vò. Ông chợt nghĩ tới những kẻ mệnh danh là kẻ sĩ thời nay. Bị đầy đọa cưỡng chế tù đầy nhục nhã khốn khổ hết cả đời người, thế mà khi được kẻ cầm quyền vuốt ve bố thí cho chút ân huệ cuối mùa cũng cúi đầu răm rắp nhận lãnh! Rồi còn những kẻ làm tới tướng quốc thề thốt không đội trời chung với bọn thù, cuối đời vì chút danh chút lợi đã hèn hạ cúi đầu xin làm tôi mọi. Còn biết bao kẻ nữa đã tự đánh mất mình. Hay là thời đại này đám sĩ phu không còn sĩ khí? Hoặc bọn họ đã ăn tươi nuốt sống vào bụng và đi tiêu chảy từ lâu cái sĩ khí? Vừa lúc đó ông bạn nhà giáo gõ cửa phòng mời ra uống trà buổi sáng. Thấy bạn, nhà văn Trọng Nhân hỏi ngay: "Ông nhìn mặt tôi xem có gì thay đổi không?". Ông nhà giáo còn đang ngỡ ngàng chưa biết trả lời sao thì ông nhà văn nói tiếp: "Phải, ông thấy mặt tôi khác hẳn và sáng ra phải không? Vâng, đúng như vậy. Trên mặt tôi giờ đây đang xuất hiện bộ mặt thật của một con người".

Thanh Thương Hoàng

(trích trong Tuyển Truyện Thanh Thương Hoàng)

KIDNEY SUPPORT

Công thức này được sử dụng để tạo điều kiện lưu thông máu tốt hơn và phân tán sự ứ đọng và tích tụ để thúc đẩy vi tuần hoàn của thận để tạo điều kiện chuyển hóa nước lành mạnh, tăng cường và duy trì các chức năng khỏe mạnh của thận.

Công dụng:

1. Giảm đau nhức và đầu gối mềm nhũn
2. Giảm Lumbago (Đau thắt lưng, đau nửa người)
3. Tăng tiết tinh trùng
4. Chữa xuất tinh sớm

Giúp điều hoà huyết áp, cholesterol là nguyên nhân gây ra đột quy, công thức ngàn năm từ Âu châu.

TRUHERBS USA® bio-pharma

ĐẠI LÝ TRUHERBS

Chuyên viên tư vấn
Amy Ngọc: 916 230 6172

- TAMMY Tel: 408-420-1042
- THANH Tel: 916-267-5680
- Angels Beauty (khu Grand Mall Sanjose) Tel: 408-297-1688
- Tina Thanh Tel: 916-267-5680
- Hao Nguyen MN Tel: 612-790-5846
- HONG PHAT GIFTSHOP Tel: 972-495-0282 / 214-470-0223
- AV-DIRECK Tel: 714-829-8224
- MY TIEN Tel: 916-743-1447
- HONG PHUC Tel: 916-266-1430
- KIM THANH Tel: 408-420-1042

TRUHERBS USA

TRUHERBS USA® bio-pharma

Kim Điền Thảo Dược

www.truherbsusa.com

ĐỂ CÓ MỘT SỨC KHỎE VẸN TOÀN, MỖI TỐI TRƯỚC KHI ĐI NGỦ HÃY THẢI ĐỘC TỐ RA KHỎI CƠ THỂ BẰNG FOOT PATCH TRUHERBS

- *Trị đau nhức rất hiệu quả.*
- *100% nguyên liệu từ thiên nhiên.*
- *Tuyệt đối không hóa chất và phản ứng phụ.*
- *Sử dụng dễ dàng, nhẹ nhàng.*

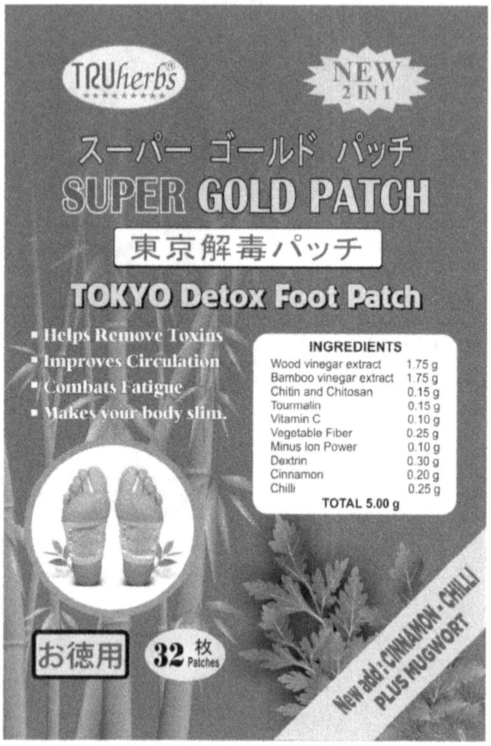

CÁC VÙNG TRỊ BỆNH TRONG LÒNG BÀN CHÂN

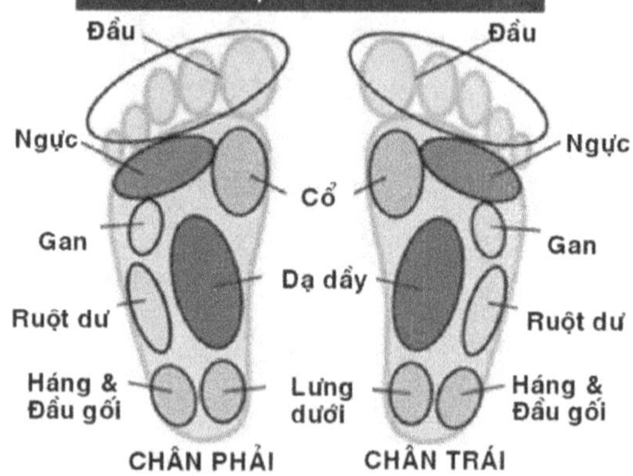

Foot Patch Truherbs cảm ứng mạnh mẽ qua các vùng trị bệnh trong lòng bàn chân, thải toàn bộ các độc tố tồn đọng nơi đầu, cổ, ngực, phổi, gan, dạ dày, sống lưng, ruột v.v...

Đặc biệt Foot Patch Truherbs giúp gan tiêu hao lượng mỡ dư, kiện toàn bộ máy tiêu hóa đem lại làn da tươi đẹp và cơ thể cân đối.

Do đó, chỉ cần dùng Foot Patch Truherbs một thời gian, tất cả những độc tố trong cơ thể sẽ bị thải ra ngoài, đem lại một sức khỏe

FDA REGISTRATION 10194727946 · FSSC 22000 · ISO22000 · GMP · Natural Products Association · GMP Japan Cetificate · 100% NATURAL INGREDIENTS · PREMIUM QUALITY ASSEMBLED IN USA · GMO free · Gluten Free

ĐẠI LÝ TRUHERBS

Chuyên viên tư vấn

Amy Ngọc: 916 230 6172

- TAMMY Tel: 408-420-1042
- THANH Tel: 916-267-5680
- Angels Beauty (khu Grand Mall Sanjose) Tel: 408-297-1688
- Tina Thanh Tel: 916-267-5680
- Hao Nguyen MN Tel: 612-790-5846
- HONG PHAT GIFTSHOP Tel: 972-495-0282 / 214-470-0223
- AV-DIRECK Tel: 714-829-8224
- MY TIEN Tel: 916-743-1447
- HONG PHUC Tel: 916-266-1430
- KIM THANH Tel: 408-420-1042

TINH CHẤT NGHỆ CỦA CÔNG TY CHÚNG TÔI CÓ ĐỘ TINH CHẤT CURCUMIN CAO

Turmeric Curcumin Complex Proprietary Blend Turmeric (Curcuma longa) (root), Turmeric (Curcuma longa) (root) (from 10:1 extract)

Supplement Facts

·Serving Size: 1 Quick Release Capsule
·Servings Per Container: 180

Amount Per Serving	% Daily Value
Turmeric Curcumin Complex Proprietary Blend Turmeric (Curcuma longa) (root), Turmeric (Curcuma longa) (root) (from 10:1 extract)	800 mg

*Daily Value not established.

Other ingredients:
Gelatin Capsule, Rice Powder, Vegetable Magnesium Stearate, Silica

Directions:
For adults, take 1 quick release capsule daily, preferably with a meal.

WARNING:
If you are pregnant, nursing, taking any medications or have any medical condition, consult your healthcare professional before using this or any other nutritional supplement. If any adverse reactions occur, immediately stop using this product and consult your doctor. Not intended for use by persons under the age of 18. If seal under cap is damaged or missing, do not use. Keep out of reach of children. Store in a cool, and dry place.

Bạn đã tìm thấy One-Stop-Shop cho Vitamin & Thực phẩm bổ sung tại Công thức của chúng tôi được chế tạo tại cơ sở sản xuất "Được chứng nhận GMP" của riêng chúng tôi. Chúng tôi xác minh sản phẩm với các cơ quan bên thứ ba đã đăng ký với FDA để đảm bảo chất lượng và độ tinh khiết. Mỗi sản phẩm đều trải qua hàng trăm lần kiểm tra, trong quá trình sản xuất và sau sản xuất. Hơn nữa, chúng tôi có thể đảm bảo với bạn rằng mọi thứ trên nhãn của chúng tôi đều phù hợp với những gì có trong Vitamin & Thực phẩm bổ sung của chúng tôi.

Không có Gluten
Không biến đổi gen
Không có đậu nành
Không có màu nhân tạo
Không có hương vị nhân tạo
Không có chất tạo ngọt nhân tạo
Không có chất bảo quản
Không có lúa mì
Không có men
Không có sữa
Không có đường lactose

About Turmeric:

A Tropical perennial native to South and Southeastern Asia, Turmeric (Curcuma longa) can reach a height of 6 feet. It is a member of the ginger family, and bears long, dark green leaves that sprout from a brightly colored yellow-orange system of roots, or rhizomes. Turmeric's rhizomes have seen a wide range of use, from culinary applications as a spice (most notable giving curry its signature color) to Hindu religious ceremonies and folk wellness practices.

Ingredients: Organic Turmeric (Curcuma longa) Root

Directions: As a spice, add 1/8 teaspoon to your favorite dishes.

PRODUCT OF INDIA
MADE IN USA

Best before
12/31/2023

HERBAL SPICE

WWW.TRUHERBSUSA.COM

ORGANIC
TURMERIC EXTRACT
CURCUMA LONGA

100 Capsules

With Turmeric
Root Ground (Organic)

Net WT 11 oz (311gr)

COMPLIANCE WITH JAPANESE GMP STANDARD
- 100% Certified Organic
- 100% Satisfaction Guarantee

Thực phẩm bổ sung vitamin và khoáng chất.

Những điều cần biết Vitamin là hợp chất hữu cơ được cơ thể sử dụng với lượng nhỏ cho nhiều quá trình trao đổi chất khác nhau.

Thực phẩm bổ sung vitamin không thể thay thế chế độ ăn uống lành mạnh.

Những người có thể cần thực phẩm bổ sung vitamin bao gồm phụ nữ đang mang thai hoặc cho con bú, những người uống rượu nhiều hơn mức khuyến cáo là an toàn, người dùng ma túy và người cao tuổi.

Uống vitamin và thực phẩm bổ sung khoáng chất với liều lượng lớn có thể gây hại cho sức khỏe và gây ngộ độc.

Về thực phẩm bổ **sung vitamin Vitamin** là hợp chất hữu cơ mà cơ thể chúng ta sử dụng với lượng rất nhỏ cho nhiều quá trình trao đổi chất khác nhau.

Tốt nhất là bổ sung **vitamin và khoáng chất bằng cách ăn nhiều loại thực phẩm lành mạnh chưa qua chế biến. Mặc dù việc dùng thực phẩm bổ sung vitamin và khoáng chất 'phổ rộng' 'phòng** ngừa' không gây ra nhiều rủi ro cho sức khỏe và có thể có lợi cho những người có chế độ ăn hạn chế và thiếu sự đa dạng, nhưng việc **dùng thực phẩm bổ sung vitamin** và khoáng chất thay vì ăn một chế độ ăn uống bổ dưỡng là không được khuyến khích.

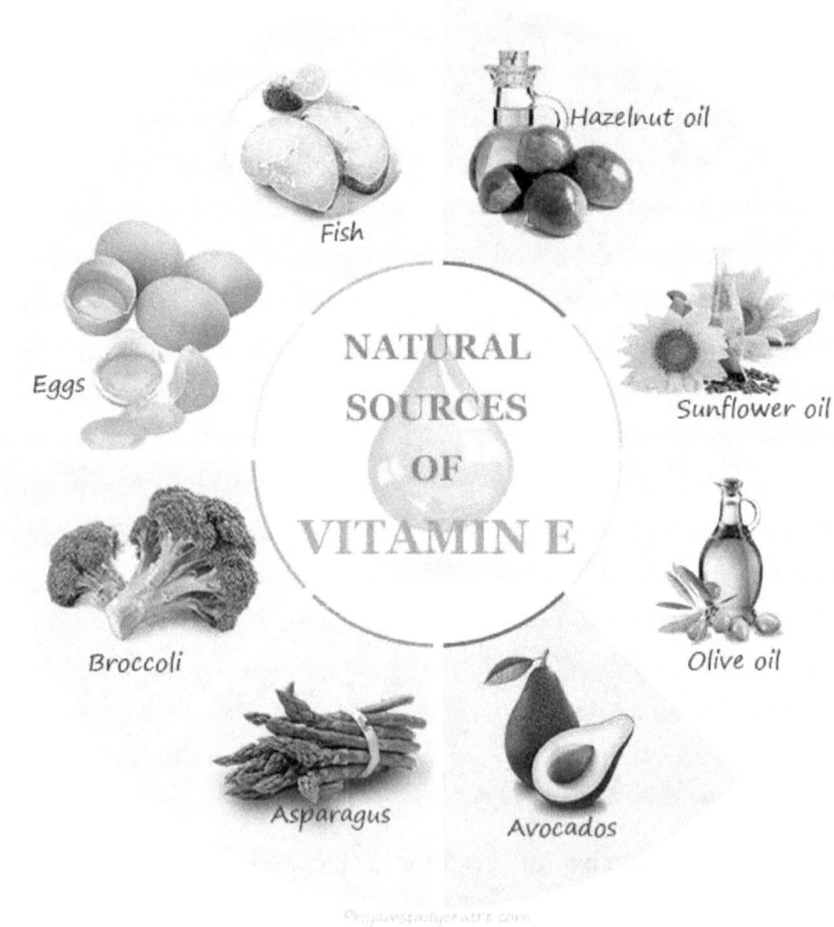

Thực phẩm bổ sung vitamin và khoáng chất thường bị lạm dụng và sử dụng mà không có lời khuyên của chuyên gia. Chúng thường được sử dụng như một dạng thuốc để điều trị các bệnh như cảm lạnh hoặc để chống lại các vấn đề về lối sống như căng thẳng.

Trái ngược với quan niệm phổ biến**, vitamin không phải là thuốc hay phương thuốc chữa bệnh kỳ** diệu.

Chúng là hợp chất hữu cơ tham gia vào nhiều chức năng trao đổi chất khác nhau.

Không nên dùng thực phẩm bổ sung liều cao trừ khi được khuyến cáo theo lời khuyên của bác sĩ. **Vitamin và khoáng chất có trong thực phẩm**

Nghiên cứu chỉ ra rằng hầu hết **các loại vitamin bạn nhận được từ thực phẩm đều tốt hơn các loại có trong thuốc viên.**

Mặc dù vitamin trong thực phẩm bổ sung được tổng hợp theo đúng thành phần hóa học của vitamin tự nhiên, nhưng chúng dường như vẫn không hiệu quả bằng

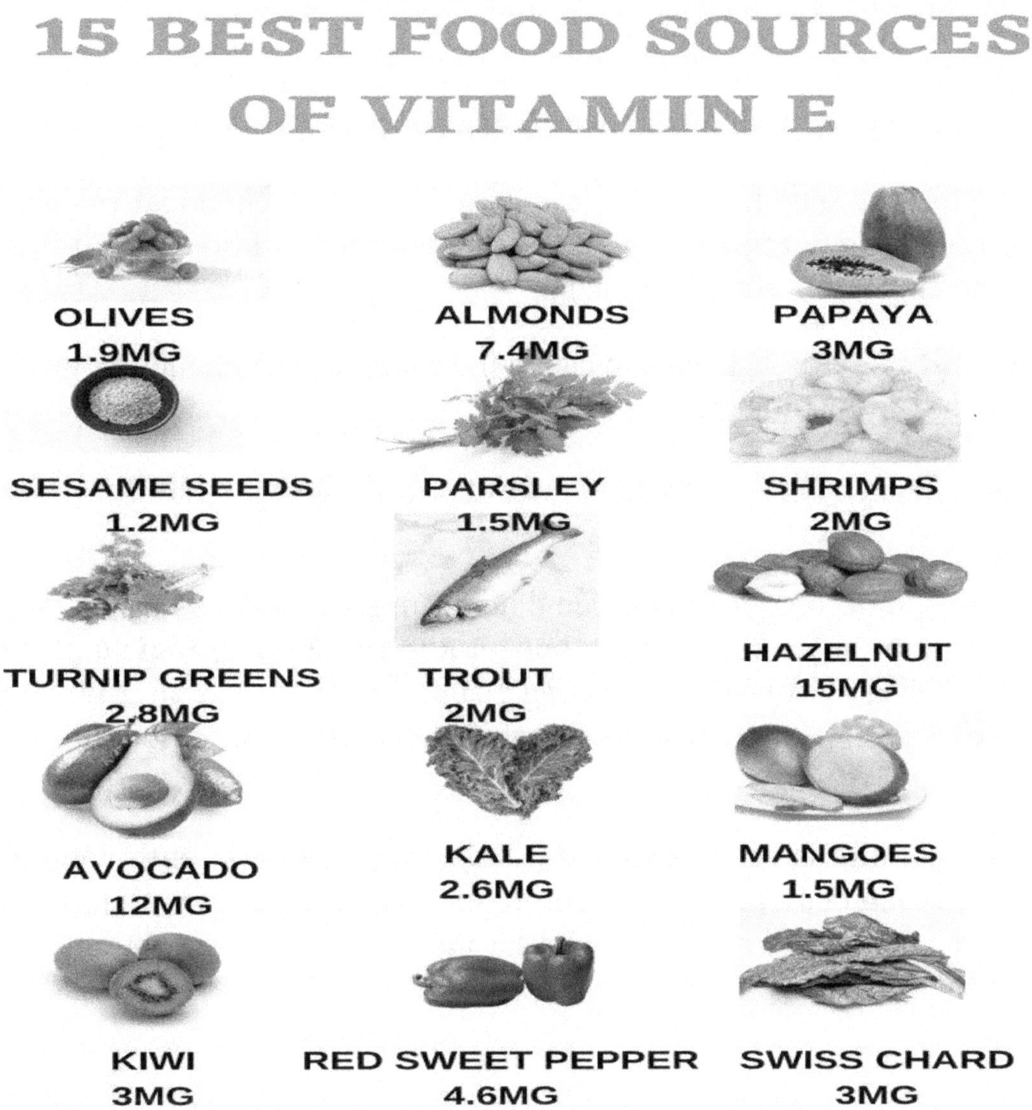

Ngoại lệ chính đối với điều **này là folate.**

Dạng tổng hợp (trong thực phẩm bổ sung hoặc thực phẩm tăng cường) được cơ thể hấp thụ tốt hơn folate từ nguồn thực phẩm.

Thực phẩm là nguồn phức hợp **của vitamin, khoáng chất và hóa chất thực vật** (hóa chất thực vật),

tất cả đều hoạt động cùng nhau.

Thực phẩm bổ sung có xu hướng hoạt động riêng lẻ.

Nghiên cứu cho thấy một thành phần thực phẩm có tác động đến cơ thể có thể không có tác dụng tương tự khi được tách riêng và dùng như một chất bổ sung. Điều này có thể là do vitamin và khoáng chất trong thực phẩm cũng bị ảnh hưởng bởi các thành phần khác của thực phẩm, không chỉ là 'thành phần hoạt tính'.

Phytochemical là một thành phần quan trọng của thực phẩm và được cho là có thể làm giảm tỷ lệ mắc bệnh tim và một số bệnh ung thư.

Thực phẩm bổ sung không cung cấp lợi ích của **phytochemical và các thành phần khác có trong thực phẩm. Việc bổ sung vitamin và khoáng chất không thể thay thế cho chế độ ăn uống lành** mạnh.

Thiếu hụt vitamin và khoáng chất Cơ thể chúng ta chỉ cần một lượng nhỏ vitamin và khoáng chất mỗi ngày

Một chế độ ăn uống đa dạng thường **cung cấp đủ lượng vitamin và khoáng chất**.

Tuy nhiên, một số người có thể cần thực phẩm bổ sung để khắc phục **tình trạng thiếu hụt vitamin hoặc khoáng chất, bao gồm: phụ nữ mang thai và phụ nữ đang cho con bú những người hút** thuốc, uống quá **nhiều rượu hoặc sử dụng ma túy bất hợp pháp những người ăn kiêng khắc nghiệt hoặc những người ăn kiêng rất nghiêm ngặt người cao**

(đặc biệt là những người khuyết tật hoặc mắc bệnh mãn tính) một số người ăn chay hoặc thuầ**n chay phụ nữ có kinh nguyệt ra nhiều những người bị dị ứng thực phẩm những người có vấn đề kém hấp thu (như tiêu chảy, bệnh celiac, xơ nang hoặc viêm tụy).**

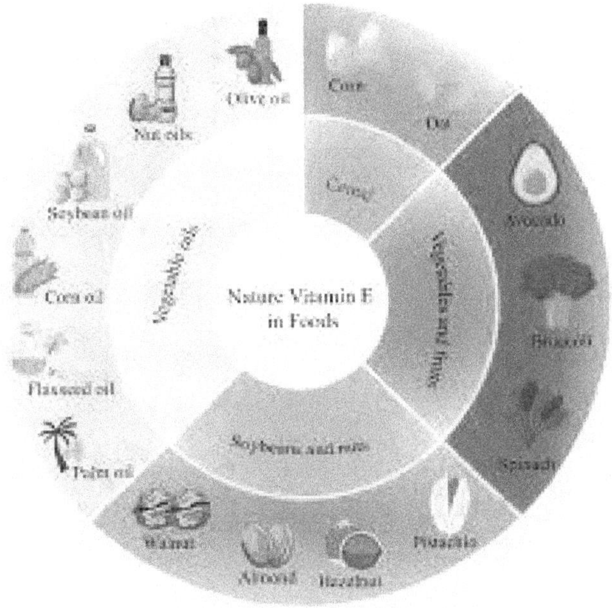

Axit folic và thai kỳ P

Phụ nữ đang mang thai hoặc đang có kế hoạch mang thai nên bổ sung axit folic (còn gọi là folate) để giảm nguy cơ sinh con bị khuyết tật ống thần kinh, chẳng hạn như tật nứt đốt sống.

Axit folic là vitamin nhóm B cũng có trong một số thực phẩm tăng cường như bánh mì và ngũ cốc ăn sáng.

Thực phẩm tăng cường axit folic có thêm chất dinh dưỡng trong quá trình sản xuất để tăng giá trị dinh dưỡng.

Chế độ ăn thuần chay và thực phẩm bổ sung vitamin

Những người **theo chế độ ăn thuần chay, đặc biệt là khi đang mang thai, có thể được hưởng lợi từ thực phẩm bổ sung vitamin B12. Lý do là vì vitamin B12 chỉ có trong** các sản phẩm từ động vật.

Thuốc viên vitamin không phải là thuốc chữa bệnh kỳ diệu Người ta thường tin rằng dùng liều lượng lớn một số loại vitamin nhất định sẽ có tác dụng như thuốc để chữa hoặc ngăn ngừa một số bệnh nhất định.

Ví dụ, vitamin C được đề xuất là thuốc chữa cảm lạnh thông thường và vitamin E được quảng cáo rộng rãi là chất chống oxy hóa có lợi để giúp ngăn ngừa bệnh tim.

Tuy nhiên, sau quá trình nghiên cứu sâu rộng, không có tuyên bố nào trong số này là đúng. Các nghiên cứu quy mô lớn liên tục cho thấy ít lợi ích khi dùng liều lượng lớn thực phẩm bổ sung.

(Amy tong hop web-med –heath –phytodoc.de)

TÍA TÔ ĐẤT

Phân loại khoa học

Giới (*regnum*)	Plantae
(không phân hạng)	Angiosperms
(không phân hạng)	Eudicots
(không phân hạng)	Asterids
Bộ (*ordo*)	Lamiales
Họ (*familia*)	Lamiaceae
Chi (*genus*)	*Melissa*
Loài (*species*)	***M. officinalis***

Danh pháp hai phần

Melissa officinalis
LINNAEUS[1]

Danh pháp hai phần

Melissa officinalis
LINNAEUS[1]

Tía tô đất (danh pháp khoa học: *Melissa officinalis*) là một loài cây thân thảo trong họ Hoa môi, bản địa nam châu Âu và vùng Địa Trung Hải. Cây cao 70–150 cm tall. Lá có mùi chanh nhẹ. Trong mùa hè hoa nở và đầy mật hoa. Hoa thu hút ong do đó tên của chi *Melissa* theo tiếng Hy Lạp nghĩa là 'ong mật'. Mùi của nó là do citronellal (24%), geranial (16%), linalyl axetat (12%) và caryophyllene (12%). Tại Bắc Mỹ, *Melissa officinalis* được trồng đã lan sang ra ngoài hoang dã.[2] Loài cây này cần ánh sáng và nhiệt độ ít nhất 20 độ C để nảy mầm. Ở xứ ôn đới thân cây chết héo vào đầu mùa đông và mọc lại vào mùa xuân.

Trồng trọt

Melissa officinalis có thể là "lá mật ong" (μελισσόφυλλον) được đề cập bởi Theophrastus.[3] Nó là cây trồng trong vườn của John Gerard, 1596.[4] Có một số giống cây trồng ***Melissa officinalis*, như:**

- *M. officinalis* 'Citronella'
- *M. officinalis* 'Lemonella'
- *M. officinalis* 'Quedlinburger'
- *M. officinalis* 'Lime'
- *M. officinalis* 'Variegata'
- *M. officinalis* 'Aurea'

Sử dụng

Thực phẩm

Loài cây này được sử dụng tạo hương cho món kem và trà thảo dược uống nóng hoặc uống với đá. Nó cũng được dùng làm hương vị kẹp. Nó cũng được dùng để nấu các món cá. Người ta cho rằng nó có thể là chất bảo quản tốt hơn axít beta hydroxy trong xúc xích

Y dược

Lá cây này xoa vào da để xua đuổi muỗi

Tía tô đất cũng được sử dụng làm thuốc dưới dạng trà thảo dược và dạng chiết xuất. Người ta tuyên bố nó có các đặc tính kháng khuẩn và kháng virus **(nó chống hiệu quả herpes simplex).**

Nó cũng được sử dụng như một loại thuốc giải lo âu, **thuốc an thần** nhẹ hay làm dịu. Ít nhất một nghiên cứu đã tìm thấy nó có hiệu quả trong việc giảm căng thẳng, mặc dù các tác giả nghiên cứu kêu gọi cần nghiên cứu thêm.[10] Chiết xuất tía tô đất được xác định là chất ức chế mạnh trong ống nghiệm đối với GABA transaminase, điều này giải thích tác dụng giải lo âu. Hợp chất chính gây ra sự ức chế hoạt động GABA transaminase trong tía tô đất sau đó đã được tìm thấy là axít rosmarinic.[11] Tía tô đất và các chế phẩm cũng đã được chứng minh cải thiện tâm trạng và hiệu suất tâm thần. Các hiệu ứng này được cho là liên quan đến **muscarinic** và thụ thể nicotinic acetylcholine.[12] Kết quả tích cực đã đạt được trong thử nghiệm lâm sàng nhỏ liên quan đến các bệnh nhân Alzheimer nhẹ với các triệu chứng nhẹ.[13] Tinh dầu thu được từ lá Melissa officinalis có hàm lượng acetylcholinesterase và butyrylcholinesterase cao có hoạt động đồng-ức chế.[14]

Đặc tính kháng khuẩn của nó cũng đã được chứng minh khoa học, mặc dù rõ ràng chúng yếu hơn so với những đặc tính này từ một số loại cây trồng khác đã được nghiên cứu.[15] Chiết xuất lá tía tô đất cũng được phát hiện có hoạt động chống oxy hóa rất cao.[16]

Tía tô đất đã được đề cập trong tạp chí khoa học *Endocrinology*, trong đó người ta giải thích rằng *Melissa officinalis* tỏ ra kháng sự hoạt động quá mức của tuyến giáp, ức chế TSH không bị gắn với thụ thể TSH, do đó có thể sử dụng trong việc điều trị **của bệnh**

Graves hoặc bệnh cường tuyến giáp.[17] Tinh dầu tía tô đất rất phổ biến trong ngành dầu thơm. Tinh dầu thường được đồng chưng cất với dầu chanh, dầu sả, hoặc các loại dầu khác. Tinh dầu tía tô đất được sử dụng trong một số biến thể của kem đánh răng Colgate thảo dược tạo mùi thơm.[18]

Thành phần hóa học

Melissa officinalis chứa 1-octen-3-ol, 10-alpha-cadinol, 3-octanol, 3-octanone, alpha-cubebene, alpha-humulene, beta-bourbonene, caffeic acid, caryophyllene, caryophyllene oxit, catechinene, chlorogenic acid, cis-3-hexenol, cis-ocimene, Citral, Citral, citronellal, copaene, delta-cadinene, eugenyl axetat, gamma-cadinene, Citral, geraniol, Geranyl axetat, germacrene D, isogeranial, linalool, luteolin-7-glucoside, methylheptenone, neral, nerol, octyl benzoate, oleanolic acid, pomolic acid, protocatechuic acid, rhamnazine, rosmarinic acid, rosmarinin acid, Stachyoza, Axit succinic, thymol, trans-ocimene và ursolic acid.

(WIKIPEDIA)

HỘP THƯ TÒA SOẠN

Ban Biên Tập chúng tôi hân hạnh đón nhận thư từ - Ý kiến của Văn Hữu, Thân Hữu Đọc Giả khắp nơi ...

Mọi Thư từ và Bài vở xin gởi về :

Báo Chính Văn
7005 Walter Avenue Sacramento CA 95828 - USA

Email : baochinhvan@gmail.com
hoặc : amyngoc@rocketmail.com

Tel: 916 230 6172 - 916 509 4445

Xin chân thành cảm tạ những lời khen tặng Khích Lệ của Đọc Giả, cũng như những Phê Bình của Thân Hữu - Văn Hữu.

Xin chân thành cảm tạ quý Văn Hữu:
-TS Trần Kiêm Đoàn, Nhà thơ Lê Trọng Nghĩa, Nhà thơ Lão Mọc Hoàng Ngân Hà, Nhà thơ Duy An Đông, Nhà thơ Cao Mỹ Nhân, Nhà Báo Sơn Tùng, nhà thơ Nguyễn Phúc Sông Hương và nhiều Văn hữu khác... đã gởi tặng những Tác Phẩm và đồng ý đăng trên Giai Phẩm Chính Văn.

Ban Biên Tập chúng tôi đang và sẽ có gắng khắc phục để Giai Phẩm Chính Văn của chúng ta được hoàn hảo Tốt đẹp dù trong hoàn cảnh Báo chí thời Lưu vong rất ư là khó khăn.

THÂN KÍNH.

Th 4, 3 thg 9 lúc 1:58

TUỔI GIÀ

Tuổi già là đoạn đường mà ai rồi cũng sẽ đến, nếu may mắn được sống đủ lâu. Có người đến đó trong an yên, có người đến trong cô độc. Có người hạnh phúc nhìn lại đoạn đời đã qua, có người lặng lẽ ôm những ân hận không thể sửa. Nhưng dầu là ai, ở tuổi già, ai cũng cần một điều – ấy là được sống như chính mình.

Cả một đời người, ta đã quen sống vì người khác. Hồi trẻ, cha mẹ lo cho con, rồi đến lúc làm cha mẹ, ta lại sống vì con cái. Mỗi ngày là một guồng quay – cơm áo, gạo tiền, trách nhiệm, bổn phận, hy sinh. Ta cặm cụi gây dựng cuộc sống cho gia đình, cho người thân, cho con cái có chỗ đứng trong đời. Có lúc vội đến nỗi chẳng kịp ngẩng đầu nhìn trời. Có khi mệt đến nỗi không biết mình đang buồn hay đang sống. Có những người suốt bốn, năm chục năm không có một ngày thật sự cho bản thân. Vui ít, lo nhiều. Lặng lẽ chịu đựng, nhẫn nại gồng gánh. Đến lúc nhìn lại, hóa ra bản thân là người ta bỏ quên nhiều nhất.

Vậy mà đến khi bước vào tuổi xế chiều, nhiều người lại mang tâm thế… chờ đợi. Chờ ngày con cái thành đạt, chờ cuộc sống ổn định, chờ lúc nhắm mắt. Có người già rồi mà tâm chưa chịu nghỉ. Cứ đau đáu chuyện con dâu, chuyện cháu học hành, chuyện nhà cửa sau này để ai, chuyện xóm làng dâu bể. Tâm cứ bận, lòng chẳng an. Ngồi giữa căn nhà đã dựng lên cả đời, vậy mà thấy mình như kẻ qua đường.

Tuổi già không phải là giai đoạn chờ chết. Mà là **một mùa sống khác** – chậm hơn, sâu hơn, nhẹ hơn, nhưng không kém phần đẹp đẽ. Nó giống như mùa thu – không rực rỡ như mùa xuân, không sôi nổi như mùa hạ – nhưng đằm thắm, dịu dàng, và đủ đầy.

Sống sâu – là học cách lắng nghe mình lần nữa. Là nhắm mắt lại mà vẫn thấy ấm lòng vì tiếng gió qua vườn, tiếng chổi quét lá mỗi sáng, tiếng cháu gọi ông bà ríu rít ngoài sân. Là một tách trà vừa đủ nóng, một ánh chiều vàng rơi nghiêng nơi hiên nhà. Là đọc lại quyển sách cũ từng gối đầu giường, ngắm lại ảnh cưới đã vàng màu năm tháng. Là nhớ về người xưa không còn với mình, mà lòng không buồn – chỉ thấy biết ơn.

Sống sâu – cũng là học **cách tha thứ.** Tha thứ cho người, và cho chính mình. Tha thứ cho những va vấp không sửa kịp, những sai lầm chưa kịp xin lỗi. Tha thứ cho quá khứ, để tương lai còn có thể nhẹ bước. Khi ta không còn nhiều thời gian như trước, lòng nhẹ mới là món quà quý nhất ta có thể tự tặng mình.

Sống nhẹ – là biết mình không cần chứng minh nữa. Không cần gồng mình để được công nhận. Không cần so sánh mình với người bên cạnh. Không cần gánh lấy vai trò đạo đức hay mẫu mực gì nữa. Bởi lẽ, sống một đời tử tế đã là đủ. Còn lại là học cách thảnh thơi, học cách im lặng đúng lúc, học cách mỉm cười khi không cần nói gì.

Tuổi già là lúc sống ít lời mà nhiều nghĩa. Là khi ánh mắt nhìn đời đã dịu lại, không còn sắc bén, không còn đòi hỏi. Là khi người ta có thể buông tay, nhưng không buông bỏ lòng nhân hậu. Là khi có thể im lặng, nhưng lòng vẫn đầy yêu thương. Là khi không còn tranh cãi hơn thua, mà chỉ muốn mỗi ngày còn được ăn một bữa cơm ngon, ngồi giữa tiếng cười con cháu, và ngủ một giấc bình yên.

Có nhiều người sợ tuổi già. Sợ bệnh tật, sợ cô đơn, sợ bị lãng quên. Nhưng nếu biết sống đúng, tuổi già không đáng sợ. Nó là phần thưởng cho người đã đi hết những năm tháng nhọc nhằn. Là cơ hội để sống lần nữa – nhưng lần này là cho mình. Không cần thành đạt, chỉ cần thảnh thơi. Không cần được ca ngợi, chỉ cần được sống thật với lòng mình.

Một mái nhà đơn sơ, một cái ghế mây kê ở ban công, một khóm hoa nhỏ trước hiên, vài người bạn tri kỷ, vài quyển sách cũ, một ấm trà nóng – thế là đủ. Hạnh phúc tuổi già không ở chỗ có bao nhiêu tiền trong sổ tiết kiệm, mà ở chỗ có bao nhiêu bình an trong tâm hồn.

Vậy nên, đừng chờ đợi điều gì nữa. Mỗi ngày còn tỉnh táo, còn có thể bước ra vườn hít một hơi thật sâu – là một món quà. Còn thấy được ánh sáng, còn nghe được tiếng chim – là còn có lý do để sống.

Tuổi già, nếu biết nhìn bằng đôi mắt yêu thương, sẽ không là đoạn kết. Mà là một mùa chín rộ, ngọt ngào, lặng lẽ – như trái cây cuối mùa, thơm bền và sâu vị. Một đời người nếu đã sống trọn, thì những năm tháng cuối cùng không phải là để sợ hãi, mà là **để tri ân**. Tri ân cuộc đời. Tri ân những người đã đi cùng ta. Và tri ân chính mình – đã đi qua bao bão giông, vẫn còn ngồi đây, còn thở, còn biết ơn.

Tuổi già không phải là chờ chết.

Mà là sống – một **cách đầy đủ và trọn vẹn nhất.**

VƯỢT BIỂN

Nhiều năm đã trôi qua, nhưng ai đã từng lênh đênh trên những chiếc ghe thuyền mong manh, thường chỉ được sử dụng đánh cá ven biển, để vượt đại dương đi tìm tự do, họ không thể nào quên được những giây phút hiểm nguy đã qua, nếu họ may mắn sống sót sau cuộc hải hành tử sinh ấy.

Phần 1: Bối cảnh và nỗi trăn trở

Việt Nam sau 1975 trải qua nhiều thay đổi, nhưng sự đổi thay đó phần lớn chỉ **bề ngoài**. Nhà cao, đường rộng, ánh đèn rực rỡ, nhưng **tự do ngôn luận, dân trí, giáo dục, đạo đức và công bằng xã hội** vẫn còn nhiều thiếu hụt.

Người dân miền Nam, và cả những người Việt xa xứ, mang theo ký ức, hy sinh và nỗi đau khi phải chứng kiến những bất công, tham nhũng, và áp bức từ chính quyền. Nỗi đau ấy không chỉ là mất mát vật chất, mà còn là mất tự do, niềm tin, và quyền được sống một cuộc đời xứng đáng.

Bộ tài liệu này nhằm ghi lại những **thực tế xã hội, chính trị và nỗi đau của người dân**, đồng thời phân tích các phong trào hòa hợp, hòa giải, và những hành trình xa quê của người Việt, để giúp nhìn nhận rõ ràng giữa **hình thức và thực chất**, giữa **thiện chí và chiêu trò**.

Phần 2: Hòa hợp, hòa giải – Thực chất và hình thức

2.1 Khái niệm

- **Hòa giải dân tộc**: chấp nhận quá khứ, giảm hận thù, cùng nhau xây dựng xã hội.
- **Hòa hợp dân tộc**: sống chung trong hòa bình, hợp tác, cùng phát triển.

2.2 Thực tế ở Việt Nam

- Sau 1975, nhà nước Việt Nam Cộng sản thực hiện nhiều phong trào "hòa hợp" nhưng:
    - **Ưu tiên kiểm soát**: phong trào đi kèm giám sát và hạn chế tự do.
    - **Lợi dụng quyền lợi vật chất**: hứa hẹn quyền lợi, hỗ trợ nhưng gắn với điều kiện kiểm soát.
    - **Bề ngoài rực rỡ**: truyền thông nhấn mạnh hình ảnh hòa hợp, nhưng dân trí, giáo dục, và tự do vẫn bị bỏ ngỏ.

2.3 Các chiêu trò chính trị – minh họa

1. **Phong trào "về thăm quê hương, hưởng quyền lợi"**: kiểm soát người về nước, yêu cầu tuân thủ chính sách.
2. **Xây dựng các đoàn thể hòa hợp**: tạo hình thức nhưng kiểm soát tư tưởng, hạn chế tự do.
3. **Tuyên truyền truyền thông**: rầm rộ, nhưng không cải thiện thực chất.
4. **Hậu thuẫn vật chất và chính trị có điều kiện**: chỉ những người "tuân thủ" mới được hưởng lợi, tạo công cụ kiểm soát.

2.4 Đánh giá

- **Hình thức**: rộng rãi, truyền thông rầm rộ.

- **Thực chất**: hạn chế, chủ yếu là chiêu trò chính trị, kiểm soát, lợi dụng.
- **Kết luận**: hòa hợp, hòa giải vừa có chút thiện chí, vừa là hình thức, chiêu trò; **hình thức chiếm ưu thế hơn thực chất**.

Phần 3: Xã hội, dân trí và văn minh

- **Khoảng cách giàu – nghèo**: cán bộ giàu có bất thường, người dân vẫn lam lũ.
- **Giáo dục và dân trí**: thiếu nền tảng giáo dục đúng nghĩa, dân trí chưa cao, thiếu hiểu biết về quyền và nghĩa vụ.
- **Đạo đức và văn minh**: xã hội vẫn tồn tại nhiều tệ nạn, bất công, người dân chưa thực sự được tự do.
- **Bề ngoài rực rỡ, nhưng nền tảng yếu**: nhà cao, xe sang, lễ hội, nhưng tự do, công bằng, và dân trí vẫn là vấn đề lớn.

Thông điệp: Xã hội văn minh không đo bằng nhà cao, xe đẹp, mà đo bằng dân trí, giáo dục, đạo đức và khả năng sống công bằng, tự do của mỗi người dân.

Phần 4: Người Việt rời quê hương – Nỗi đau và hy vọng

Những người từng sống dưới chế độ cộng sản trải qua áp bức, kiểm soát và mưu mô. Nhiều người buộc phải **bỏ lại tất cả để thoát ra**, rời quê hương để tìm tự do và sự sống.

Rời quê hương, họ mang theo nỗi nhớ, ký ức gắn bó cả đời và nỗi sợ hãi về tương lai. Họ phải **bắt đầu lại từ đầu** nơi đất khách quê người: học cách sống, làm việc, thích nghi với môi trường mới, đối mặt với khó khăn và định kiến.

Nhiều người phải **che giấu quá khứ**, trốn chạy khỏi những ký ức đau thương, sống khép mình để tồn tại. Nhưng trong nỗi đau ấy, họ vẫn giữ **tình yêu thầm lặng với quê hương** — yêu bằng ký ức, hy vọng và những giá trị văn hóa, đạo đức.

Họ ra đi không phải vì không yêu quê hương, mà vì **không còn con đường nào khác**. Sự ra đi ấy là minh chứng cho **lòng can đảm vượt qua áp bức** để tìm tự do và cuộc sống xứng đáng.

Hy vọng vẫn hiện hữu: Dù khó khăn, người Việt xa quê vẫn giữ tinh thần kiên cường, xây dựng cuộc sống mới, học hành, lao động, và truyền lại cho thế hệ sau những giá trị văn hóa và đạo đức. Hy vọng là sợi dây kết nối quá khứ, hiện tại và tương lai.

Phần 5: Tóm tắt, kết luận và thông điệp

1. **Hòa hợp và hòa giải** ở Việt Nam vừa có chút thiện chí, vừa là chiêu trò chính trị.
2. **Hình thức rực rỡ nhưng thực chất hạn chế**: truyền thông, hội họp, quyền lợi vật chất chỉ là công cụ kiểm soát.
3. **Xã hội vẫn thiếu nền tảng cơ bản**: dân trí, giáo dục, tự do, đạo đức và công bằng.
4. **Người Việt xa quê**: ra đi vì không còn con đường nào khác, mang theo nỗi đau, hy vọng, và lòng can đảm.
5. **Thông điệp**: Thương quê hương không phải nhìn bề ngoài, mà là quan tâm đến **giá trị con người, giáo dục, dân trí, đạo đức và tự do**. Xây dựng đất nước thực sự văn minh là trách nhiệm của cả xã hội, không phải chỉ của chính quyền hay cá nhân.

Người Việt rời bỏ chế độ cộng sản, bỏ lại tất cả để tìm tự do, mang theo nỗi nhớ quê hương và ký ức đau thương. Họ bắt đầu lại nơi đất khách, đối mặt khó khăn và định kiến, nhưng vẫn giữ tình yêu thầm lặng với quê hương.

Tha thứ hay hòa hợp không chỉ là khẩu hiệu, mà là **sự quan tâm thực chất đến dân trí, giáo dục, đạo đức và tự do** — đó mới là cách đất nước thực sự thay đổi.

Thiện chí hay chỉ là hình thức?

1. **Thiện chí thật sự**:
    - Một số phong trào hòa hợp, hòa giải có phần thiện chí, xuất phát từ mong muốn người Việt trở về quê hương, đoàn tụ gia đình, và giảm hận thù cá nhân.
    - Ví dụ: một vài chương trình hỗ trợ vật chất thực sự giúp những người trở về ổn định cuộc sống, tạo điều kiện gặp gỡ, giao lưu văn hóa.
2. **Chỉ là hình thức / chiêu trò**:

    - Tuy nhiên, phần lớn các phong trào này **đi kèm kiểm soát chặt chẽ**, hạn chế tự do phát biểu, đòi hỏi tuân thủ quy định, và tập trung tạo hình ảnh rực rỡ ra ngoài hơn là cải thiện thực chất.
    - Truyền thông rầm rộ, hội họp, "mời về thăm quê" thường là cách **tạo hiệu ứng**, kiểm soát tâm lý và chính trị, chứ không thay đổi cơ bản về **dân trí, tự do, công bằng xã hội**.

Kết luận

- **Hòa hợp, hòa giải ở Việt Nam hiện nay vừa có chút thiện chí**, nhưng **phần lớn là hình thức, chiêu trò chính trị**.
- Nói cách khác: **"Hình thức chiếm ưu thế hơn thực chất"**, dù vẫn có một số trường hợp thực sự mang lại lợi ích cho người dân.

1. Các chiêu trò chính trị

a. Phong trào "về thăm quê hương, hưởng quyền lợi"

- ***Mục tiêu chính: tạo hình ảnh đất nước cởi mở, hòa hợp; đồng thời kiểm soát những người Việt ở nước ngoài, đặc biệt là cựu viên chức chính quyền miền Nam.***
- ***Chiêu thức: mời về thăm quê, hứa quyền lợi, hỗ trợ tài chính hoặc pháp lý.***
- ***Thực tế: nhiều trường hợp chỉ là hình thức, với các điều kiện kiểm soát nghiêm ngặt, hoặc lợi dụng để giám sát và tuyên truyền.***

b. Xây dựng các "đoàn thể hòa hợp"

- **Mục tiêu**: tạo lập các tổ chức, hội nhóm cho cựu viên chức miền Nam để tuyên truyền "hòa hợp".
- **Chiêu thức**: thành lập hội đồng, phong trào, sự kiện tưởng niệm…
- **Thực tế**: các tổ chức này thường bị kiểm soát chặt chẽ, các hoạt động chính trị độc lập bị hạn chế, và mục đích là "thuần hóa" hơn là thực sự hòa giải.

c. Tuyên truyền truyền thông

- **Mục tiêu**: tạo hình ảnh hòa hợp ra ngoài, cải thiện quan hệ với cộng đồng quốc tế và người Việt hải ngoại.
- **Chiêu thức**: báo chí, truyền hình, các bài viết nhấn mạnh "chính quyền thân thiện, mời gọi trở về".

- **Thực tế**: hình thức rực rỡ, nhưng các vấn đề cơ bản như công bằng xã hội, dân trí, tự do ngôn luận không được cải thiện.

d. Hậu thuẫn vật chất và chính trị có điều kiện

- **Mục tiêu**: thu hút người về nước bằng hứa hẹn quyền lợi (đất, nhà, trợ cấp).
- **Chiêu thức**: chỉ những người "tuân thủ" chính sách hoặc chấp nhận khuôn khổ của nhà nước mới được hưởng lợi.
- **Thực tế**: đây là công cụ kiểm soát, phân hóa nhóm người, tạo áp lực để họ tuân theo chính sách.

2. Minh họa cụ thể

1. **Hải ngoại Việt Nam và các phong trào "về thăm quê"**
   - Nhiều người về nước theo lời mời của chính quyền để "hưởng quyền lợi" nhưng phải ký các cam kết không tham gia chính trị, không phát ngôn trái quan điểm nhà nước.
2. **Hội Cựu Quân Nhân / Hội Hướng Về Việt Nam**
   - Các hội này được nhà nước hậu thuẫn, tổ chức các chuyến đi tưởng niệm hoặc hội thảo, nhưng mọi nội dung đều kiểm soát chặt, hạn chế tự do phát biểu.
3. **Chương trình hỗ trợ vật chất**
   - ***Một số chương trình trợ cấp đất đai, hỗ trợ xây dựng nhà cửa cho người trở về, nhưng chỉ dành cho những ai "tuân thủ quy định".***
   - ***Đây vừa là sự hỗ trợ, vừa là cơ chế giám sát, kiểm soát tư tưởng.***

3. Đánh giá: hình thức hay thực chất?

Tiêu chí	Hình thức	Thực chất
Thông điệp hòa hợp	Rộng rãi, truyền thông rầm rộ	Hạn chế trong kiểm soát chính trị, lợi ích chỉ dành cho nhóm "chấp hành"
Hậu thuẫn vật chất	Có hỗ trợ, quà tặng, quyền lợi	Chỉ áp dụng với những người tuân theo, mục đích kiểm soát
Tự do phát biểu / dân chủ	Hiện diện bề ngoài	Gần như không có, vẫn bị hạn chế, giám sát
Công bằng xã hội / dân trí	Không cải thiện	Vẫn yếu, dân vẫn chịu nhiều bất công
Kết luận	**Rộng về hình thức, rực rỡ về truyền thông**	**Giới hạn về thực chất, chủ yếu là chiêu trò kiểm soát chính trị**

4. Nhận xét

- **Hình thức**: đúng là có "phong trào hòa hợp", các chuyến về nước, hội họp, truyền thông rầm rộ.
- **Thực chất**: chủ yếu là **công cụ chính trị**, nhằm kiểm soát, giám sát, và tạo hình ảnh quốc tế; **ít có sự thay đổi cơ bản về dân trí, công bằng, tự do**.
- **Kết luận**: hòa hợp/hoà giải ở Việt Nam hiện nay **vừa có chút thiện chí**, vừa **là chiêu trò chính trị**; nhìn từ thực tế, **hình thức chiếm ưu thế hơn thự**

1. Hòa hợp, hòa giải – khái niệm

- **Hòa giải dân tộc**: là quá trình mọi người chấp nhận quá khứ, cùng nhau xây dựng xã hội, hướng tới tương lai, không còn hận thù cá nhân.
- **Hòa hợp dân tộc**: là việc chính quyền và người dân sống chung trong hòa bình, hợp tác, cùng nhau phát triển xã hội.

Trong lý thuyết, đây là giá trị quan trọng để ổn định xã hội và phát triển bền vững.

2. Thực tế ở Việt Nam

Sau 1975, nhà nước Việt Nam Cộng sản đã thực hiện nhiều phong trào "hòa hợp" hoặc "hòa giải", nhưng trên thực tế có những điểm đáng chú ý:

1. **Ưu tiên kiểm soát**:
   - Những phong trào này thường đi kèm với **kiểm soát tư tưởng**, theo dõi những ai từng làm việc cho chế độ cũ.
   - Thay vì tạo ra sự bình đẳng thật sự, họ khuyến khích "hòa hợp" nhưng trong khuôn khổ **chính sách nhà nước**, còn quyền tự do cá nhân và tự do chính trị vẫn bị hạn chế.
2. **Lợi dụng quyền lợi vật chất**:
   - Những lời mời gọi "về Việt Nam hưởng thụ", nhận quyền lợi, hỗ trợ… đôi khi là công cụ để thu hút những người hải ngoại hoặc cựu viên chức chính quyền miền Nam.
   - Đây có thể là một **chiêu dụ**, nhằm **tạo hình ảnh hợp tác**, đồng thời **dễ quản lý, kiểm soát**.
3. **Bề ngoài rực rỡ, nhưng thiếu bền vững**:
   - Các dự án hòa hợp thường được truyền thông nhấn mạnh, nhưng **các vấn đề cơ bản** như **dân trí, giáo dục, tự do ngôn luận, công bằng xã hội** vẫn chưa được giải quyết.

- Điều này khiến nhiều người cho rằng hòa giải chỉ ở **bề ngoài**, còn **bên trong vẫn kiểm soát và lợi dụng**.

3. Nhận xét

- Có thể nói **một phần hòa hợp là thật**, vì nhiều người thực sự muốn sống chung, làm ăn, quay về quê hương.
- Nhưng **tính chất chính trị** và **chiêu trò quản lý** là không thể phủ nhận:
  - Hình thức là hòa giải, nhưng **mục tiêu thực sự là kiểm soát, thao túng, tạo hình ảnh tốt với quốc tế**, hơn là sửa chữa những bất công trong quá khứ.

Nói cách khác: **hòa giải ở Việt Nam vừa là thiện chí, vừa là công cụ chính trị**. Sự thật là, những người hiểu rõ lịch sử và quan sát thực tế sẽ thấy **chiều sâu vấn đề vẫn còn rất hạn chế**.

- **Tha thứ hay thù hận không phải điều quan trọng. Điều đau lòng nhất là người Việt Nam, đặc biệt là miền Nam, vốn hiền lành – chân thật – dễ tin, nên dễ bị lợi dụng bởi những lời hứa hẹn đẹp đẽ của chế độ. Khi người ta kêu gọi "về hưởng thụ", "về đầu tư", thì đằng sau là cả một guồng máy quyền lực trục lợi.**
- **Trong khi đó, cán bộ ngày càng giàu: biệt thự, đất đai, tiền chuyển ra nước ngoài… còn người dân thì vẫn nghèo, vẫn chật vật. Năm mươi năm rồi, Việt Nam xây được nhiều thứ ở bề ngoài, nhưng không xây nổi tự do báo chí, giáo dục tử tế, đạo đức xã hội hay dân trí văn minh.**
- **Một đất nước đẹp không phải ở nhà cao cửa rộng, xe sang, lễ hội rực rỡ… mà ở phẩm giá con người, ở tiếng nói tự do, ở môi trường sống an toàn và công bằng. Những điều này, tiếc thay, Việt Nam vẫn còn thiếu rất nhiều.**
- **Người Việt phải rời quê hương đi lao động khắp thế giới, đánh đổi tuổi trẻ và nước mắt. Không ai muốn xa quê, nhưng buộc phải đi vì không còn sự lựa chọn. Nỗi đau đó, ai hiểu?**
- **Đây không phải chuyện thù hận. Đây là vết thương chưa bao giờ được chữa lành — nỗi đau mất quê hương ngay khi còn sống.**
- **Nếu thật sự thương quê hương, hãy thương bằng sự tỉnh thức. Hãy quan tâm đến dân trí, đạo đức, văn minh – chứ không phải những hào nhoáng giả tạo. Đất nước chỉ thật sự thay đổi khi người dân được tự do học, tự do nói, và tự do sống.**

(Amy)

Bệnh Alzheimer

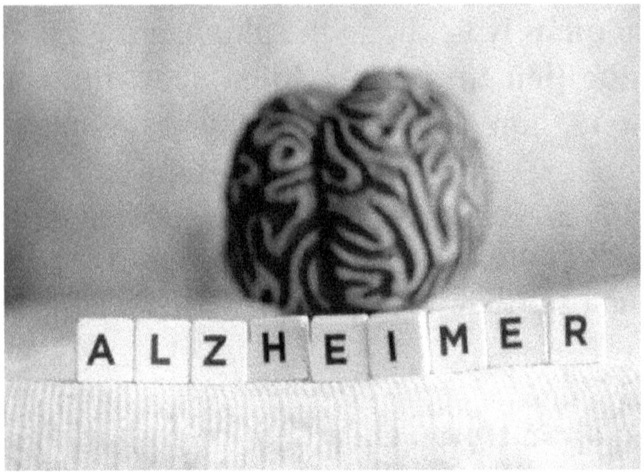

Có thể phòng ngừa **Bệnh Alzheimer** là một bệnh về não đặc trưng bởi sự phá hủy dần dần các tế bào thần kinh.

Không có thuốc chữa bệnh, đó là lý do tại sao lối sống năng động, lành mạnh là rất quan trọng. Liệu pháp toàn diện có thể trì hoãn sự tiến triển. Nó được tạo ra một cách cẩn thận dựa trên các tài liệu y học hiện hành và được bổ sung rất nhiều niềm đam mê và kiến thức chuyên môn về liệu pháp tự nhiên.

Việc kiểm tra kỹ thuật cuối cùng là trách nhiệm của giám đốc y tế, bác sĩ. thuốc.

*****Bệnh Alzheimer Điều trị một cách tự nhiên**

Cây thuốc Bổ sung dinh dưỡng
Các biện pháp khắc phục tại nhà và lời khuyên cho cuộc sống hàng ngày

Lời khuyên về sách Các liệu pháp bổ sung Triệu chứng và chẩn đoán Hiểu về căn bệnh Các bệnh liên quan xơ cứng động mạch

*****Chống lão hóa bệnh Parkinson**

Bệnh Alzheimer nhỏ gọn:

Những sự thật quan trọng nhất "Tôi lại để chìa khóa cửa trước ở đâu nhỉ?

" Những câu hỏi như thế này thường được nghe từ bệnh nhân Alzheimer.

Suy giảm trí nhớ ngắn hạn là một trong những dấu hiệu đầu tiên, về sau, những người bị ảnh hưởng sẽ mất phương hướng và gặp các vấn đề về phối hợp, ở giai đoạn cuối, họ cần được chăm sóc.

*****Thông tin thêm về các triệu chứng**

Điều gì xảy ra trong não khi bệnh Alzheimer xảy ra?

Trong bệnh Alzheimer, cấu trúc của não ngày càng bị tổn thương. Điều này làm cho các chất lắng đọng protein hình thành **giữa các tế bào (mảng amyloid**), ngăn cản tế bào được cung cấp chất dinh dưỡng và oxy.

Kết quả: Trong nhiều năm, các tế bào thần kinh và các kết nối giữa chúng chết trong não, đặc biệt là ở các vùng chịu trách nhiệm về trí nhớ, suy nghĩ và định hướng. Thông thường những người bị ảnh hưởng là trên 65 tuổi.

Ai đã phát hiện ra bệnh Alzheimer? Cái tên này được đặt theo tên của bác sĩ và bác sĩ tâm thần **người Đức Alois Alzheimer (1864–1915**).

Dựa trên bệnh sử của bệnh nhân Auguste Deter, ông lần đầu tiên mô tả hình ảnh lâm sàng tại một hội nghị chuyên khoa vào năm 1906, sau này được đặt tên **là "bệnh Alzheimer"** theo tên ông.

Sự khác biệt giữa bệnh Alzheimer và bệnh mất trí nhớ là gì? Chứng mất trí nhớ là thuật ngữ chung cho tất cả các bệnh về não được đặc trưng bởi chứng hay quên, rối loạn định hướng và suy nghĩ. **Bệnh Alzheimer là dạng sa sút trí tuệ phổ biến nhất với tỷ lệ 60%.**

Cây thuốc trị bệnh Alzheimer Ginkgo phương thuốc thảo dược tốt nhất hiện có cho bệnh Alzheimer **Lá của cây bạch quả** có nhiều thành phần và nhiều tác dụng.

Đã có vô số nghiên cứu về chiết xuất bạch quả nhưng không phải lúc nào cũng mang lại kết quả khả quan. Trong trường hợp tích cực, hiệu suất tinh thần có thể được cải thiện nhờ chiết xuất bạch quả trong bệnh Alzheimer. Điều này còn được thể hiện trong các hoạt động của cuộc sống hàng ngày.

Việc duy trì tình trạng hiện tại thường đạt được, trong khi tình trạng này giảm ở nhóm dùng giả dược. Kết quả về hiệu quả của bạch quả được đánh giá là "không thuyết phục", nhưng bạch quả vẫn được coi là phương thuốc thảo dược tốt nhất hiện có để chống lại bệnh Alzheimer. **Ginkgo nhận được đánh giá tổng thể tích cực từ Viện Chất lượng và Hiệu quả trong Chăm sóc Sức khỏe (IQWiG).**

Ủy ban hỗn hợp liên bang đã đồng ý với điều này trong hướng dẫn sử dụng thuốc của mình, do đó các chế phẩm có chứa bạch quả sẽ được bảo hiểm y tế theo luật định hoàn trả như một phần của liệu pháp điều trị chứng sa sút trí tuệ theo toa.

Tuy nhiên, chỉ những loại thuốc có chứa chiết xuất axeton-nước từ bạch quả và đảm bảo liều lượng hàng ngày là 240 mg chiết xuất tiêu chuẩn mới đủ điều kiện được hoàn tiền.

Cucurmin: Loại gia vị có màu vàng đậm từ **nghệ (Curcuma longa)** này có một số đặc tính thú vị: Nó không chỉ ức chế sự hình thành cặn trong não mà còn có thể làm tan các mảng bám đã hình thành. Nhiều nghiên cứu khác nhau hiện đang kiểm tra tác động trong điều kiện thực tế, một trong số đó đã kết luận với kết quả tiêu cực.

Một vấn đề là sự hấp thụ kém của chất này. Do đó, một biến thể được sửa đổi một chút cũng đang được thử nghiệm **(chất curcumin lipid**).

Các nghiên cứu dài hơn phải theo sau.

Phyto-estrogen: **Liệu estrogen** có thể chống lại sự phát triển của chứng suy giảm trí tuệ hay **bệnh Alzheimer ở phụ nữ hay không là một giả thuyết còn nhiều tranh cãi.**

----Các chất thực vật có hoạt tính estrogen như đậu nành và isoflavone cỏ ba lá đỏ cũng được thảo luận ở đây. Các thử nghiệm trong phòng thí nghiệm rất đáng khích lệ vì việc sản xuất cặn protein giảm.

Trên thực tế, các nghiên cứu này kém thuyết phục hơn, mặc dù có một phần kết quả đáng khích lệ. Dữ liệu cho thấy chỉ có khoảng thời gian ngay trước thời kỳ mãn kinh mới mang lại lợi thế cho phụ nữ. Giả thuyết mới này sẽ phải được thử nghiệm trong tương lai. Trà xanh: Sự tích tụ các protein bệnh lý từ lâu đã được thảo luận như một (đồng) tác nhân gây ra sự phá hủy các tế bào não.

Các thí nghiệm trong phòng thí nghiệm và **trên động vật đã chỉ ra rằng epi-gallo-catechin gallate** (EGCG) từ chiết xuất trà xanh cũng liên kết với các protein không hòa tan và thậm chí hòa tan một phần chúng. Có những dấu hiệu đầy hứa hẹn nhưng chưa có bằng chứng nào cho niềm hy vọng mới **này đối với bệnh Alzheimer.**

Những nguồn hy vọng khác nhưng cho đến nay mới chỉ thử nghiệm trên động vật

Danh sách các loại thực vật có tác dụng bảo vệ hoặc kích thích dây thần kinh và não trong các thí nghiệm trong phòng thí nghiệm và trên động vật còn dài.

Tuy nhiên, những phát hiện trong điều kiện nhân tạo không thể được chuyển trực tiếp sang người; phải chờ những nghiên cứu thích hợp.

Liquiritin từ rễ cam thảo Hyperosides từ St. John's wort Rhodosine từ rễ hoa hồng Ginsenosides từ nhân sâm Trà núi Hy Lạp, Sideritis

*****Học từ thiên nhiên**

Gần đây, một số thành phần đã được phân lập từ thực vật có tác dụng chống lại sự suy giảm acetylcholine trong não. Chúng đến từ hoa **huệ thung lũng (galanthamin) và rêu câu lạc bộ (huperzin).**

Dựa trên điều này, các chất tổng hợp đã được phát triển để thực sự được sử dụng trong điều trị **bệnh Alzheimer (xem thuốc thông thường).**

Chiến lược mới:

Ngày càng có nhiều dữ liệu cho thấy sức khỏe mạch máu và việc cung cấp máu cho não là một phần của bệnh Alzheimer. Theo đó, ngày càng có nhiều liệu pháp và cây thuốc tập trung vào sức khỏe mạch máu, **chẳng hạn như hạ lipid máu để giảm tổn thương mạch máu do xơ cứng động mạch (đậu nành, tỏi, táo gai).**

Các nghiên cứu cụ thể vẫn còn thiếu. ***Cây thuốc và các chất quan trọng có thể giúp điều trị bệnh***

Alzheimer Bổ sung dinh dưỡng cho bệnh Alzheimer Căng thẳng oxy hóa rõ ràng đóng một vai trò quan trọng trong sự phát triển của bệnh Alzheimer.

Một số vitamin như carotenoid, vitamin E và C có khả năng hấp thụ sự căng thẳng này.

Vì có quá ít chất này được tìm thấy trong máu của bệnh nhân Alzheimer nên người ta cho rằng những vitamin này có thể cải thiện nguy cơ và sự tiến triển của bệnh. Chế độ ăn uống và hấp thụ các chất thiết yếu thường không còn tối ưu cho những người bị ảnh hưởng. Do đó, bạn nên đặc biệt coi trọng việc cung cấp đầy đủ vitamin. Có rất nhiều nghiên cứu về việc bổ sung vitamin tổng hợp và bệnh Alzheimer.

****Thật không may, họ thường không cho phép đưa ra kết luận rõ ràng **Vitamin E Một nghiên cứu cho thấy tình trạng của nhóm dùng vitamin E (1000 IU, hai lần mỗi** ngày trong 2 năm) tốt hơn so với nhóm dùng giả dược, nhiều người khác lại âm tính. Tỷ lệ tử vong tăng lên cũng được ghi nhận khi dùng vitamin E liều cao (400 IU/ngày).

****Trong mọi trường hợp, **người hút thuốc không nên dùng vitamin E**: nó làm tăng **nguy cơ ung thư phổi.** ***vitamin B Thiếu vitamin B có thể gây ra các triệu chứng sa sút trí tuệ. Vì vậy, cần đảm bảo bệnh nhân được cung cấp đầy đủ chất này (B1, B6, B12, axit folic).***

Thật không may, các nghiên cứu lâm sàng đã không thể ngăn chặn được tình trạng **suy giảm tinh thần ở bệnh nhân Alzheimer**, **ngay cả với vitamin B. Q10 Coenzym Q10 đóng vai trò là chất "làm sạch gốc tự do", cung cấp năng lượng và giảm stress oxy hóa.**

****Vì vậy, người ta tin rằng nó có thể đóng một vai trò quan trọng trong việc điều trị các bệnh về hệ thần kinh.

Nó thúc đẩy việc sản xuất năng lượng và do đó kích thích sự trao đổi chất. Dựa trên dữ liệu có sẵn, người ta cho **rằng bệnh nhân Alzheimer có thể được hưởng lợi rất nhiều từ coenzym Q10 hoặc ubiquinol (biến thể có hoạt tính sinh học).**

Tuy nhiên, các nghiên cứu lâm sàng đo lường trực tiếp lợi ích vẫn chưa được xem xét.

****Lecithin Trong bệnh Alzheimer, chất** dẫn truyền thần kinh acetylcholine giảm trong não. Acetylcholine được cơ thể tạo ra từ lecithin.

Do đó, việc kiểm tra xem lecithin có thể thúc đẩy quá trình sản xuất chất này hay không là điều hợp lý. Thật không may, các nghiên cứu có liên quan đều tiêu cực. Phòng ngừa và lời khuyên cho người thân

**** Bạn có thể làm gì để ngăn ngừa bệnh Alzheimer**? Sự tiến triển của bệnh **Alzheimer c**ó thể được làm chậm lại thông qua lối sống lành mạnh và một loạt các biện pháp kích hoạt. Bộ não cần được rèn luyện càng lâu càng tốt, lý tưởng nhất là trong suốt cuộc đời. Điều hợp lý nhất cần làm là hoạt động thể chất và tinh thần phòng ngừa cũng như tránh các yếu tố gây căng thẳng và chất độc như nicotin và rượu.

Hãy chắc chắn rằng bạn ăn một chế độ ăn uống lành mạnh và tập thể dục nhiều.

Các nghiên cứu cho thấy tác dụng tích cực của việc đi bộ thường xuyên. Hơn nữa: với chế độ ăn kiêng này bạn có thể ngăn ngừa **bệnh Alzheimer** Lời khuyên cho người thân Không chỉ bản thân người **bệnh Alzhei**mer mà người thân của họ cũng thường xuyên cần được hỗ trợ trong việc chăm sóc và giải quyết những căng thẳng tâm lý. Việc chăm sóc người thân tốn rất nhiều thời gian và tiền bạc.

Không có gì lạ khi người chăm sóc từ bỏ sở thích, người quen và bỏ qua những ngày nghỉ rất cần thiết. Đừng đợi cho đến khi bạn kiệt sức và nhận được sự hỗ trợ kịp thời!

Các phương pháp điều trị bổ **sung cho bệnh Alzheimer** Ngoài những cây thuốc có tác dụng phòng ngừa, còn có những lựa chọn điều trị khác từ liệu pháp tự nhiên **và thuốc thông thường cho bệnh Alzheimer.**

Nấm bờm sư tử là một loại thực phẩm bổ dưỡng rất phổ biến trong y học cổ truyền Trung Quốc. Một lượng lớn nghiên cứu đã tập trung vào loại nấm tăng cường trí não này trong vài năm qua và kết quả không có gì đáng kinh ngạc. Một **nghiên cứu được công bố trên Tạp chí Hóa học Nông nghiệp và Thực phẩm liệt kê những lợi ích bằng cách nêu rõ nấm bờm sư tử là "kháng sinh, chống ung thư, trị đái tháo đường, chống mệt mỏi, hạ huyết áp, chống tăng mỡ máu, chống lão hóa [chống lão hóa], bảo vệ tim mạch, bảo vệ gan, bảo vệ thận và bảo vệ thần kinh, đồng thời cải thiện sự lo lắng, chức năng nhận thức và trầm cảm.**

1. Tăng cường chức năng não và mang lại lợi ích cho hệ thần kinh Có lẽ đặc điểm được nghiên cứu kỹ lưỡng nhất của nấm bờm sư tử là tác động lên tế bào não và các chức năng liên quan. Loại nấm đáng kinh ngạc này có thể có tác động mang tính cách mạng đối với các bệnh thoái hóa thần kinh. Theo nghiên cứu được công bố trên Tạp chí Quốc tế về Nấm thuốc, một phương pháp mà bờm sư tử ảnh hưởng đến chức năng não là tăng cường "sự phát triển thần kinh" trong não và các cơ quan liên quan. Sự phát triển của nơ-ron thần kinh đề cập đến sự phát triển của các sợi trục và đuôi gai từ các nơ-ron. Đó là một vấn đề lớn trong nghiên cứu sức khỏe não bộ. Bằng cách tăng sự tăng trưởng này, có thể làm chậm hoặc đảo ngược quá trình thoái hóa tế bào trong não - **đặc điểm chính của các bệnh như Alzheimer và Parkinson.**

2. Một nghiên cứu năm 2012 được thực hiện ở Malaysia cho thấy ăn nấm bờm sư tử thực sự có thể tái **tạo các tế bào bị tổn thương do chấn thương dây thần kinh ngoại biên, một chấn thương ảnh hưởng đến mô mỏng manh** giữa não và tủy sống của bạn. Khi nghiên cứu xem các bệnh về não có thể bị ảnh hưởng như thế nào bởi các loại thuốc hoặc phương pháp điều trị cụ thể, các nhà khoa học thường sử dụng dòng tế bào PC12 để thử nghiệm. *Chất chiết xuất và các dạng nấm bờm sư tử khác nhau dường như có tác động lớn đến tế bào PC12, bảo vệ chúng khỏi bị hư hại và làm chậm đáng kể quá trình chết tế bào của chúng. Phát hiện này có thể được chứng minh là cực kỳ phù hợp trong việc ngăn ngừa hoặc điều trị các bệnh về não.* Trong nghiên cứu trên động vật được công bố trên Y học thay thế và bổ sung dựa trên bằng chứng, nấm bờm sư tử đã kích thích chức năng nhận **thức và giúp cải thiện trí nhớ ở chuột, cả chuột có và không có mô hình bệnh Alzheimer.**

3. Nhiều nghiên cứu đã tìm thấy mối tương quan nghịch giữa bệnh bờm sư tử và các triệu chứng liên **quan đến bệnh Alzheimer,** có nghĩa là sau khi tiêu thụ chiết xuất nấm, các triệu chứng của chuột được cải thiện. Sự cải thiện tình trạng suy giảm nhận thức nhẹ ở người cũng được tìm thấy trong nghiên cứu được công bố trên Phytotherapy Research sau 8 đến 16 tuần bổ sung bờm sư tử, mặc dù sự cải thiện này không kéo dài sau khi các đối tượng ngừng dùng chất bổ sung này. **Nguy cơ tổn thương do thiếu máu cục bộ (tổn thương do thiếu lưu lượng máu**) *đối với tế bào thần kinh cũng rất quan trọng khi bạn nói về tổn thương não và bệnh tật.* Trong các thử nghiệm trong phòng thí nghiệm được tiến hành ở Đài Loan, nấm bờm sư tử đã được chứng minh là giúp ngăn ngừa loại chấn thương này. Theo nghiên cứu trên động vật được công bố trên Tạp chí Y học Dịch thuật, việc dùng thực phẩm bổ sung bờm sư tử cũng được phát hiện là có tác dụng bảo vệ khả năng lây lan của bệnh Parkinson, một chứng rối loạn thoái hóa thần kinh khác

4. ***Mặc dù nghiên cứu này vẫn còn ở giai đoạn sơ khai và chưa tiến tới thử nghiệm quy mô lớn trên người trong hầu hết các trường hợp, nhưng không nên bỏ qua tác dụng nhất quán của nấm bờm sư tử đối với tế bào não.***

(AMY TổNG hợp từ PHYDOTOC/MED...)

Thông tin chung về

LIỆU PHÁP ĐIỀU TRỊ CHÓNG MẶT

Liệu pháp tiền đình, liệu pháp phục hồi chức năng tiền đình, liệu pháp điều trị chóng mặt và luyện tập điều trị chóng mặt đều cùng chung một

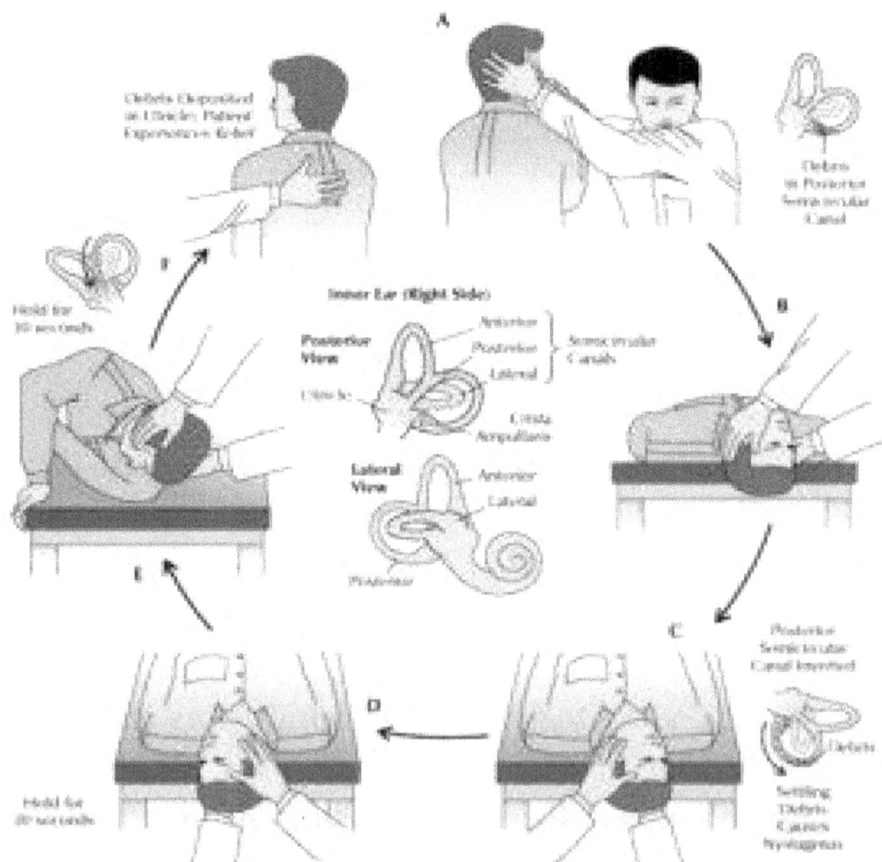

Chóng mặt có thể gây ra lo lắng tột độ và những nỗi sợ hãi tồi tệ nhất về các nguyên nhân tiềm ẩn, chẳng hạn như khối u não. Tuy nhiên, hầu hết các nguyên nhân gây chóng mặt đều lành tính và việc điều trị thành công. Bước đầu tiên hướng tới một liệu pháp điều trị thành công, tất nhiên, là chẩn đoán chính xác. Sau khi chẩn đoán được đưa ra và tìm được một nhà trị liệu có kinh nghiệm về chóng mặt, họ sẽ làm việc với bệnh nhân để xác định các vấn đề và mục tiêu cá nhân, giải thích nguyên nhân gây chóng mặt và cách điều trị, đồng thời hướng dẫn bệnh nhân các bài tập cụ thể để cải thiện các triệu chứng chóng mặt. Sự tham gia tích cực của bệnh nhân là điều cần thiết cho sự thành công của liệu pháp, và việc tự mình hoàn thành chương trình tập luyện tại nhà càng làm tăng cơ hội thành công.

Thuận tiện hơn, các bài tập quan trọng nhất - một khi được hướng dẫn đúng cách - không khó, hầu như không cần dụng cụ, và do đó có thể dễ dàng thực hiện tại nhà, khi đi du lịch hoặc tại nơi làm việc. Thời lượng và cường độ của các bài tập phụ thuộc vào hoàn cảnh cá nhân của bệnh nhân và tình trạng cụ thể.

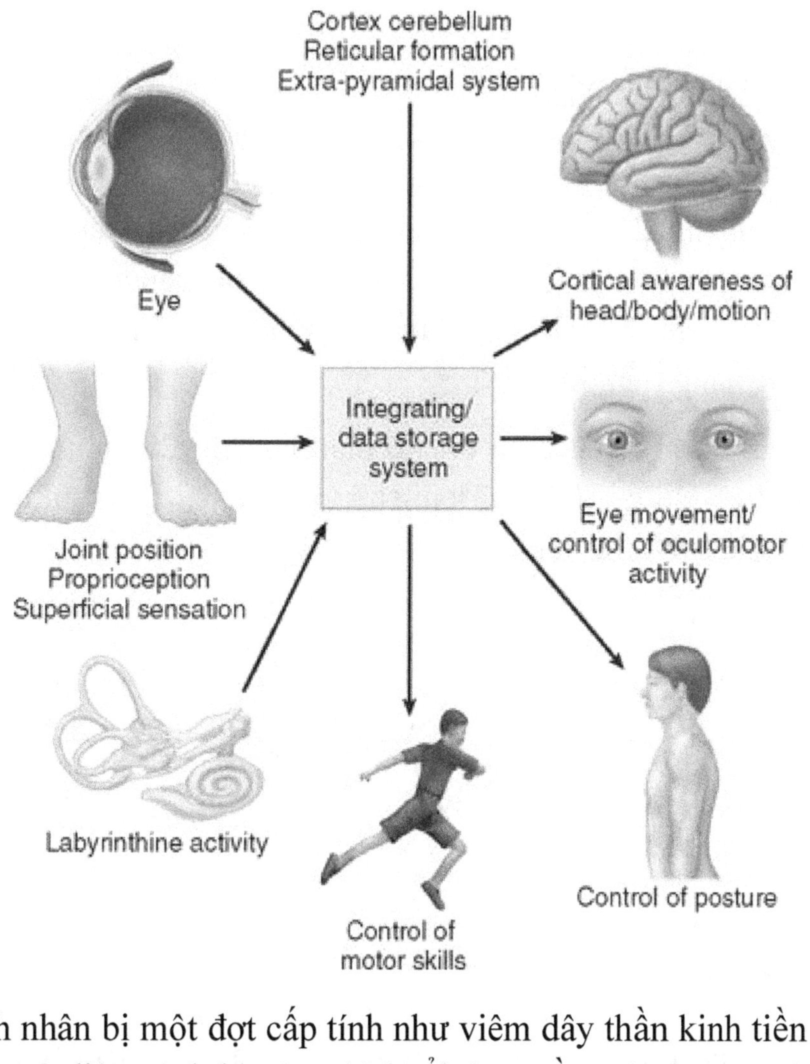

Ví dụ, bệnh nhân bị một đợt cấp tính như viêm dây thần kinh tiền đình có thể hết triệu chứng sau một liệu trình khoảng 10 buổi, bao gồm cả chương trình tập luyện tại nhà, và chỉ cần tiếp tục các bài tập tại nhà nếu tình trạng chóng mặt trở nên tồi tệ hơn.

Ngược lại, những người mắc bệnh mãn tính như rối loạn tiền đình hai bên cần các liệu trình điều trị lặp lại kéo dài trong nhiều năm và cũng phải tiếp tục chương trình tập luyện tại nhà trong thời gian dài.

. Vì mỗi người đều khác nhau và chóng mặt biểu hiện khác nhau ở mỗi cá nhân, liệu pháp điều trị chóng mặt được cá nhân hóa cao và phù hợp với nhu cầu của từng bệnh nhân. Do đó, bạn sẽ chỉ tìm thấy một vài bài tập ở đây. Các bài tập và liên kết thú vị khác có thể được tìm thấy trong phần tài liệu tập luyện.

Tiền đình = liên quan đến cấu trúc của hai cơ quan thăng bằng, hai "dây thần kinh thăng bằng", hoặc các vùng não chịu trách nhiệm về thăng bằng.

Các loại chóng mặt này có thể được giảm bớt bằng liệu pháp tiền đình cụ thể: Chóng mặt tiền đình ngoại biên, bất kể do rối loạn một bên hay hai bên và bất kể nguyên nhân tiềm ẩn là gì, ví dụ như viêm, phẫu thuật tai trong, khối u, v.v. Ví **dụ: viêm dây thần kinh tiền đình, bệnh lý tiền đình hai bên, u thần kinh thính giác, sau phẫu thuật** u **cholesteatoma.** *Chóng mặt tiền đình trung ương, bất kể nguyên nhân tiềm ẩn là gì, ví dụ như đột quỵ, đa xơ cứng, bệnh Parkinson, chấn thương sọ não, v.v.* Ngoại lệ: chóng mặt từng cơn, không do nguyên nhân kích thích như trong bệnh **Meniere và chứng đau nửa đầu tiền đình,** với điều kiện chưa phát triển các vấn đề về thăng bằng hoặc chuyển động mắt dai dẳng. Trong điều trị chóng mặt tiền đình, chúng tôi phân biệt chủ yếu giữa hai loại liệu pháp: Thủ thuật giải phóng Liệu pháp phục hồi chức năng tiền đình

Bài viết gần đây Đại hội RehaVest Munich lần thứ 2 dành cho các nhà trị liệu Khóa học đào tạo liên tục tại Berlin (Heimerer) bị hoãn!!! Buổi tối thông tin "**Chóng mặt và liệu pháp điều trị" tại Hamburg**

Khuyến nghị điều trị

Lưu ý: Chưa có liệu pháp điều trị nguyên nhân nào được xác định. Sau đây là liệu pháp dùng thuốc tùy thuộc vào chỉ định: Chóng mặt tư thế kịch phát lành tính (BPPV**): Dimenhydrinate** (thuốc chống chóng mặt) Bệnh lý tiền đình hai bên (BV**): Prednisolone (glucocorticoid**); trong khoảng 4 tuần; giảm dần liều; có thể để phục hồi chức năng tiền đình

Bệnh Ménière: Liệu pháp được thực hiện theo bốn giai đoạn (xem bên dưới: Bệnh Ménière/liệu pháp dùng thuốc) *Viêm dây thần kinh tiền đình: Dimenhydrinate (thuốc chống chóng mặt) hoặc* methylprednisolone (glucocorticoid); điều trị dự phòng là quan trọng nhất và chủ yếu dựa vào việc tuân thủ nghiêm ngặt chỉ định của aminoglycoside.

Đau nửa đầu mạch máu: Điều trị tương tự như đau nửa đầu có hoặc không có tiền triệu; Lưu ý: Hiện tại vẫn chưa có các nghiên cứu về liệu pháp có đối chứng tiền cứu.

Điều trị cơn đau: **Triptan (zizatriptan, zolmitr**iptan); Bệnh nhân có thể thử giảm đau bằng thuốc giảm đau **như ibuprofen, axit acetylsalicylic** (ASA) hoặc paracetamol. Dự phòng: Thuốc chẹn beta (propranolol 80–240 mg, metoprolol 50–200 mg, bisoprolol 5–10 mg), thuốc chống động kinh (**topiramate 50–100 mg, axit valproic** 1.000–1.500 mg), thuốc chống trầm cảm (**amitriptyline hoặc venlafaxine),** thuốc chẹn kênh canxi (flunarizine 5–10 mg); magie 400 mg

^^^**Cơn kịch phát tiền đình tiểu não**: Điều trị: **Carbamazepine,** ***oxcarbamazepine (thuốc chống động kinh***)

Dự phòng: ví dụ: **carbamazepine** (thuốc chống động kinh); Nếu các loại thuốc nêu trên không hiệu quả, có thể thử dùng **gabapentin** hoặc **phenytoin** (chưa có dữ liệu về liều lượng được đánh giá). Xem thêm "Liệu pháp bổ sung". Thông tin bổ sung Có thể cân nhắc sử dụng thuốc chống chóng mặt (thuốc điều trị chóng mặt) trong trường hợp chóng mặt không rõ nguyên nhân với các triệu chứng rõ rệt (ví dụ: buồn nôn).

Các thuốc sau đây được sử dụng: **Cinnarizine (thuốc kháng histamine và chẹn kênh canxi thuộc nhóm diphenylmethylpiperazine) kết hợp với dimenhydrinate (thuốc kháng histamine), cũng như liệu** pháp đơn trị liệu bằng betahistine (thuốc chống chóng mặt, thuốc chống nôn/thuốc ức chế buồn nôn và nôn; **betahistin**e được chấp thuận cho **bệnh Ménière**). Thời gian sử dụng: chỉ vài ngày.

Lưu ý: Các cơ chế bù trừ có thể được kích thích thông qua tập luyện (xem "Liệu pháp bổ sung" bên dưới) và dẫn đến sự thích nghi với chóng mặt đạt được tốt hơn mà không cần dùng thuốc chống chóng mặt. Kết quả của một đánh giá về hiệu quả của triptan trong chứng đau nửa đầu tiền đình cho thấy ít ủng hộ liệu pháp triptan [1]. ```
Tài liệu Webster KE và cộng sự: Can thiệp dược lý cho các cơn đau nửa đầu tiền đình cấp tính. Thư viện Cochrane, ngày 12 tháng 4 năm 2023 https://doi.org/10.1002/14651858.CD015322.pub2 Hướng dẫn Hướng dẫn S2k: Rối loạn tiền đình. (Số đăng ký AWMF: 017 - 078), Phiên bản đầy đủ tháng 3 năm 2021
Tác giả: Tiến sĩ Y khoa Werner G. Gehring

(Amy tong hop web-med –heath –phytodoc.de)

KHI EM HỎI ANH…

Khi em hỏi anh, giọng khẽ run run:
“Bây giờ em già rồi… đã xấu đi rất nhiều…
Anh còn yêu em không, như thuở ban đầu tới?”

Anh mỉm cười, nhìn em qua tháng năm đã trôi:
“Anh vẫn yêu em như ngày đầu tiên gặp gỡ,
Như ánh mắt em trong trẻo tựa vầng trăng mở,
Như nụ cười em làm anh quên cả cuộc đời vất vả ngoà

Dẫu thời gian mang đi bao nét xuân thì,
Dẫu mái tóc em bạc thêm từng sợi nhỏ,
Anh vẫn nhìn em — không phải bằng đôi mắt của tuổi già
Mà bằng trái tim của một chàng trai ngày ấy.

Với anh, em mãi là người con gái đầu tiên làm tim anh bật sáng,
Mãi là hình bóng theo anh suốt quãng đường dài mênh mang,
Mãi là người đàn bà anh nắm tay đi hết cả một đời.

Nên đừng hỏi nữa, em ơi…
Vì với anh, tình yêu không già đi theo năm tháng.

“My love, I have never stopped seeing you
through the first sunrise of our meeting.
Your beauty to me is not the kind that fades—
it lives in the way you breathe,
the way you smile,
the way your soul leans gently into mine.”

Years may soften your features,
but they only deepen my devotion.
For I do not love you with eyes
that measure youth or time—
I love you with the same heart
that first awakened when it found you.

To me, you are still
the girl who lit my world,
the woman who walked beside me,
the love I choose in every lifetime.

So do not ask again, my beloved—
for my love is a thing untouched by age,
and it will follow you
beyond all the seasons of this life.

BÀ LỆ HỒNG – HIỀN THÊ CỦA TÔ NGỌC TỎ BÀY TÂM TƯ TÌNH CẢM CỦA MÌNH

Cảm ơn quý thân hữu, bạn bè đã đến với gia đình chúng tôi để tiễn biệt người chồng yêu dấu của tôi, cho tôi xin được vài phút chia sẻ mối tình của chúng tôi

Chúng mình yêu nhau vào thập niên 1970 gặp lại nhau cuối năm 2006 lần nói chuyện đầu tiên dài 9 tiếng đồng hồ (bà Hồng còn ở Đức), khi em tìm được anh qua thông tin của Minh ở báo Văn Nghệ Tiền Phong, mới biết anh vẫn chưa lập gia đình và 13 năm tù tội dưới chế độ cộng sản toàn trị.

Sau 3 lần nói chuyện anh ngỏ ý muốn kết hôn, vì ngày xưa không kịp, anh có hoàn cảnh, không vợ mà có một con, anh hứa với con anh phải 18 tuổi mới lập gia đình, và anh nghĩ em còn quá trẻ, vẫn còn thời gian, nhưng em đã vội lấy chồng, em cứ suy nghĩ, anh còn chờ em.

Với em, lúc gặp lại anh qua điện thoại, nếu em rời khỏi nước! Đức, quê hương thứ hai là một điều khó khăn. Em cũng không còn trẻ để quyết định mà chỉ còn lòng đam mê của thời em mới lớn. Nhưng mỗi lần định nói chuyện chia tay với anh xem nhau là bạn, lòng em lại có cảm giác buồn và khó chịu HỤT HẪN

Anh gởi cho em tấm hình thân phận, già nua, hằn nét phong trần …và những tấm hình anh đã chụp cho em ngày xưa khi còn yêu nhau, làm cho em rất cảm động, chứng tỏ anh vẫn rất còn yêu em, cũng như anh luôn nhắc mùi hương tự nhiên trên mái tóc, cơ thể em. Vì vậy, em quyết định sang Mỹ với anh dù cũng có trở ngại trong gia đình, con gái lớn thì không đồng ý em sang đây, con gái nhỏ thì không chịu đi theo. Lúc đầu ở Mỹ, hai lối sống cũng có phần khác nhau, nhưng nhờ tình yêu chúng ta đã vượt qua. Có những lúc cãi nhau nói chữ xa nhau rồi lại ôm nhau hôn tha thứ, anh vẫn thường nói khi em xin lỗi, anh không bao giờ giận em cả…

Mốc thời gian của chúng ta là anh sẽ có tuổi thọ như bà cụ là 92, lúc đó em cũng hơn 70 và chúng mình sẽ cùng ra đi một lượt với nhau … Nhưng, nay anh đã bỏ em mà ra đi, chúng ta đang rất hạnh phúc mà. Câu nói mỗi ngày: Vợ ơi! thương chồng không ? Chồng ơi yêu vợ không? Anh luôn luôn nghĩ mốc thời gian của chúng ta là từ năm 1970 là anh sống thọ bằng tuổi bà Cụ, anh luôn nói . .”thế mà chúng mình cũng đã lấy nhau hơn 40 năm rồi em nhỉ …” (dù thực tế mới có 13 năm).

Mỗi ngày chúng ta yêu thương nhau, và cắn đắng nhau, chúng ta xin lỗi nhau …khi lở lời tổn thương đến nhau …và cuối cùng luôn luôn là câu “anh rất hạnh phúc vì có em, anh rất hạnh phúc vì có vợ…Và em cũng nói em rất hạnh phúc vì được có anh bên cạnh cuối đời, em cảm ơn anh, Tô Ngọc ơi! Anh đã cho em những ngày tháng cuối đời hạnh phúc!. Em học được ở anh nhiều điều khôn ngoan, sự hiểu biết sâu rộng và tìm thấy ở anh là một chính nhân quân tử, điều đặc biệt anh rất quý bạn bè, anh rất sòng phẳng, không bon chen, kiêu ngạo, sống trong khiêm tốn

Anh Tô Ngọc ơi! anh còn nợ em 7 năm, cuối đời …sao anh đành bỏ em mà ra đi! Câu nói cuối cùng của em trong bịnh viện: anh ơi! mau hết bịnh về với em để cãi nhau, em cãi với hàng xóm họ đánh em đó, và anh đã cười, đã hôn em mà. Anh đã rất tinh táo mà …tai sao anh lại ra đi để em trên cõi đời lạnh lẽo, đau khổ này! Những ngày tháng cuối đời của em sao lê thê ..sống để chờ chết, anh Tô Ngọc ơi! anh đã nói anh rất hạnh phúc khi lấy vợ, em cũng đã nói với anh, em rất yêu anh, thời gian này chúng ta cứ hạnh phúc không cần nghĩ đến ngày mai …chúng ta đang rất HẠNH PHÚC MÀ, SAO ANH LẠI NỠ ĐÀNH RA ĐI, TÔ NGỌC ƠI! EM CÁM ƠN ANH NHỮNG NGÀY THÁNG CUỐI ĐỜI …VÀ CŨNG TRÁCH ANH CÒN NỢ EM 7 NĂM CỦA KIẾP NÀY, chỉ 7 năm nữa thôi mà, sao anh lại thất hứa với em lần nữa hả anh? Anh vẫn thường nói khi em xin lỗi, anh không bao giờ giận em cả, cũng như em không bao giờ giận được anh lâu, chúng mình đang rất là hạnh phúc, mỗi buổi tối mình uống rượu cùng nhau, anh lim dim đôi mắt cười có đuôi đa tình của anh, trời cho thế này thì còn đòi hỏi gì nữa, em nhớ anh…em nhớ anh nhiều lắm trong tổ ấm của mình đâu đâu cũng là kỷ niệm, anh Tô Ngọc ơi!!!

Em yêu anh, Em cần anh
I love you, I need you

Em yêu anh, giữa màn đêm cô đơn
I love you, when the night feels so cold
Từng nhịp tim, gọi tên anh thật thà
My heart beats, whispering your name aloud

Em cần anh, ôm em trong vòng tay
I need you, hold me close tonight
Dẫu bao giông tố, chỉ có anh là nơi em tìm về
Through storms and shadows, you're my guiding light

Bước chân tango, đôi ta quấn quýt bên nhau
Dancing tango, our hearts entwined as one
Những lời thì thầm, tan vào không gian
Whispers falling, fading in the night

Em cần anh, ôm em trong vòng tay
I need you, hold me close tonight
Dẫu bao giông tố, chỉ có anh là nơi em tìm về
Through storms and shadows, you're my guiding light

Đừng rời xa, đêm nay chỉ có đôi ta
Don't let go, tonight it's just us two
Nhịp tim tango, cùng nhịp yêu thương
Tango heartbeat, matching our love true

Mỗi sáng mỗi tối chúng ta nói với nhau
We talk to each other every morning and every evening
Em yêu anh, Em cần anh
I love you, I need you

NGĂN NGỪA LOÃNG XƯƠNG
ĐAU NHỨC TOÀN THÂN

Tổng Hợp
Glucosamin
MSM
Tinh chất nghệ
Collagen
Hyaluronic
Chiết xuất từ nho và bồ công anh

Ngăn ngừa Thấp khớp Loãng xương

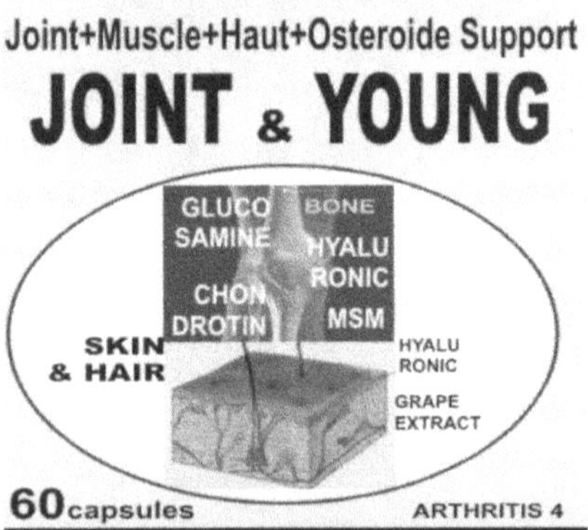

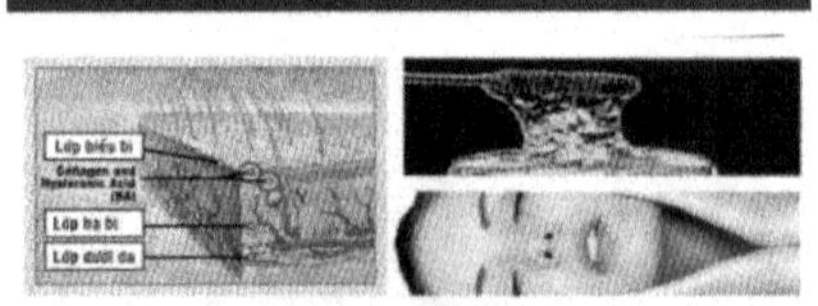

www.truherbsusa.com
Distributed by TRUHERBS U.S.A.
P.O.Box 246357 Sacramento, CA 95824

NĂNG ĐỘNG HƠN TỪ KHỚP & LÀN DA TRẺ TRUNG

các thành phần đã được thử nghiệm lâm sàng

Thêm nữa, HA có nhiều lợi ích khác :
- Bổ sung thêm dưỡng chất cho da - Dưỡng ẩm da
- Làm cho làn da mềm mại và mịn màng
- Giảm và làm mờ nếp nhăn
- Thúc đẩy sự phát triển tóc
- Phục hồi màu tóc - Xây dựng lại mô liên kết da.

LỢI ÍCH SỨC KHOẺ CỦA KHỚP
- Hỗ trợ chức năng khớp bằng cách tăng cường sụn & bao khớp.
- Giúp thúc đẩy bôi trơn khớp bằng bổ sung chất lỏng hoạt dịch.
- Giúp khớp hoạt động thoải mái.
- Giúp tái tạo sụn.
- Bảo vệ gân & dây chằng khi tập thể dục cường độ cao.
- Thúc đẩy phục hồi gân, mô liên kết dây chằng sau khi tập thể dục cường độ cao.

CHIẾT XUẤT TỪ NHO & BỒ CÔNG ANH
- Thúc đẩy tiết niệu khoẻ mạnh.
- Nuôi dưỡng & củng cố màng mao mạch.
- Bổ sung vitamin C để hỗ trợ hệ thống miễn dịch.
- Bồ công anh bổ sung tính năng cay tự nhiên.
- Được sử dụng để hỗ trợ chức năng gan khoẻ mạnh từ xa xưa.

CÔNG NĂNG
- Giúp giảm đau nhức toàn diện.
- Giảm viêm khớp.
- Dược thảo thải chất độc dư đóng ở khớp xương gây đau nhức đầu gối và bàn tat.

Đau nhức Toàn thân

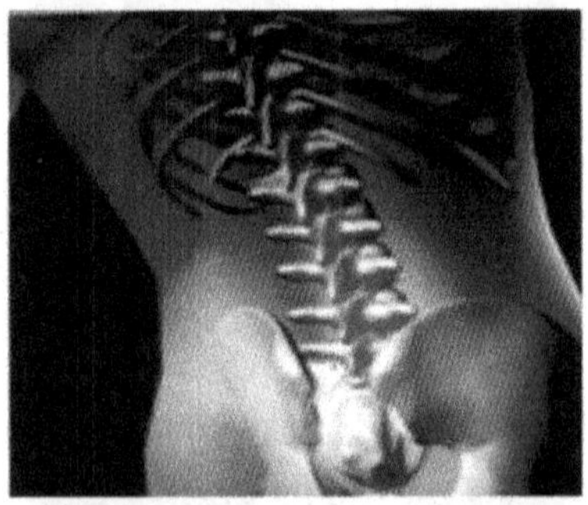

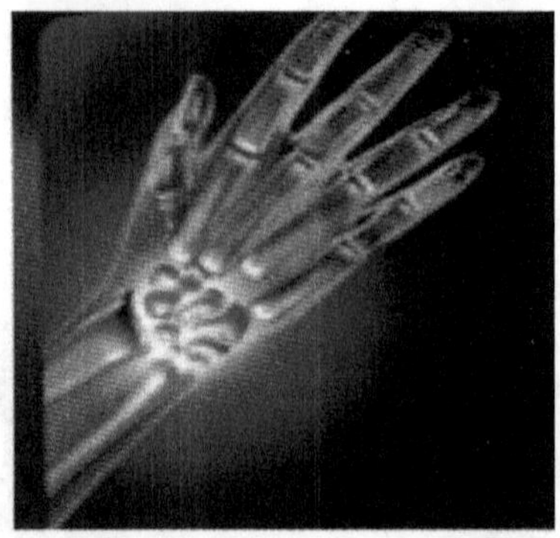

Người mẫu ảnh: Amy Ngân

Dầu bạc hà Nhật Bản để trị liệu bằng hương thơm

Bạc hà Nhật Bản đã trở thành một loại Tinh dầu trị liệu bằng hương thơm được yêu thích rộng rãi. Hương thơm của bạc hà thanh mát và trong trẻo với vị ngọt nhẹ tinh tế bay bổng và đầy cảm hứng.

Tạo trải nghiệm độc đáo của riêng bạn bằng cách pha trộn , Dầu Bạc hà Nhật Bản với các chất cần thiết khác để nâng cao thói quen Trị liệu bằng hương thơm của bạn. Dầu Bạc hà có thể được thêm vào bồn tắm hoặc vòi hoa sen của bạn để có trải nghiệm như ở nhà, spa hoặc thêm vào chất khác để tạo ra Dầu xoa bóp gợi cảm. Bạn cũng có thể sáng tạo bằng cách thêm nó vào các dự án DIY của mình, như làm xà phòng, nến và các sản phẩm chăm sóc cá nhân khác!

Tinh dầu bạc hà Nhật Bản là gì?

Dầu bạc hà Nhật Bản có nguồn gốc từ chiết xuất của cây bạc hà Nhật Bản. Những loại bạc hà này là cây bản địa của Nhật Bản nhưng cũng phổ biến ở các khu vực khác của Châu Á, Châu Âu và Nam Mỹ.

Cây bạc hà lâu năm phát triển cao đến 60 cm với hoa chớm nở màu tím nhạt chủ yếu nở vào giữa tháng 6 và tháng 8. Lá là nơi chiết xuất các chất dinh dưỡng thực vật của loài cây này.

100% PURE & NATURE

ĐẠI LÝ TRUHERBS

Chuyên viên tư vấn
Amy Ngọc: 916 230 6172

- TAMMY Tel: 408-420-1042
- THANH Tel: 916-267-5680
- Angels Beauty (khu Grand Mall Sanjose) Tel: 408-297-1688
- Tina Thanh Tel: 916-267-5680
- Hao Nguyen MN Tel: 612-790-5846
- HONG PHAT GIFTSHOP Tel: 972-495-0282 / 214-470-0223
- AV-DIRECK Tel: 714-829-8224
- MY TIEN Tel: 916-743-1447
- HONG PHUC Tel: 916-266-1430
- KIM THANH Tel: 408-420-1042

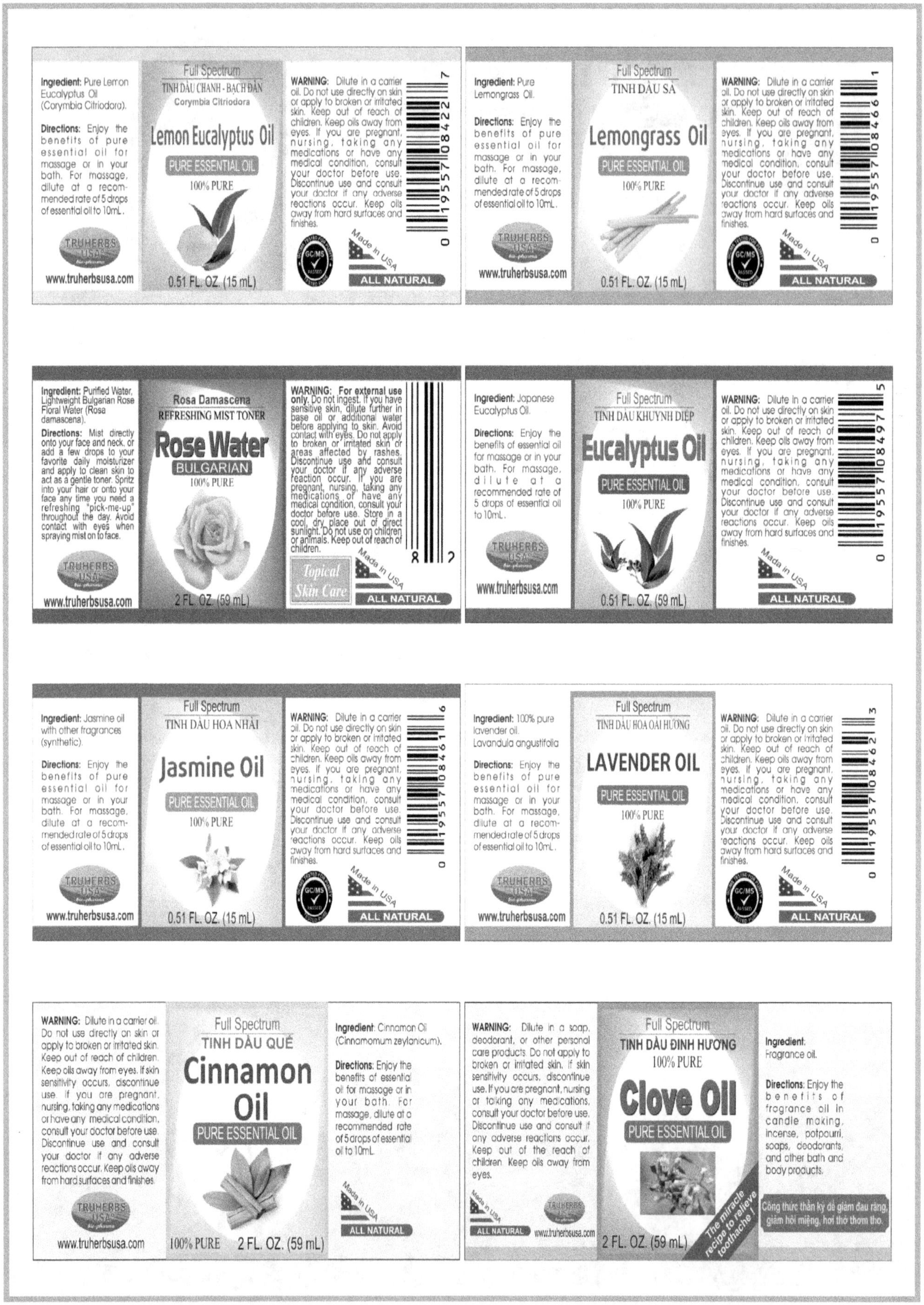
Ingredient: Pure Lemon Eucalyptus Oil (Corymbia Citriodora).
Directions: Enjoy the benefits of pure essential oil for massage or in your bath. For massage, dilute at a recommended rate of 5 drops of essential oil to 10mL.
TRUHERBS USA
www.truherbsusa.com
Full Spectrum
TINH DẦU CHANH - BẠCH ĐÀN
Corymbia Citriodora
Lemon Eucalyptus Oil
PURE ESSENTIAL OIL
100% PURE
0.51 FL. OZ. (15 mL)
WARNING: Dilute in a carrier oil. Do not use directly on skin or apply to broken or irritated skin. Keep out of reach of children. Keep oils away from eyes. If you are pregnant, nursing, taking any medications or have any medical condition, consult your doctor before use. Discontinue use and consult your doctor if any adverse reactions occur. Keep oils away from hard surfaces and finishes.
0 19557 08422 7
GC/MS PASSED
Made in USA
ALL NATURAL
Ingredient: Pure Lemongrass Oil.
Directions: Enjoy the benefits of pure essential oil for massage or in your bath. For massage, dilute at a recommended rate of 5 drops of essential oil to 10mL.
TRUHERBS USA
www.truherbsusa.com
Full Spectrum
TINH DẦU SẢ
Lemongrass Oil
PURE ESSENTIAL OIL
100% PURE
0.51 FL. OZ. (15 mL)
WARNING: Dilute in a carrier oil. Do not use directly on skin or apply to broken or irritated skin. Keep out of reach of children. Keep oils away from eyes. If you are pregnant, nursing, taking any medications or have any medical condition, consult your doctor before use. Discontinue use and consult your doctor if any adverse reactions occur. Keep oils away from hard surfaces and finishes.
0 19557 08466 1
GC/MS PASSED
Made in USA
ALL NATURAL
Ingredient: Purified Water, Lightweight Bulgarian Rose Floral Water (Rosa damascena).
Directions: Mist directly onto your face and neck, or add a few drops to your favorite daily moisturizer and apply to clean skin to act as a gentle toner. Spritz into your hair or onto your face any time you need a refreshing "pick-me-up" throughout the day. Avoid contact with eyes when spraying mist on to face.
TRUHERBS USA
www.truherbsusa.com
Rosa Damascena
REFRESHING MIST TONER
Rose Water
BULGARIAN
100% PURE
2 FL. OZ. (59 mL)
WARNING: For external use only. Do not ingest. If you have sensitive skin, dilute further in base oil or additional water before applying to skin. Avoid contact with eyes. Do not apply to broken or irritated skin or areas affected by rashes. Discontinue use and consult your doctor if any adverse reaction occur. If you are pregnant, nursing, taking any medications or have any medical condition, consult your doctor before use. Store in a cool, dry place out of direct sunlight. Do not use on children or animals. Keep out of reach of children.
Topical Skin Care
Made in USA
ALL NATURAL
Ingredient: Japanese Eucalyptus Oil.
Directions: Enjoy the benefits of essential oil for massage or in your bath. For massage, dilute at a recommended rate of 5 drops of essential oil to 10mL.
TRUHERBS USA
www.truherbsusa.com
Full Spectrum
TINH DẦU KHUYNH DIỆP
Eucalyptus Oil
PURE ESSENTIAL OIL
100% PURE
0.51 FL. OZ. (59 mL)
WARNING: Dilute in a carrier oil. Do not use directly on skin or apply to broken or irritated skin. Keep out of reach of children. Keep oils away from eyes. If you are pregnant, nursing, taking any medications or have any medical condition, consult your doctor before use. Discontinue use and consult your doctor if any adverse reactions occur. Keep oils away from hard surfaces and finishes.
0 19557 08497 5
Made in USA
ALL NATURAL
Ingredient: Jasmine oil with other fragrances (synthetic).
Directions: Enjoy the benefits of pure essential oil for massage or in your bath. For massage, dilute at a recommended rate of 5 drops of essential oil to 10mL.
TRUHERBS USA
www.truherbsusa.com
Full Spectrum
TINH DẦU HOA NHÀI
Jasmine Oil
PURE ESSENTIAL OIL
100% PURE
0.51 FL. OZ. (15 mL)
WARNING: Dilute in a carrier oil. Do not use directly on skin or apply to broken or irritated skin. Keep out of reach of children. Keep oils away from eyes. If you are pregnant, nursing, taking any medications or have any medical condition, consult your doctor before use. Discontinue use and consult your doctor if any adverse reactions occur. Keep oils away from hard surfaces and finishes.
0 19557 08461 6
GC/MS PASSED
Made in USA
ALL NATURAL
Ingredient: 100% pure lavender oil. Lavandula angustifolia
Directions: Enjoy the benefits of pure essential oil for massage or in your bath. For massage, dilute at a recommended rate of 5 drops of essential oil to 10mL.
TRUHERBS USA
www.truherbsusa.com
Full Spectrum
TINH DẦU HOA OẢI HƯƠNG
LAVENDER OIL
PURE ESSENTIAL OIL
100% PURE
0.51 FL. OZ. (15 mL)
WARNING: Dilute in a carrier oil. Do not use directly on skin or apply to broken or irritated skin. Keep out of reach of children. Keep oils away from eyes. If you are pregnant, nursing, taking any medications or have any medical condition, consult your doctor before use. Discontinue use and consult your doctor if any adverse reactions occur. Keep oils away from hard surfaces and finishes.
0 19557 08462 3
GC/MS PASSED
Made in USA
ALL NATURAL
WARNING: Dilute in a carrier oil. Do not use directly on skin or apply to broken or irritated skin. Keep out of reach of children. Keep oils away from eyes. If skin sensitivity occurs, discontinue use. If you are pregnant, nursing, taking any medications or have any medical condition, consult your doctor before use. Discontinue use and consult your doctor if any adverse reactions occur. Keep oils away from hard surfaces and finishes.
TRUHERBS USA
www.truherbsusa.com
Full Spectrum
TINH DẦU QUẾ
Cinnamon Oil
PURE ESSENTIAL OIL
100% PURE
2 FL. OZ. (59 mL)
Ingredient: Cinnamon Oil (Cinnamomum zeylanicum).
Directions: Enjoy the benefits of essential oil for massage or in your bath. For massage, dilute at a recommended rate of 5 drops of essential oil to 10mL.
Made in USA
ALL NATURAL
WARNING: Dilute in a soap, deodorant, or other personal care products. Do not apply to broken or irritated skin. If skin sensitivity occurs, discontinue use. If you are pregnant, nursing or taking any medications, consult your doctor before use. Discontinue use and consult if any adverse reactions occur. Keep out of the reach of children. Keep oils away from eyes.
Made in USA
ALL NATURAL
TRUHERBS
www.truherbsusa.com
Full Spectrum
TINH DẦU ĐINH HƯƠNG
100% PURE
Clove Oil
PURE ESSENTIAL OIL
2 FL. OZ. (59 mL)
The miracle recipe to relieve toothache !
Ingredient: Fragrance oil.
Directions: Enjoy the benefits of fragrance oil in candle making, incense, potpourri, soaps, deodorants, and other bath and body products.
Công thức thần kỳ để giảm đau răng, giảm hôi miệng, hơi thở thơm tho.